AF814339

'खाकी फाइल्स हे वाचकांना खिळवून ठेवणारं पुस्तक आहे. एक उत्तम पोलीस अधिकारी असलेल्या नीरज कुमार यांनी आपल्यासाठी त्यांच्या कारकिर्दीतील काही महत्त्वाच्या प्रकरणांचा लेखाजोखा मांडला आहे. त्यांच्या या अनुभवांमुळे आपल्यालाही गुन्ह्याच्या अंधाऱ्या जगात डोकावण्याची संधी मिळते. खाकी फाइल्स वाचताना हे पुस्तक खाली ठेवणं कठीण होऊन जातं.'

– राजदीप सरदेसाई

'एक कथाकथी म्हणून नीरज कुमार यांना दैवी देणगी लाभली आहे. ते गोष्टी जशा घडल्या, तशाच सांगतात. एकाच वेळी विश्वसनीय आणि अविश्वसनीय या दोन्ही पारड्यांमध्ये बसणारी कथा सांगण्याचं कसब त्यांच्याकडे आहे.'

– नीरज पाण्डे

'भारतीय पोलीस दलातील धोरणात्मक विचार करणारे अधिकारी म्हणून नीरज कुमार यांची प्रदीर्घ कारकीर्द प्रसिद्ध आहे. त्यांनी हाती घेतलेल्या प्रत्येक कामात सचोटी, नावीन्य आणि प्रेरणादायी नेतृत्त्वगुण दाखवत आपला वेगळा ठसा उमटवला आहे. 'डायल डी फॉर डॉन' या त्यांच्या पहिल्याच पुस्तकात त्यांनी भारतातील गुन्हेगारी जगतातील अघोरी यंत्रणांची आणि त्यांना अडवण्यासाठी पोलीस करत असलेल्या अद्‌भुत कामाची ओळख करून दिली होती.

'खाकी फाइल्स' या नव्या पुस्तकात आपल्या कलात्मक आणि त्याच बरोबर वस्तुनिष्ठ मांडणीने ते त्यांच्या नेतृत्वाखालील पोलीस पथकांनी सोडवलेल्या लॉटरी घोटाळ्यापासून ते दहशतवादी हल्ल्यापर्यंतच्या अनेक गुन्ह्यांची गोष्ट अशी काही रंगवून सांगतात की, वाचक थक्क होतात. 'खाकी फाइल्स' हा काही फक्त अचूकपणे सांगितलेल्या गुन्हेकथांचा संग्रह नाही, तर भारतीय गुन्हेगारी जगताचा अभ्यास करण्याची रुची असलेल्या प्रत्येकासाठी तो संदर्भग्रंथ ठरू शकेल. या पुस्तकात निवडलेली प्रकरणं वाचकांचं कुतूहल चाळवण्यासाठी पुरेशी आहेत. आणि ज्या कौशल्याने नीरज कुमार आपल्या गोष्टीची मांडणी करतात, त्यामुळे तर या गोष्टी अधिकच वाचनीय होतात.'

– सुहेल सेठ

एस. हुसैन झैदी सादर करत आहेत
'डायल डी फॉर डॉन' या बेस्टसेलर पुस्तकाच्या लेखकाचं पुढील पुस्तक

खाकी फाइल्स

पोलीस तपासाच्या चित्तथरारक कथा

नीरज कुमार
माजी पोलीस आयुक्त, दिल्ली पोलीस

अनुवाद
रोहन टिल्लू

मेहता पब्लिशिंग हाऊस

Email : production@mehtapublishinghouse.com
Website : www.mehtapublishinghouse.com

- *या पुस्तकातील लेखकाची मते, घटना, वर्णने ही त्या लेखकाची असून त्याच्याशी प्रकाशक सहमत असतीलच असे नाही.*

KHAKI FILES by NEERAJ KUMAR
FIRST PUBLISHED IN EBURY PRESS & BLUE SALT BY PENGUIN RANDOM HOUSE INDIA 2019

Translated into Marathi Language by Rohan Tillu

खाकी फाइल्स / अनुभवकथन

अनुवाद : रोहन टिल्लू

Email : author@mehtapublishinghouse.com

मराठी अनुवादाचे व प्रकाशनाचे हक्क : मेहता पब्लिशिंग हाऊस, पुणे.

प्रकाशक : सुनील अनिल मेहता, मेहता पब्लिशिंग हाऊस,
१९४१, सदाशिव पेठ, पुणे ३०.

मुद्रक : श्री मुद्रा, १८१ शुक्रवार पेठ, पुणे ४११००२.

मुखपृष्ठ : चंद्रमोहन कुलकर्णी

प्रथमावृत्ती : नोव्हेंबर, २०२१

किंमत : ₹ २५०

P Book ISBN 9789392482113
E Book ISBN 9789392482229
E Books available on : amazonkindle Apple Books Google Play Books

---

कायदा आणि सुव्यवस्थेबद्दल मला वाटणारी तीव्र भावना ज्यांना ठाऊक आहे,
अशा माझ्या सहकाऱ्यांना;
मला आनंदाचा खरा अर्थ शिकवणाऱ्या ऐश्वर्या आणि ध्वनी
या माझ्या दोन नातींना;
पोलीस दलातील माझ्या कारकिर्दीमुळे आमच्या वाट्याला आलेल्या
दुःखाचे आणि आनंदाचे क्षण सारख्याच समरसतेने माझ्याबरोबर
जगलेल्या माझी पत्नी मालाला...

प्रास्ताविक

माजी पोलीस आयुक्त नीरज कुमार यांनी मला त्यांच्या दुसऱ्या पुस्तकाची म्हणजेच 'खाकी फाइल्स'ची प्रस्तावना लिहिण्याबद्दल विचारलं, तेव्हा मी जराही विचार न करता होकार दिला. खरंतर अशा पद्धतीचं लेखन पहिल्यांदाच होत नाही, हा विचार माझ्या मनात होता. पण मी लेखकाच्या 'डायल डी फॉर डॉन' या पुस्तकाने एवढा भारावून गेलो होतो की, मी त्यांचा हा प्रस्ताव तातडीने स्वीकारला. हे पुस्तक वाचणं हा अनुभव किती समृद्ध करणारा होता! खाकी फाइल्स हे पुस्तक लिहिताना लेखकाची शैली अगदी बहरून आली आहे. या पुस्तकात त्यांनी जे काही लिहिलं आहे, ते थरारक आहे. त्या काही काल्पनिक गोष्टी नाहीत, तर खऱ्याखुऱ्या आयुष्यात घडलेले गुन्हे आणि अत्यंत कौशल्याने केलेली त्यांची उकल याचे अनुभव आहेत.

इतर कोणत्याही गोष्टीपेक्षा या पुस्तकात असलेले आत्मचरित्रात्मक उतारे वाचताना मी थक्क झालो. विशेषत: त्यांनी त्यांच्या वरिष्ठांबद्दल किंवा सहकाऱ्यांशी वागताना आलेल्या कटु अनुभवांबद्दल जे काही लिहिलं आहे, ते खरंच मनापासून लिहिलं आहे. त्यांची नावं उद्‌धृत न करण्याचा दिलदारपणाही नीरज यांनी दाखवला आहे. त्यांना संकटात टाकणाऱ्या किंवा त्यांची कारकीर्द धोक्यात आणण्याचा प्रयत्न करणाऱ्या राजकीय वरिष्ठांची नावंही त्यांनी जाहीर केलेली नाहीत.

या पुस्तकातील प्रत्येक प्रकरण वाचणं हा थरारक अनुभव आहेच, पण पहिलं, लॉटरी घोटाळ्याबद्दलचं 'योगायोग' हे प्रकरण वाचकाच्या मनावर एक ठसा उमटवून जातं. न्यू यॉर्कमध्ये असताना कधीतरी 'लोटो' नावाच्या लॉटरीचं तिकीट विकत घेण्यापलीकडे मला लॉटरीबद्दल काहीच अनुभव नव्हता. त्यामुळे नीरज यांनी लॉटरीबद्दल लिहिलेल्या गोष्टी वाचणं हा माझ्यासाठी डोळ्यांमध्ये झणझणीत अंजन घालणारा अनुभव होता. लॉटरी हा कधीच नशिबाचा भाग नसतो. उलट लॉटरी व्यावसायिकांनी अगदी पद्धतशीरपणे घोटाळा करून सामान्य माणसाचे पैसे लाटण्यासाठी केलेला बनाव असतो. कधीतरी मोठं घबाड हाती लागण्याच्या

आशेने जे सतत लॉटरीची तिकिटं विकत घेत राहतात, त्यांना याची जराही कल्पना नसते की, ते एका मोठ्या फसवणुकीच्या धंद्याच्या गाळात रुतत चालले आहेत. या गाळात त्यांच्या हाती काहीच येणार नसतं. या प्रकरणातही प्रविणकुमार रझाक नावाच्या माणसाने डिसेंबर १९९१ मध्ये लॉटरीत ५१ लाख रुपये जिंकले होते. अर्थातच त्याला खूप आनंद झाला होता, पण त्याला हे माहीत नव्हतं की, लॉटरी व्यावसायिकांनी केलेल्या फसवणुकीमुळे त्याच्या वाट्याला ५१ लाख रुपये नाही, तर कधीही न संपणारा तणाव, निराशा आणि त्याच्या हक्काच्या पैशांसाठीचा झगडा आला आहे. लेखकाने आणि त्याच्या हाताखाली काम करणाऱ्या अधिकाऱ्यांनी हा घोटाळा उघडकीस आणला नसता, तर अजूनही हे लॉटरी व्यावसायिक सामान्यांना लुबाडत राहिले असते. नीरज आणि दिल्ली पोलिसांमधील त्यांचे सहकारी यांच्या प्रयत्नांमुळेच सर्वोच्च न्यायालयाने खासगी लॉटरीवर बंदी आणली. त्यामुळे कोट्यवधी लोकांची फसवणूक टळली.

आणखी एक विस्मयकारक अनुभव म्हणजे डॅन ब्राऊन या लेखकाच्या 'दा विंची कोड' या पुस्तकाच्या नावाच्या धर्तीवर शीर्षक दिलेलं 'दा लखवी कोड' हे प्रकरण!

दिल्लीतल्या इंडिया गेट या स्मारकाजवळ पाकिस्तानी गुप्तचर यंत्रणेच्या आयएसआयने २५ फेब्रुवारी २००३ रोजी हल्ल्या करण्याचा कट केला होता. हा कट उधळून लावण्याच्या घटनाक्रमावर आधारित हे प्रकरण. वाचताना अंगावर अक्षरश: काटा येतो. दहशतवाद्यांनी संसद हल्ल्यानंतर साधारण दीड वर्षाच्या आतच हा हल्ला करण्याचं कारस्थान रचलं होतं. फेब्रुवारी महिन्यात दिल्लीतील हवा एकदम अल्लड नवयौवनेसारखी असते. अशा वातावरणात हजारो पर्यटक आणि दिल्लीकर देखील इंडिया गेट परिसरात फिरायला आणि मजा करायला येतात. याच हजारो पर्यटकांचा जीव घेणारं, १९९३च्या मुंबईतील बॉम्बस्फोटांची पुनरावृत्ती करण्याचं कुटिल कारस्थान दहशतवाद्यांनी रचलं होतं. पाकिस्तानचं नशीब बलवत्तर म्हणून हा कट फसला. जर दहशतवाद्यांचे मनसुबे यशस्वी झाले असते, तर पाकिस्तानला भारताने चांगलाच धडा शिकवला असता.

आयएसआयची कार्यपद्धती ठरवणाऱ्यांना आतापर्यंत खरंतर समजायला हवं की, भारतात दहशतवादी कारवाया घडवून आणून त्यांना काश्मीरवर ताबा मिळवता येणार नाही किंवा भारताला खिळखिळंही करता येणार नाही. भारत हा खूप मोठा देश आहे आणि भारताकडे असलेली साधनसंपत्तीही मुबलक आहे. या अशा हल्ल्यांना तोंड देऊन प्रत्युत्तर देण्याची धमक भारतात आहे. कोणत्याही परिस्थितीत या दोन्ही अण्वस्त्रधारी देशांना त्यांच्या दरम्यान असलेले परंपरागत वादाचे मुद्दे चिघळत ठेवून युद्धाला आमंत्रण देणं परवडणार नाही.

याच पुस्तकातील आणखी एक वेगळं असं प्रकरण म्हणजे 'सैतानाचा वकील'! या प्रकरणातून लेखकाची एक वेगळीच उमदी बाजू वाचकांसमोर येते. मंडल आयोगाच्या अहवालानंतर १९९० मध्ये देशभरात आंदोलनांचा भडका उडाला होता. दिल्लीतील आयएनए- मार्केटजवळील अशाच एका आंदोलनात गोळी लागलेल्या एका निदर्शकाला पोलीस हातपाय पकडून उचलून नेत असल्याची दृश्यं प्रसारमाध्यमांनी अगदी अयोग्य पद्धतीने दाखवली होती. या दृश्यांनी जनमत पोलिसांविरोधात गेलं आणि पोलिसांना प्रचंड टीकेचा सामना करावा लागला. ज्या ठिकाणी दंगल झाली, त्या भागातील पोलिसांविरोधात दिल्ली उच्च न्यायालयात जनहित याचिका दाखल करण्यात आली. नीरज कुमार या भागाचे पोलीस उपायुक्त होते.

दोन दशकांपूर्वी नीरज दिल्लीतील कारागृहांचे महासंचालक होते, तेव्हा त्यांना तिहार येथील कारागृहात मनजित सिंह नावाचा एक कैदी भेटला. बावा गुरचरण सिंग या दिल्लीतील एका प्रथितयश वकिलाच्या हत्येच्या आरोपाखाली तो जन्मठेपेची शिक्षा भोगत होता. दिल्ली उच्च न्यायालयात दोन दशकांपूर्वी पोलिसांविरुद्ध दाखल झालेल्या जनहित याचिकेतून पोलिसांची मान अलगद बाहेर काढण्यासाठी बावा गुरचरण सिंग यांनीच नीरज आणि त्यांच्या सहकाऱ्यांची बाजू न्यायालयात मांडली होती. जनमत आणि राजकीय परिणाम यांच्यामुळे ज्या वेळी इतर कोणताही वकील दिल्ली पोलिसांची बाजू न्यायालयात मांडण्यासाठी तयार नव्हता, तेव्हा बावा गुरणचरण सिंग यांनी नुसता हा खटला लढवलाच नाही, तर तो जिंकूनही दाखवला. याच वकिलाच्या खुनाच्या आरोपाखाली मनजित जन्मठेपेची शिक्षा भोगत होता. त्याने तिहार येथील कारागृहात १९ वर्षे सहा महिने आणि दहा दिवस एवढी शिक्षा भोगली होती.

मनजित सिंहविरोधात असलेला व्यक्तिगत संताप बाजूला ठेवून नीरज यांनी मनजित याची उर्वरीत शिक्षा रद्द करण्याचा अर्ज शिक्षा पुनरवलोकन मंडळाच्या बैठकीत हिरिरीने मांडला. ही बैठक दिल्लीच्या मुख्यमंत्र्यांच्या अध्यक्षतेखाली पार पडली होती. त्याआधी मनजितचा अर्ज पाच वेळा फेटाळण्यात आला होता. आताही समितीतील सर्वच सदस्य अर्ज फेटाळण्याच्या मताचे होते. पण नीरज यांनी अक्षरशः मनजितची वकिली करत त्याची शिक्षा माफ करून घेतली. नीरज यांच्याच शब्दात सांगायचं तर, 'मनजित सिंगला मुक्तपणे तुरुंगाबाहेर पडताना बघून अवर्णनीय समाधान मिळालं.'

गोवा पोलिसांच्या महासंचालकपदी असताना नीरज यांना आलेले अनुभव वाचून मी पाँडिचेरीचा (आता पुद्दुचेरी) पोलीस प्रमुख असताना मला आलेले अनुभव राहून राहून आठवत होते. पण पोलिसांच्या कामात राजकारण्यांच्या

हस्तक्षेपाचे नीरज यांना आलेले अनुभव आणि मला आलेले अनुभव यांच्यात हिमालय आणि छोटीशी टेकडी एवढा फरक आहे. पाँडिचेरी हे एक सुस्त आणि कोणतंही वलय नसलेलं शहर होतं. तर गोवा हे जगप्रसिद्ध पर्यटन स्थळ! पाँडिचेरीत रेव्ह पार्ट्या होण्याची शक्यता नव्हती आणि शहरात येणाऱ्या पर्यटकांची संख्याही खूप कमी होती. जे यायचे ते महर्षी अरविंद यांच्या आश्रमात येणारे किंवा जवळच्याच ऑरोव्हिले या छोट्याशा वसाहतीत येणारे आध्यात्मिक प्रवासी होते.

या पुस्तकातील सर्वांत थरारक प्रकरण म्हणजे 'रात्र वैऱ्याची आहे...'! भारतावर ब्रिटिशांचं राज्य होतं तोपर्यंत ब्रिटिशांनी 'गुन्हेगार जमाती' म्हणून जाहीर केलेल्या काही जमाती देशभर पसरल्या होत्या. दरोडे आणि खून व मारहाण हा त्यांचा पेशा होता. लेखकाने लिहिल्याप्रमाणे ते 'घरफोडी करत, घरातील व्यक्तींनी काहीही केलं नसताना झोपेतच त्यांना ठेचून ठार मारत आणि मग दागिने, रोख रक्कम, किमती वस्तू यांची लुटालूट करत. पोलिसांनी त्यांना पकडण्याचा प्रयत्न केला, तर ते पोलिसांवर दगडफेक करत. या दगडफेकीत अनेकदा पोलीस गंभीर जखमीदेखील होत.' या टोळीने पोलिसांच्या नाकी नऊ आणले होते. अखेर नीरज यांच्या नेतृत्वाखालील गटाने त्यांना गुडघे टेकायला लावले.

थोडक्यात 'खाकी फाइल्स' या पुस्तकात सत्य घटनांवर आधारित अनेक गुन्हेगारी कथा एकत्रपणे वाचायला मिळतात. गुन्ह्यांची उकल करताना प्रत्येकवेळी पोलीसांना किती वेगवेगळ्या आव्हानांना सामोरं जावं लागतं, हेही यामधून वाचकांना समजतं. तसंच दर वेळी प्रसंगानुरूप पोलीस स्वत:मध्ये आणि व्यावसायिक कौशल्यात बदल करून आपलं काम कसं पार पाडतात, हे जाणून घेणंही महत्त्वाचं आहे. विशेष म्हणजे नीरज यांनी ते खूप आकर्षक पद्धतीने आपल्यासमोर मांडलं आहे.

– राजा विजय करण

माजी पोलीस आयुक्त, दिल्ली पोलीस

माजी संचालक, केंद्रीय अन्वेषण विभाग

लेखकाचं मनोगत

माझं पहिलं पुस्तक 'डायल डी फॉर डॉन' लिहिताना माझ्या मनात प्रचंड भीती आणि आत्मविश्वासाचा अभाव होता. कोणत्याही छापील पुस्तकासाठी लागणारं लेखन कौशल्य माझ्या ठायी आहे का, याबाबत मी साशंक होतो. तरीही माझ्या कथा सांगण्यासारख्या आणि लोकांना ऐकायला नक्कीच आवडतील अशा आहेत, याची मला खात्री होती. म्हणूनच मी माझ्या मनातील भीती दूर सारून लेखणी हातात धरली होती. मी केंद्रीय अन्वेषण विभागात (CBI) नऊ वर्षं कार्यरत होतो. नऊ वर्षांच्या काळात मी हाताळलेल्या अकरा प्रकरणांविषयी लेखांचा संग्रह मी पुस्तकरूपात प्रसिद्ध केला. या पुस्तकाला चांगलंच यश मिळालं. सर्वाधिक खपाच्या पुस्तकांच्या यादीतही या पुस्तकाचं नाव काही आठवडे वर होतं. त्याशिवाय वेब सीरिजचे निर्माते, चित्रपट दिग्दर्शक यांनाही या वेगवेगळ्या प्रकरणांमधील नाट्याची आणि थराराची भुरळ पडली. अनेकांनी या पुस्तकाचे हक्क विकत घेण्याची तयारीही दाखवली. या भरभरून मिळालेल्या प्रतिसादामुळेच मला आणि माझ्या प्रकाशकांना खात्री पटली की, एखाद्या वरिष्ठ पोलीस अधिकाऱ्याने आपले खऱ्या गुन्हेगारी प्रकरणांचे अनुभव लिहिले तर वाचकांचा उत्तम प्रतिसाद मिळू शकतो.

मुंबईतील प्रख्यात लेखक एस. हुसैन झैदी यांनीच मला पहिलं पुस्तक लिहिण्यासाठी प्रोत्साहन दिलं होतं. साधारण पहिल्या पुस्तकाचा आराखडा कायम ठेवूनच हे दुसरं पुस्तक लिहावं, असं त्यांनी सुचवलं. सुरुवातीला मी फारसा उत्सुक नव्हतो. पण पेंग्विन रँडम हाउसच्या मिली अश्वर्या आणि झैदी साहेब यांनी पाठपुरावा केल्याने अखेर मीदेखील माझे नवीन अनुभव पुन्हा एकदा शब्दबद्ध करायला तयार झालो.

पहिलं पुस्तक लिहिण्यापेक्षा दुसरं पुस्तक लिहिणं कधीही सोपं असेल, असं मला नेहमी वाटायचं. पण पहिल्या पुस्तकाच्या लेखनप्रक्रियेनेही मला सातत्याने लेखन करायची सवय आणि शिस्त लागली नाही. दुष्काळात तेरावा महिना म्हणजे

त्या वेळी मी भारतीय क्रिकेट नियामक महामंडळाच्या (BCCI) भ्रष्टाचारविरोधी आणि सुरक्षा समितीचा अध्यक्ष होतो. त्यामुळे लेखनासाठी जी मानसिक शांतता हवी असते, ती मला मिळतच नव्हती. सुदैवाने काही अनपेक्षित कारणांमुळे ३१ मे २०१८ रोजी मी क्रिकेट नियामक महामंडळातील माझ्या पदाचा राजीनामा दिला. दुसऱ्या दिवशी मी माझ्या टेबलावर बसून कागद-पेनाशी झटापट करत होतो.

माझ्या पोलीस सेवेच्या कारकिर्दीतील विविध टप्प्यांमध्ये मी सहभागी असलेल्या नऊ प्रकरणांच्या तपासाचा संग्रह म्हणजे 'खाकी फाइल्स' हे पुस्तक! दिल्लीच्या दक्षिण जिल्ह्याचा पोलीस उपायुक्त असल्यापासून गोव्याचा पोलीस महासंचालक आणि शेवटी दिल्ली पोलीस आयुक्त अशा वेगवेगळ्या हुद्द्यांवर मी काम करत असताना माझ्या नेतृत्त्वाखाली झालेल्या तपासांच्या ह्या कथा आहेत. ही प्रकरणं माझ्या कारकिर्दीच्या ३० वर्षांच्या काळात घडलेली आहेत. यातील अनेक प्रकरणांमध्ये मीच तपासाचं नेतृत्व करत होतो. तर 'सार्वभौमत्त्वाला वेढा' आणि 'गोष्ट एका न झालेल्या खुनाची' या दोन प्रकरणांमध्ये मी तपास पथकाचा भागही नव्हतो. पण या दोन्ही प्रकरणांचा तपास मी बारकाईने बघितला आहे. 'सैतानाचा वकील' आणि 'माझ्या गोव्याच्या भूमीत' या दोन गोष्टी काही रूढार्थाने गुन्ह्यांचा तपास या सदरात मोडत नाहीत. पण तरीही ही दोन्ही प्रकरणं रंजक आहेत आणि वाचकांना वाचायला नक्की आवडतील, असं मला वाटलं. वाचकांना या गोष्टीही आवडतील आणि 'डायल डी फॉर डॉन' या पुस्तकाप्रमाणेच ते या पुस्तकाचंही स्वागत करतील, अशी आशा आहे.

मी ज्या खटल्यांशी संबंधित होतो, अशा खटल्यांच्या गोष्टी वाचकांसमोर मांडल्याने नेमकं काय साध्य होणार आहे? हा प्रश्न मी स्वत:ला विचारण्याचं टाळू शकलेलो नाही. गुन्हे आणि गुन्हेगार यासंबंधीच्या खऱ्या कहाण्या, या व्यतिरिक्त वाचकांना त्यातून काय मिळणार, हा प्रश्न मलाही पडतो. आपण असं म्हणू शकतो की, पोलिसांनी केलेली कामगिरी जी कदाचित कोणाच्याच समोर आली नसती, ती पुढील पिढ्यांना कळावी, म्हणून मी ती मांडत आहे. उदाहरणासाठी आपण या पुस्तकातील 'सार्वभौमत्त्वाला वेढा' हे प्रकरण घेऊ. संसद भवनावर झालेल्या हल्ल्याच्या तपासाची सगळी कहाणी या पुस्तकामुळे सर्वसामान्यांपर्यंत पोहोचणार आहे. त्याचप्रमाणे 'दा लखवी कोड' या प्रकरणात आतापर्यंत सर्वसामान्य जनता सोडा, पण पोलीस सेवेतील अनेकांनाही माहीत नसलेल्या गोष्टी उघडकीस आणल्या आहेत. सायबर तपासामुळे आम्ही इंडिया गेटवर होणारा दहशतवादी हल्ला कसा थांबवू शकलो, हे या प्रकरणात अगदी तपशीलवार लिहिलं आहे. १९९० च्या दशकात दिल्लीत घरफोडी, दरोडे आणि खून यांचं मोठं सत्रच सुरू झालं होतं. या

सगळ्या गुन्ह्यांमागे पूर्वी 'गुन्हेगारी जमात' असा ठपका ठेवलेल्या जमातीचे काही लोक होते. या टोळीला पकडून दिल्लीतील त्यांच्या कारवाया आम्ही कशा थांबवल्या त्याची साद्यंत हकिगत मी 'रात्र वैऱ्याची आहे...' या प्रकरणात सांगितली आहे.

या सगळ्या तपासात सहभागी असलेले पोलीस अधिकारी नेहमीच अंधारात राहतात आणि त्यांची दखल कधीच घेतली जात नाही. अगदी संसद भवनावरील हल्ल्यासारख्या महत्त्वाच्या प्रकरणातही पोलीस अधिकाऱ्यांनी ७२ तासांच्या आत महत्त्वाच्या आरोपींना अटक करूनही त्यांचं कौतुक झालं नाही. अमेरिकेसारख्या देशात एवढ्या मोठ्या गुन्ह्यातील आरोपींचा छडा एवढ्या लवकर लागला असता, तर मला पूर्ण खात्री आहे की तो लावणाऱ्या पोलिसांना अमेरिकेच्या अध्यक्षांनी व्हाइट हाउसमध्ये चहासाठी आमंत्रित करून त्यांच्या चांगल्या कामाची दखल घेतली असती. 'टाइम्स' आणि 'न्यूजवीक' अशा बड्या मासिकांनी त्यांच्यावर रकानेच्या रकाने लिहून त्यांचं कौतुक केलं असतं. पण आपल्या देशात यापैकी काहीच होत नाही. पोलिसांवर टीका करण्यात आपण सगळे पुढे असतो, पण त्यांनी केलेल्या चांगल्या कामाचं कौतुक आपण कधीच जाहीरपणे करत नाही. या पुस्तकात मी पोलिसांनी केलेल्या चांगल्या कामगिरीची कहाणी सांगून नकळतपणे त्यांचं काम जगासमोर मांडण्याचा प्रयत्न केला आहे.

आपल्याला आवडो किंवा न आवडो, पण आपण प्रत्येक जण जगाचा निरोप घेताना जगासाठी नाही, तरी आपल्या जवळच्या लोकांसाठी आपल्यामागे काही ना काही वारसा ठेवून जातो. मग ते घर असेल, पैसा असेल किंवा तसं काही नसलं, तर आठवणी तरी असतीलच! 'डायल डी फॉर डॉन' आणि आता 'खाकी फाइल्स' या पुस्तकांद्वारे मी लोकांसमोर पोलिसांच्या २० खऱ्याखुऱ्या कथा मांडल्या आहेत. मला आशा आहे की, माझ्यामागे माझ्या या आठवणींचा विनयशील वारसा कायम राहील.

अनुक्रमणिका

१

योगायोग

बिहारच्या जमालपूरमधल्या रेल्वे इंजिन वर्कशॉपमध्ये काम करणाऱ्या प्रीतम कुमार रझाकचं आयुष्य अगदी साधं आणि सरळ होतं. कायम नोकरी, काळजी घेणारी बायको आणि दोन गोंडस मुलं! नाही म्हणायला त्याला एक व्यसन होतं. लॉटरीची तिकिटं विकत घेण्याचं! नशीब कधीतरी आपल्यावर प्रसन्न होईल आणि आपल्यावर पैशांचा पाऊस पडेल, असं दिवास्वप्न बघत तो त्याच्याकडे असलेले भरपूर पैसे लॉटरीच्या तिकिटांवर खर्च करायचा.

त्याच्या आयुष्यात भाग्याचा दिवस हा ६ डिसेंबर १९९१ रोजी उगवला. अखिल भारतीय मूकबधिर सोसायटी लॉटरीच्या बंपर ड्रॉचं SA -७६३४४७ या क्रमांकाचं तिकीट प्रीतम कुमारने विकत घेतलं होतं आणि ते तिकीट बंपर ड्रॉमध्ये जिंकल्याचं जाहीर झालं. इनाम होतं ५१ लाख रुपये! आताही ५१ लाख रुपये ही खूप मोठी रक्कम आहे. त्या काळी तर ५१ लाख रुपयांचं मूल्य आजच्या कोट्यवधी रुपयांच्या घरात होतं. प्रीतमच्या आनंदाला पारावार उरला नाही. त्याने आपल्या आसपासच्या लोकांना मिठाई वाटून आनंद साजरा करायला सुरुवात केली. खरंतर त्यांना प्रीतमबद्दल आनंद वाटण्याऐवजी त्याचा हेवाच वाटत होता. पण प्रीतमला त्याच्याशी काही देणंघेणं नव्हतं. तो आणि त्याची बायको मिळणाऱ्या पैशांचं काय करायचं याची स्वप्नं रंगवायला लागले. त्या रकमेपैकी मोठ्या रकमेतून ते मुलांच्या भविष्यासाठी गुंतवणूक करणार होते. थोडी रक्कम ते स्वत:साठीही बाजूला काढणार होते. त्या पैशातून ते गोव्याला जाणार होते. गोव्याबद्दल त्यांनी अनेकांकडून खूप ऐकलं होतं. एक दिवस आपणही तिथे जाऊ, अशी स्वप्नंही त्यांनी पाहिली होती. आता ती स्वप्नं प्रत्यक्षात उतरवण्याची वेळ आली होती. पण त्यांना हे माहीत नव्हतं की, खिचडी पूर्ण शिजल्याशिवाय ती खाण्याची स्वप्नं बघायची नसतात.

उत्साहाच्या भरात प्रीतम स्टेट बँक ऑफ इंडियाच्या स्थानिक शाखेच्या

व्यवस्थापकांना भेटण्यासाठी पोहोचला. लॉटरीमध्ये म्हटल्याप्रमाणे प्रीतमचा अर्ज त्यांच्यामार्फत पुढे कंपनीकडे जाणार होता. व्यवस्थापकांनी लॉटरीच्या तिकिटासह इतर आवश्यक कागदपत्रं सोसायटीच्या नवी दिल्ली इथल्या कार्यालयाच्या पत्त्यावर पाठवून दिली. गमतीची बाब म्हणजे सोसायटीने कागदपत्रं मिळाल्याच्या दोन वेगवेगळ्या पावत्या पाठवून दिल्या. एक बँकेला आणि एक प्रीतमला! प्रीतमला आलेल्या पत्रात असं म्हटलं होतं की, लकी ड्रॉ लागलेलं लॉटरीचं तिकीट वगळता त्याने पाठवलेली इतर सर्व कागदपत्रं पोहोचली आहेत. तर बँकेला आलेल्या पत्रात सगळी कागदपत्रं मिळाल्याचं कळवण्यात आलं होतं.

तिथून सुरू झाला सोसायटी आणि प्रीतम यांच्यातील प्रदीर्घ पत्रव्यवहार! बँकेने सगळ्या कागदपत्रांबरोबर ते तिकीटही पाठवल्याचं प्रीतमने त्यांना वारंवार कळवलं. पण त्याच्या या प्रयत्नांना सोसायटीकडून नकारात्मक उत्तरेच मिळत होती. या काळात प्रीतमने अनेक कार्यालयांचे खेटे घातले. अनेक ठिकाणांहून हकालपट्टी झाल्यावर अखेर त्याला कोणीतरी दिल्ली पोलिसांच्या गुन्हे शाखेकडे तक्रार नोंदवण्याचा सल्ला दिला. तिथे साहाय्यक पोलीस आयुक्त एस. एम. भास्कर यांनी प्रीतमचं सगळं म्हणणं नीट ऐकून घेतलं. या प्रकरणात नक्की कुठेतरी काहीतरी काळंबेरं आहे, असं भास्कर यांच्या लक्षात आलं. त्यांनी या प्रकरणाचा तपास पोलीस उपनिरीक्षक ओ. पी. सागर यांच्या हाती सोपवला.

प्रीतमने नोंदवलेल्या तक्रारीच्या आधारावर फसवणूक, गुन्हेगारी कट आणि चोरी यांबद्दल आरोप नोंदवण्यात आला. त्यानंतर तपास सुरू झाला. दिल्लीतील All India Deaf and Dumb Societyच्या सगळ्या कर्मचाऱ्यांचे जबाब पोलीस उपनिरीक्षक सागर यांनी नोंदवून घेतले. त्यांनी लॉटरीचं ते तिकीट मिळाल्याचं साफ नाकारलं. तसंच या चौकशीत असंही समोर आलं की, त्यांनी ही लॉटरी चालवण्याचं काम मेसर्स पॉप्युलर व्हेंचर्स अॅन्ड कॅपिटल्स प्रा. लि. यांच्याकडे सोपवलं होतं. त्या कंपनीने मे. भारत लॉटरी यांना विक्रेता एजंट म्हणून नेमलं होतं.

पोलीस उपनिरीक्षक सागर यांनी मग तपासाचा रोख मेसर्स भारत लॉटरीकडे वळवला. तिथे प्रवीण कुमार जॉली यांची चौकशी केल्यावर तर सागर यांना आणखी एका धक्कादायक बाबीचा उलगडा झाला. जॉली यांनी सांगितलं की, ज्या तिकिटाला लकी ड्रॉ लागला आहे, ते तिकीट प्रत्यक्षात छापण्यातच आलं नव्हतं. म्हणजेच जॉलीने फसवणूक केल्याचं समोर येत होतं. सागर यांनी आपल्या तपासातून समोर आलेली माहिती साहाय्यक पोलीस आयुक्त भास्कर यांना दिली. भास्कर यांनी सागर यांना या प्रकरणाच्या मुळापर्यंत जाण्याचे आदेश दिले. त्यासाठी त्यांनी हैदराबादला जाऊन आंध्र प्रदेशच्या लॉटरी विभागाच्या अधिकाऱ्यांना भेटावं, असंही भास्कर यांनी सुचवलं. Deaf and Dumb Societyच्या म्हणण्यानुसार

त्यांना याच विभागाने मान्यता दिली होती.

पोलीस उपनिरीक्षक सागर यांनी हैदराबादला लॉटरी विभागाच्या अधिकाऱ्यांची भेट घेतली आणि त्यांनी दिलेली माहिती ऐकून ते आणखीच चक्रावले. संबंधित सोसायटीला त्यांच्या सदस्यांसाठीच लॉटरी चालवण्याचा परवाना देण्यात आला होता. इतर सर्वसामान्य लोकांसाठी ही सोसायटी लॉटरी आयोजित करू शकत नव्हती. म्हणजेच आता सोसायटी चालवत असलेली लॉटरीही बेकायदेशीर असल्याचं समोर आलं.

या प्रकरणाच्या चौकशीची व्याप्ती जसजशी वाढत गेली, तसतसे या फसव्या गोष्टींचे नवनवे पदर उलगडत गेले. बंपर ड्रॉ खेळवण्यासाठी जो परवाना घ्यावा लागतो, त्या परवान्यासाठी या सोसायटीने या संबंधित विभागाशी संपर्क साधलाच नव्हता. त्या पुढे जाऊन त्यांनी या ड्रॉच्या तिकिटांवर 'सरकारमान्य' असं छापलं होतं. हा ड्रॉ पार पडला, तेव्हा एकही सरकारी अधिकारी तिथे उपस्थित नव्हता. हा ड्रॉ आंध्र प्रदेश सरकारने मान्य केलेला आहे, असं या सोसायटीने अत्यंत चुकीच्या आणि बेकायदेशीर पद्धतीने भासवलं. प्रत्यक्षात ही सोसायटी खासगी, बेकायदेशीर आणि फसवा ड्रॉ खेळवत होती.

दरम्यान, आणखी एका फसवेगिरीचा मुखवटा उघडा पडायचं बाकी होतं. या ड्रॉसाठी एकूण २४ लाख तिकिटं छापण्यात आल्याचं म्हटलं होतं. तशी माहितीही प्रत्येक तिकिटामागे छापली होती. प्रत्यक्षात मात्र फक्त २ लाख ४० हजार एवढीच तिकिटं छापण्यात आली होती. पण लकी ड्रॉ फोडण्याची वेळ आली, तेव्हा सर्व २४ लाख तिकिटांचे नंबर ग्राह्य धरण्यात आले. म्हणजेच हा ड्रॉ आयोजित करणाऱ्यांच्या हाती असलेल्या उरलेल्या २१ लाख ६० हजार तिकिटांना ड्रॉ जिंकण्याची संधी जास्त होती. टक्केवारीत बोलायचं झालं, तर जवळपास ९० टक्के संधी होती. त्या पुढे जात छापलेल्या तिकिटांपैकी कोणाला बक्षीस लागलंच, तरी ते फक्त ५० रुपये एवढंच असेल, असा निर्णयही आयोजकांनी घेतला होता.

म्हणजेच छापलेली सगळी तिकिटं विकली जातील, असं गृहीत धरलं, तरी १ कोटी २० लाख रुपये जमा होणार होते. त्या बदल्यात बक्षीस म्हणून फक्त १२ हजार रुपये द्यावे लागणार होते. याप्रकारे एका ड्रॉमधून आयोजकांना १ कोटी १९ लाख ८० हजार रुपयांचा फायदा होणार होता. ही रक्कम विक्रेते एजंट, लॉटरी आयोजित करणारी कंपनी आणि सोसायटी यांच्यात वाटली जाणार होती. देशभरात चालणाऱ्या शेकडो लॉटरी, त्यापैकी काही लॉटऱ्यांचे दर दिवशी निघणारे ड्रॉ याचा विचार केला, तर एकूण रक्कम डोळे पांढरे करणारी होती. दिल्ली पोलिसांच्या गुन्हे शाखेला तर फक्त हिमनगाचं एक टोक दिसलं होतं. देशभरात

एक मोठा लॉटरी घोटाळा सुरू होता आणि त्यात देशभरातल्या कोट्यवधी लोकांनी मेहनतीने कमावलेल्या पैशांची मोठी फसवणूक सुरू होती. हा घोटाळा उघडकीस आणायला आता गुन्हे शाखेला कंबर कसावी लागणार होती.

***

ऑगस्ट १९९२मध्ये दक्षिण दिल्लीचा पोलीस उपायुक्त होऊन मला तीन वर्षं पूर्ण झाली. ही तीन वर्षं अत्यंत धकाधकीची आणि अनेक घडामोडींनी भरलेली होती. त्यामुळे मला तीन वर्षांनंतर बदलीची प्रतीक्षा होती. जिल्हा पातळीवरचा कार्यकाळ तुमची दमछाक करणारा असतो आणि मी खूप थकलो होतो. तीन वर्षं ते ओझं मानगुटीवर वागवल्यानंतर आता मला बदल हवा होता. तत्कालीन पोलीस आयुक्त एम. बी. कौशल यांना मी माझी बदली करा, अशी विनंती केली होती. त्यांनीही अत्यंत उदारपणे माझी विनंती मान्य करत माझी बदली दिल्ली पोलीस गुन्हे शाखेच्या पोलीस उपायुक्तपदी केली. आता नशीब बघा! मी गुन्हे शाखेचा उपायुक्त म्हणून पदभार स्वीकारला आणि महिन्याभरातच हा कोट्यवधींचा लॉटरी घोटाळा माझ्यासमोर आला. माझ्या पूर्ण कारकिर्दीत मी जेवढी प्रकरणं सोडवली, त्यापैकी मनाला समाधान देणाऱ्या प्रकरणांमध्ये या लॉटरी घोटाळ्याचा नंबर सर्वांत वरचा आहे.

प्रीतम कुमार रज्ञाक लॉटरी प्रकरणाला प्रसिद्धी मिळाली आणि हळूहळू अशाच प्रकारची आणखी अनेक प्रकरणं समोर यायला लागली. अनेकांनी दिल्ली पोलिसांच्या गुन्हे शाखेकडे धाव घेतली. यातल्या प्रत्येक प्रकरणाचा छडा लावताना लॉटरी चालकांनी आपल्या ग्राहकांना गंडा घालण्यासाठी वापरलेल्या नवनव्या आणि विलक्षण क्लृप्त्या समोर यायला लागल्या. असंच एक प्रकरण होतं दिल्लीतल्या भगतसिंग मार्केटमध्ये राहणाऱ्या जसमिंदर सिंग यांचं! जसमिंदर यांनी 'जीवन रेखा' लॉटरीच्या दर दिवसाच्या ड्रॉमध्ये बक्षीस जिंकलं होतं. विशेष म्हणजे ही लॉटरीही वरवर पाहता मणिपूर सरकारच्या आधिपत्याखालीच चालवली जात होती.

बक्षीस लागलेलं लॉटरीचं तिकीट घेऊन जेव्हा जसमिंदर या लॉटरी चालकांकडे गेले, तेव्हा त्यांना सांगण्यात आलं की, वर्तमानपत्रात त्या लॉटरीचे निकाल छापण्यात काहीतरी चूक झाली आहे. 'जीवन रेखा' आणि 'विजय रेखा' या दोन लॉटरींचे निकाल छापण्यात काहीतरी गल्लत झाल्याचं त्यांना सांगण्यात आलं. आता लॉटरी काढणारा माणूस वर्तमानपत्रात आपल्या तिकिटाचा नंबर आहे की नाही, हे बघतो. नंबर नसेल, तर तो ते तिकीट फेकून देतो. म्हणजेच अनेक विजेत्यांनी त्यांच्याही नकळत तिकिटं फेकलेली असतात. जसमिंदर यांच्याबरोबर

हा प्रकार घडल्यानंतर त्यांनी तातडीने करोल बाग पोलीस स्टेशनात धाव घेतली. आपल्याला एक लाख रुपयांचा गंडा घालण्यात आला आहे, अशी त्यांची तक्रार होती. दिल्ली पोलिसांच्या गुन्हे शाखेने लॉटरी घोटाळ्याचा सखोल तपास करायला सुरुवात केलीच होती, त्यामुळे करोल बाग पोलीस स्टेशनच्या मुख्य पोलीस निरीक्षकांनी जसमिंदर यांना गुन्हे शाखेकडे जाण्याचा सल्ला दिला.

हे प्रकरण गुन्हे शाखेकडे आलं, तेव्हा आम्हाला कळलं की, दिल्लीत मणिपूर सरकारच्या लॉटरीची तिकिटं विकण्याची एजन्सी करोल बागेतील मेसर्स गुरू नानक एजन्सी यांच्याकडे आहे. 'जीवन रेखा,' 'भाग्य रेखा,' 'विजय रेखा' आणि 'भाग्य रेखा सुपर' या चार लॉटरींच्या दर दिवसाच्या ड्रॉ साठी प्रत्येकी १८ हजार रुपयांचं स्वामित्व शुल्क ही एजन्सी देते. म्हणजेच या एजन्सीने दर वर्षाची मिळून दोन कोटी १० लाख रुपयांचं स्वामित्व शुल्क मणिपूर सरकारकडे जमा केलं होतं.

'जीवन रेखा' आणि 'विजय रेखा' या दोन्ही लॉटरींच्या निकालांची अदलाबदल करून एस. के. सेठी लॉटरीची तिकिटं घेणाऱ्या भोळ्याभाबड्या लोकांना फसवायचा. वर्तमानपत्रात आलेल्या निकालावर लोक विश्वास ठेवतात. नेमका याचाच फायदा घेऊन दोन लॉटरींचे निकाल बदलून सेठी प्रत्येक दिवसाच्या ड्रॉमधून अडीच कोटी रुपये कमवायचा.

दर दिवशी लॉटरीचे ड्रॉ आणि प्रत्येक ड्रॉमधून अडीच कोटी रुपयांचा फायदा, आता तुम्हीच आपल्या मनात हिशेब करा; म्हणजे सेठीने या सगळ्या खेळात किती रुपयांची माया जमवली होती, त्याचा अंदाज बांधू शकाल. यापैकी एकाही प्रकरणात सेठीने छपाईमध्ये चूक झाल्याची जाहिरातही काढली नव्हती. जसमिंदर सिंग यांनी दाखल केलेल्या तक्रारीचा आधार घेऊन सेठीविरोधात गुन्हा नोंदवण्यात आला. सखोल तपास केल्यानंतर अखेर ११ नोव्हेंबर १९९२ रोजी आम्ही त्याला अटक केली. फसवणूक आणि विश्वासाचे उल्लंघन केल्याचे आरोपपत्र त्याच्या विरोधात तयार करण्यात आलं.

आणखी एक तक्रार आली, ती फरिदाबादचे रहिवासी असलेल्या जगदीश लाल यांच्याकडून! त्यांनी ३८५१५०१ या क्रमांकाचं हस्त रेखा लॉटरीचं तिकीट विकत घेतलं होतं. जून १९९३मध्ये या तिकिटाला ड्रॉमध्ये बक्षीस लागल्याचं जाहीर करण्यात आलं. बक्षिसाची रक्कम एक लाख रुपये एवढी होती. जमालपूरच्या प्रीतम कुमार रझाक यांच्याप्रमाणे जगदीश लाल यांनीही या बक्षिसावर दावा सांगण्यासाठी राष्ट्रीय बँकेच्या माध्यमातून पत्रव्यवहार केला. पण या लॉटरीच्या संचालकांनीही जगदीश यांना एक छदाम द्यायलाही नकार दिला. त्यांच्या मते या अशा क्रमांकाचं तिकीट छापलंच नव्हतं. जगदीश लाल यांनी त्या एजंटला पिच्छा

पुरवला तेव्हा बनावट तिकीट छापल्याबद्दल तुझ्यावर गुन्हा दाखल करू, अशी उलट धमकीच लाल यांना मिळाली.

विशेष म्हणजे या लॉटरीचा संचालकही एस. के. सेठीच होता. जगदीश लाल यांना बक्षीस लागलेलं लॉटरीचं तिकीट आम्ही सेठीच्या कार्यालयातून मिळवलं. सेठीविरोधात नवीन गुन्हे दाखल करण्यात आले. तसंही तो आधीच गुन्हे शाखेच्या ताब्यातच होता.

लॉटरी प्रकरणात वेगवेगळ्या क्लृप्त्या वापरून लोकांची फसवणूक केल्याच्या तक्रारी येतच होत्या. बरेलीला राहणाऱ्या वेद प्रकाश सक्सेना यांचीही एक तक्रार आली. त्यांच्या तक्रारीनुसार त्यांनी भारत राफेल डिलक्स लॉटरीचं ३२११३८ क्रमांकाचं तिकीट घेतलं होतं. करोल बागेतल्या मे. गुरू नानक लॉटरीज यांनी मे १९९३मध्ये आयोजित केलेल्या ड्रॉ मध्ये दोन लाख रुपयांचं बक्षीस जिंकल्याचा दावा सक्सेना यांनी केला होता. या प्रकरणातही लॉटरीच्या संचालकाने तिकिटाच्या सत्यतेबद्दल प्रश्न उपस्थित करत सक्सेना यांच्या विरोधात फौजदारी गुन्हा दाखल करण्याची धमकी देत सक्सेना यांना वाटेला लावलं होतं. हे प्रकरण गुन्हे शाखेकडे आल्यानंतर पुन्हा एकदा लॉटरी कार्यालयातून सक्सेना यांचं बक्षीस लागलेलं तिकीट ताब्यात घेण्यात आलं. या प्रकरणात एस. के. सेठीचा भाऊ व्ही. एस. सेठी याला अटक करण्यात आली.

नवी दिल्लीतल्याच देशबंधू गुप्ता रोडवरच्या पोलीस स्टेशनमध्ये दाखल झालेल्या तक्रारीच्या आधारे मे. APS लॉटरीज यांचीही चौकशी करण्यात आली. या प्रकरणात कंपनी लॉटरीची तिकिटं विकत घेणाऱ्यांची फसवणूक करत होतीच, पण त्याचबरोबर आपल्या बँकेच्या खात्यांमध्ये बनावट नोंदी दाखवून कोट्यवधी रुपयांचा करही चुकवत होती.

या एजन्सीकडे पंजाब सरकारद्वारे चालवण्यात येणाऱ्या मटका सोने का (MSK) आणि मटका मोतियों का (MMK) अशा दोन लॉटरीच्या वितरणाचे हक्क होते. लॉटरीची तिकिटं छापण्यासाठी लागणारे कागद पुरवण्याचे हक्कही याच कंपनीकडे देण्यात आले होते. तर मे. डुक ग्राफेन इंडिया प्रा. लि. ही कंपनी तिकिटं छापत होती.

या दोन कंपन्यांच्या कागदपत्रांमधून असं उघड झालं की, मे. डुक ग्राफेन इंडिया APS एजन्सीज या कंपनीकडून कागद विकत घेत होती आणि दर लाख तिकिटांमागे १५०० रुपये या दराने तिकिटं छापत होती. APS एजन्सीजकडून कागद विकत घेण्यापोटी त्यांना २३ लाख रुपये दिल्याचे आणि तिकिटांच्या छपाईसाठी ३० लाख रुपये खर्च झाल्याचे डुक ग्राफेन यांच्या खात्यांमध्ये दिसत होतं. अधिक खोलात जाऊन चौकशी केल्यानंतर आढळलं की, APS कंपनी मे.

कृष्णा पेपर मार्ट यांच्याकडून कागद खरेदी करत होती. पण कृष्णा पेपर मार्ट अशी कंपनीच अस्तित्वात नाही आणि त्यांनी दिलेला पत्ता हा एका सामान्य माणसाचा पत्ता आहे, असं पुढे तपासात आढळलं. विक्री कर विभागाने असं सांगितलं की, डुक ग्राफेन कंपनीने कागद पुरवठादार कंपनीचा जो विक्री कर क्रमांक कृष्णा पेपर मार्टसाठी दाखवला होता, तशा कोणत्याही नावाच्या कंपनीला तो विक्री कर क्रमांक देण्यात आलेला नाही. दिल्लीवरून पटियालाला जी सरकारी कागदपत्रं पाठवण्यात आली होती, त्यातही केंद्रीय विक्री कर विभागाचा किंवा स्थानिक विक्री कर विभागाचा कोणताही नंबर देण्यात आला नव्हता. यातून हेच सिद्ध होत होतं की, या बनावट कंपनीने डुक ग्राफेन कंपनीला कोणताही कागदाचा पुरवठा केला नव्हता. तसंच डुक ग्राफेन यांच्या कागदपत्रांमध्ये कृष्णा पेपर मार्टच्या नावाने असलेली सगळी बिलं बनावट होती.

APS एजन्सीच्या खातेपुस्तकानुसार कागदाच्या पुरवठ्यापोटी कृष्णा पेपर मार्टला २३ लाख रुपये देण्यात आले होते. तसंच ३० लाख रुपये लॉटरीच्या तिकिटांच्या छपाईसाठी डुक ग्राफेन कंपनीला दिले होते. पण ज्या अर्थी कृष्णा पेपर मार्ट नावाची कोणतीही कंपनीच अस्तित्वात नव्हती, त्या अर्थी कागदांचा पुरवठा त्यांच्याकडून झालाच नव्हता. APS एजन्सीज आणि डुक ग्राफेन यांनी कशा पद्धतीने अत्यंत संशयास्पद बँक व्यवहारांच्या मदतीने हा व्यवहार केला, याचाही पर्दाफाश तपासाअंती झाला. आता या सगळ्या व्यवहारात कर भरणा झाला नाही, हे अर्थातच वेगळं सांगण्याची गरज नाही.

या सर्वांवर कडी म्हणूनच की काय, पण APS एजन्सीजने त्यांच्या लॉटरीच्या विजेत्यांना काही ना काही कारण सांगत पैसे द्यायलाच नकार दिला. विजेत्याला निकाल लागल्यानंतर ४५ दिवसांच्या आत आपला दावा सांगणं आवश्यक होतं. तसंच हा दावा पंजाब सरकारच्या लॉटरीच्या कार्यालयातून केला जाणं अपेक्षित होतं. लॉटरीच्या तिकिटाची पडताळणी केल्यानंतर या कार्यालयाने ते तिकीट APS एजन्सीकडे पाठवणं अपेक्षित होतं. आणि नियमानुसार मग एजन्सीने जिंकलेली रक्कम कार्यालयाकडे पाठवणे आणि कार्यालयाने ती विजेत्यांमध्ये वितरित करणे, या गोष्टी झाल्या पाहिजे होत्या. पंजाब सरकारच्या लॉटरी विभागाने 'मटका सोने का' या लॉटरीच्या २४६ ड्रॉची आणि 'मटका मोतियों का' या लॉटरीच्या १०२ ड्रॉची यादी सादर केली. यात धक्कादायक बाब अशी की, MMKच्या २४६ ड्रॉ पैकी फक्त ३१ जणांनीच बक्षीस जिंकल्याचा दावा केला होता आणि MSKच्या १०२ ड्रॉपैकी फक्त १५ ड्रॉ मधले विजेते पुढे आले होते. म्हणजेच बक्षिसांपोटी जमा केलेल्या ६.९१ कोटींपैकी फक्त पाच लाख रुपयांच्याच रकमेचं वाटप झालं होतं. उरलेल्या ६.८६ कोटी रुपयांच्या रकमेची

अफरातफर झाली होती. पंजाब सरकारच्या लॉटरी विभागाच्या अधिकाऱ्यांनी या लॉटरींच्या व्यवहारात अधिक बारकाईने लक्ष घातलं नव्हतं, हे स्पष्टच होतं. कदाचित या सगळ्या घोटाळ्यात त्यांचाही हात होता.

आमची चौकशी सुरू असताना पंजाब सरकारचेच नाही, तर इतरही राज्यांच्या लॉटरी विभागातील अधिकारी दिल्लीत ठाण मांडून बसले होते आणि आमच्या तपासात विघ्नं आणता येतील, याची पूर्ण काळजी घेत होते. आमचे वरिष्ठ अधिकारी आमच्या पाठीशी अत्यंत खंबीरपणे उभे राहिले आणि आम्हीही आमच्या तपासावर ठाम राहिलो, म्हणूनच आम्ही या सगळ्या दबावाला तोंड देऊ शकलो. आश्चर्याची बाब म्हणजे विविध प्रसारमाध्यमांनीही लॉटरी संचालकांची तळी उचलून धरली होती. आमच्या तपासामुळे या लॉटरींच्या जाहिरातींपोटी त्यांना मिळणारा महसूल आटला होता.

वर उल्लेख केलेल्या बाबी आमच्या गुन्हे शाखेने हाताळलेल्या खटल्यांशीच संबंधित आहेत. पण दिल्लीत चालणाऱ्या जवळपास १३७ लॉटरींमध्ये अशाच प्रकारचा घोटाळा होत होता, असं म्हणणं चुकीचं ठरणार नाही. त्यापैकी काहीच लॉटऱ्यांचे ड्रॉ दर दिवशी निघत होते. आमच्या अंदाजानुसार देशभरात या लॉटरी घोटाळ्यात ५५ हजार कोटी रुपयांची अफरातफर झाली होती. या लॉटरी चालकांकडून त्या त्या राज्य सरकारांना मिळालेल्या स्वामित्व धनाची रक्कम लक्षात घेऊन त्यावरून आम्ही या ५५ हजार कोटी रुपयांच्या निष्कर्षावर पोहोचलो होतो. या एवढ्या भल्या मोठ्या रकमेच्या घोटाळ्याची दखल ना कोणत्याही सरकारी यंत्रणेने घेतली होती, ना लोकहिताची कामे करणाऱ्या एखाद्या संस्थेने आणि ना कोणत्याही प्रसारमाध्यमाने! अर्थात याची कारणंही अगदी स्वच्छ होती. ज्या सरकारी लॉटरी विभागाकडे या सगळ्या लॉटऱ्यांचं नियमन करण्याची जबाबदारी होती, त्या विभागांमधल्या अधिकाऱ्यांचेच हात या घोटाळ्याच्या गंगेत बुचकळले होते. या घोटाळ्याचा फटका अर्थातच देशातल्या गरीब, हतबल आणि कोणतीही ओळख नसलेल्या जनतेला बसला होता. आपली तक्रार घेऊन ते ज्या यंत्रणेकडे जात होते, तिथे त्यांचा आवाज दाबला जात होता. हे लॉटरी संचालक, सरकारी अधिकारी आणि काही राजकारणी यांनी या गरीब जनतेच्या पैशांवर डल्ला मारत आपल्या तुंबड्या भरल्या होत्या. अगदी सोप्या मार्गाने पैसे कमावण्याचा त्यांचा हा मार्ग कसा बंद झाला, त्याची कथा पुढे येईलच. पण तो जेव्हा बंद झाला, तेव्हा या सगळ्या लॉटरी चालकांनी आपला गाशा गुंडाळून, दुकानांना टाळी ठोकून हा गैरमार्गाने मिळवलेला पैसा जमिनी विकत घेण्यात आणि इतर तत्सम गुंतवणुकींमध्ये गुंतवला.

***

एखादी व्यक्ती जेव्हा लॉटरीचं तिकीट विकत घेते, तेव्हा त्यांच्या डोक्यात असतं की, ही लॉटरी जिंकण्याची एक योग्य आणि खरीखुरी संधी त्यांच्याकडे आहे. पण जसजसा आम्ही या प्रकरणांचा तपास करत गेलो, तसं आम्हाला यातील फोलपणा लक्षात येत गेला. तिकिटं विकणारे या लॉटरी प्रक्रियेत असा काही फेरफार करतात की, खरंच तिकिटं विकत घेणाऱ्यांना ती लॉटरी जिंकण्याची संधी खूपच कमी असते. ही रक्कम लॉटरी चालकांच्याच खिशात जाते. अगदी क्वचित लाखो लोकांमधून एखाद्याला लॉटरी लागते. या धंद्यातल्या बारीक खाचाखोचा आणि वाईट प्रकार जाणून घेण्यासाठी मी या प्रकरणाची चौकशी अगदी खोलवर करायचं ठरवलं. माझ्या टीमने आणि मी या लॉटरी संचालकांनी आतापर्यंत वापरलेल्या सगळ्या पद्धतींचा सखोल अभ्यास सुरू केला. त्या सगळ्याबद्दल सांगण्याआधी जरा या सगळ्या प्रकरणाचा कायदेशीर पैलूही लक्षात घेऊ या.

लॉटरीची कायदेशीर व्याख्या करायची झाली, तर लॉटद्वारे बक्षिसांचं वितरण करण्याची व्यवस्था, अशी करता येते. हा लॉट किंवा बक्षीस जिंकण्याची संधी, हा लॉटरीचा आत्मा आहे. लॉटरी आणि जुगार यांच्यातील सीमारेषा अत्यंत धूसर आहे. कारण दोन्ही ठिकाणी नशिबाचा भाग खूप जास्त आहे. पण तरीही जुगार हा खेळ निदान त्यात भाग घेणाऱ्या सगळ्यांसमोर खेळला जातो. लॉटरीच्या बाबतीत तशी काही गरज नसते आणि ते शक्यही नसतं. जुगारात चक्र फिरवणं, पत्ते वाटणं, पत्ते पिसणं, फासे फेकणं अशा काही कौशल्यांची गरज भासू शकते. लॉटरीच्या बाबतीत खेळणाऱ्याची सगळी भिस्त नशिबावर असते. ड्रॉ कसा पडणार, हे त्यांच्या हातात नसतं. जुगारात केलेला खोटेपणा फक्त त्या खेळाडूंपर्यंत मर्यादित असतो. लॉटरीची व्याप्ती खूप मोठी असते. अमेरिकेतल्या सर्वोच्च न्यायालयाने नोंदवलेली बाब अशी :

> जुगाराचे काही सर्वमान्य प्रकार हे साथीच्या आजाराप्रमाणे पसरणाऱ्या लॉटरीच्या तुलनेत अत्यंत निरुपद्रवी असतात, असं अनुभव सांगतो. जुगाराचे प्रकार हे काही मर्यादित व्यक्ती आणि ते खेळत असलेल्या जागेपर्यंत मर्यादित असतात. पण लॉटरीची लागण संपूर्ण समाजाला होते. समाजातील सगळ्या स्तराचे लोक लॉटरीच्या नादी लागतात. गरीब लोक कष्टाने मिळवलेला पैसा यात ओततात. लॉटरीमुळे सामान्यांची लूटच होते.*

---

* Supreme Court of America in Phaten vs. Commonwealth of Virginia. (1850) 49 US 163: 12 Law Ed. 1030 at p. 1033 (z).

लॉटरी लागणं आणि जुगारात जिंकणं हे दोन्ही नशिबाचा भाग आहेत. त्यातून जिंकला जाणारा पैसा हा नशिबाच्या आधाराने जिंकला जातो. म्हणजे हे जिंकणं अन्यायकारी आणि असमान आहे. त्यामुळेच कायदा जुगार आणि लॉटरी या दोहोंना विरोध करतो. त्या पुढे विचार करायचा, तर लॉटरी आणि जुगार या दोन्ही गोष्टींमध्ये मेहनतीने कमावलेला पैसा डावाला लावला जातो. त्यामुळे लोकांच्या दु:खात भर पडते. सचोटीने काम करणे आणि काटकसर करणे या दोन्ही गोष्टींवर समाजाचा मानसिक आनंद अवलंबून असतो. लॉटरी आणि जुगार नेमक्या याच दोन गोष्टींवर घाला घालतात. इंग्लंडमधील कोर्टाने तर लॉटरी संचालकांची संभावना 'गुंड आणि दरोडेखोरांची टोळकी' अशा शेलक्या शब्दांमध्ये केली आहे. यात यत्किंचितही अतिशयोक्ती नाही. लॉटरी तर लोकांना त्यांचा पैसा फुकट घालून निरर्थक तिकिटं घ्यायला मदत करते. यातून फक्त लॉटरी चालकांचं कल्याण होतं. थोडक्यात, लॉटरी हा प्रकार अत्यंत बनावट पण समाजमान्य प्रकार आहे. या प्रकारात लोक हा खेळ आयोजित करणाऱ्यांच्या तुंबड्या भरण्यासाठी पैसे खर्च करतात आणि त्यांच्या हाती काहीच लागत नाही.

भारतीय संविधानातील सातव्या परिशिष्टातील ४०व्या क्रमांकाची नोंद लॉटरीबद्दल भाष्य करते. पण गंमत म्हणजे केंद्र सरकारने याबाबत काही कायदे केलेले नाहीत. कायद्याची तरतूद नसल्याने सध्या लॉटरी म्हणजे, 'कुणीही या आणि कुणीही खेळवा' या तंत्राने चाललेला खेळ बनला आहे. लॉटरीच्या भारतातल्या घोटाळ्याची सुरुवात नेमकी इथेच होते. लॉटरी खेळवताना काय करावं आणि काय करू नये, याची नियमावली केंद्र सरकारने स्पष्ट केली असती आणि त्या नियमांचा भंग करणाऱ्यांवर कठोर कारवाईची तरतूद केली असती, तर लोकांची ही सार्वजनिक लूट थांबली असती. केंद्राकडूनच काही नक्की नियमावली आणि कायदे नसल्याने आंध्र प्रदेश आणि कर्नाटक यासारख्या राज्य सरकारने स्वत:चे कायदे बनवले आहेत. उदाहरण द्यायचं तर, आंध्र प्रदेश सोडत अधिनियमाच्या कलम ३ अनुसार सगळ्या प्रकारच्या लॉटरी बेकायदेशीर आहेत. पण याच कायद्याच्या २४व्या कलमानुसार जर एखाद्या लॉटरीचं निव्वळ उत्पन्न धर्मादाय आणि शैक्षणिक कारणासाठी खर्च होत असेल, तर त्या लॉटरीला सूट मिळू शकते. नेमक्या याच पळवाटेचा आधार घेत काही समाजकंटकांनी आंध्र प्रदेश सरकारकडून खासगी लॉटरी चालवण्याची परवानगी मिळवली. अशा काही लॉटरी खालीलप्रमाणे :

---

१. अखिल भारतीय मूकबधिर संघटना
२. विशाखापट्टणम जिल्हा क्रिकेट संघटना

३. शहरी आणि नागरी विकास योजना
४. शेअर मेडिकल केअर

भारतीय दंडसंहितेच्या २९४-अ कलमानुसार राज्य सरकारतर्फे किंवा राज्य सरकारच्या परवानगीने चालणाऱ्या लॉटरी वगळता इतर लॉटरी चालवणे हा गुन्हा आहे. पण कलम २९४-अ हे अदखलपात्र आणि जामीन मिळू शकेल, असं कलम आहे. त्यामुळे न्यायालयाच्या परवानगीशिवाय पोलीस कोणतीही कारवाई करू शकत नाहीत. तसंच पोलिसांनी आरोपींना अटक केली, तरीही त्यांना जामिनावर तातडीने सोडावं लागतं.

अनेक कायदेशीर घोषणा आणि केंद्र आणि राज्य सरकारच्या आदेशांमधून हे स्पष्ट आहे की, एखादी लॉटरी एखाद्या राज्याकडून सुरू केली असेल आणि चालवण्यात येत असेल, तर त्याला परवानगी आहे. पण राज्य सरकारकडून नियंत्रित केल्या जाणाऱ्या लॉटरी वगळता इतर लॉटरी खासगी असल्याचे गृहीत धरले जाते आणि खासगी लॉटऱ्यांवर बंदी आहे.

पण हा लॉटरी व्यवसाय चालवताना व्यावसायिक नेमक्या याच मुद्द्याकडे लक्ष देऊन आधी राज्य सरकारच्या लॉटरी विभागाकडून परवानगी घेण्यावर भर द्यायचे. त्यासाठी स्वामित्वहक्काची रक्कम म्हणून अगदी नाममात्र शुल्क राज्य सरकारच्या लॉटरी विभागाला दिलं जायचं. खेदाची बाब म्हणजे या अगदी नाममात्र शुल्काच्या बदल्यात हे लॉटरी विभाग लॉटरीचे सगळे हक्क या खासगी व्यावसायिकांना देऊन टाकायचे. या लॉटरीचे ड्रॉ कुठे आणि कधी काढले जातात, ते काढताना कोण सहभागी होतं, राज्य सरकारतर्फे कोणी प्रतिनिधी असतात का, या सगळ्याची माहिती कोणालाच नसायची. हे खासगी लॉटरी व्यावसायिक त्यांच्या मनाला येईल, तसा कारभार करायचे.

हा झाला एक भाग, पण यानंतरचं निंदनीय कृत्य म्हणजे हे लॉटरी व्यावसायिक त्या लॉटरी योजनेत जाहीर केलेल्या तिकिटांच्या संख्येपेक्षा खूपच कमी तिकिटं छापायचे. म्हणजे समजा त्या लॉटरी योजनेत २० लाख तिकिटं विकणं अपेक्षित असेल, तर प्रत्यक्षात फक्त दोन लाख तिकिटं छापली जायची. हे एवढ्यावर थांबत नाही. या दोन लाख तिकिटांपैकीही सगळी तिकिटं विकलीच जायची नाहीत. पण जेव्हा ड्रॉ काढला जायचा, तेव्हा मात्र लॉटरी विभागाने मंजूर केलेल्या सगळ्या २० लाख नंबरांचा समावेश त्यात असायचा. एवढंच नाही, तर जी तिकिटं विकलेली नाहीत, त्यांचे नंबरही त्या ड्रॉमध्ये असायचे. त्यामुळे ज्यांनी पैसे देऊन तिकिटं खरेदी केली आहेत, त्यांची जिंकण्याची शक्यता ९० टक्क्यांनी कमी व्हायची. न छापलेल्या आणि छापूनही न विकलेल्या तिकीट क्रमांकांचा ताबा

हा लॉटरी व्यावसायिकाकडेच असायचा. म्हणजेच १०० पैकी ९० वेळा लॉटरी जिंकणारं तिकीट लॉटरी व्यावसायिकाच्याच खिशात असायचं.

एवढं सगळं होऊनही एखाद्या अधिकृत तिकीट काढणाऱ्या सामान्य माणसाला लॉटरी लागलीच, तरी 'या क्रमांकाचं तिकीट छापलंच नव्हतं, हे बनावट तिकीट आहे,' असं सांगून लॉटरी व्यावसायिक त्या माणसाला वाटेला लावायचे. बनावट तिकीट छापल्याबद्दल या माणसावर कायदेशीर कारवाई केली जाईल, असा धाक दाखवला जायचा. या प्रकरणाच्या सुरुवातीलाच आपण बघितलं की, जमालपुऱ्याच्या प्रीतम कुमार रझाकची आणि नवी दिल्लीतल्या जसमिंदर सिंग यांची या लॉटरी व्यावसायिकांनी कशी बोळवण केली होती. एवढंच नाही, तर देशभर विकल्या गेलेल्या तिकिटांची रक्कमही या लॉटरी व्यावसायिकांच्याच हाती यायची.

या सगळ्या व्यवहाराकडे सरकारी यंत्रणांचं दुर्लक्षच झालं होतं. त्यामुळे या लॉटरी व्यावसायिकांची हिंमत वाढली होती. त्यांनी आणखी अनैतिक मार्गांचा अवलंब करायला सुरुवात केली. हे व्यावसायिक फक्त बनावट तिकिटंच छापायचे. म्हणजे त्या तिकिटांवरील क्रमांकांना सरकारी विभागाची मान्यताच नसायची. पण ड्रॉ काढताना मात्र सरकारी क्रमांकांनुसार काढले जायचे. म्हणजे ज्या क्रमांकांची तिकिटं विकली जायची, त्यांचा ड्रॉ निघायचाच नाही. म्हणजेच लॉटरी विकत घेणाऱ्यांची जिंकण्याची शक्यता शून्य टक्के एवढी प्रचंड होती. लॉटरीची सगळी रक्कम ही थेट लॉटरी चालकाच्या खिशात जात होती.

लॉटरी विकत घेणाऱ्या ग्राहकांना ठगवण्याचा आणखी एक अघोरी प्रकार म्हणजे दोन वेगवेगळ्या लॉटऱ्यांच्या निकालांची एकमेकांबरोबर अदलाबदली करायची! त्यामुळे कोणत्याही अधिकृत ग्राहकाची जिंकण्याची संधी शून्य टक्क्यांवर यायची. 'जीवन रेखा' आणि 'विजय रेखा' या दोन्ही लॉटऱ्यांच्या निकालांची एकमेकांबरोबर अदलाबदली करण्याची घटना या प्रकरणाच्या सुरुवातीलाच सांगितली आहे. त्या प्रकरणावरूनच ही पद्धत प्रकाशात आली. त्या प्रकरणातही लॉटरी चालकांनी अगदी सहजपणे लॉटरीचा सगळा मुद्देमाल आपल्या खिशात टाकला.

या क्लृप्त्या वापरून लॉटरी चालक आणि लॉटरी व्यावसायिक एखाद्या खऱ्या ग्राहकाला जिंकण्यापासून वंचित ठेवायचे. खास करून मोठ्या रकमांच्या लॉटरीसाठी तर या सगळ्या पद्धती वापरल्या जात होत्या.

***

३१ मे १९९३ रोजी दिल्लीतले चार लॉटरी व्यावसायिक एका खासगी टॅक्सीतून कोहिमावरून दिल्लीला परत येत होते. त्या वेळी पीपल्स लिबरेशन आर्मी (PLA) या मणिपूरमधील बंडखोरांच्या गटाने त्यांच्यावर गोळीबार करून त्यांना ठार केलं.

सरकारने या लॉटरी व्यावसायिकांवर बंदी घातली नाही, तर आपण त्यांच्यावर थेट कारवाई करू, असा इशारा PLAने दिला होता. मणिपूरबाहेरचे हे खासगी लॉटरी व्यावसायिक इथल्या स्थानिकांना वर्षानुवर्षं फसवून लुबाडत आहेत, असं या बंडखोरांचं म्हणणं होतं. त्यात तथ्य होतंच. मणिपूरमधल्या लाखो लोकांनी लॉटरीची तिकिटं काढूनही आत्तापर्यंत एकाही स्थानिक मणिपुरी माणसाला एकदाही लॉटरी लागली नव्हती. हे सगळं या लॉटरी धंद्यात चालणाऱ्या गैरप्रकारांमुळे आणि घोटाळ्यामुळे होतं, असा PLAचा आरोप होता. हा लॉटरीचा धंदा राज्यात बंद करावा, अशी मागणी या गटाने वारंवार केली होती. पण अनेकदा इशारा देऊनही सरकारने काहीही कारवाई केली नाही. त्यानंतर या गटाने हे टोकाचं पाऊल उचललं.

लॉटरी व्यवसायाशी संबंधित अनेक गुन्हे देशाच्या विविध भागांमध्ये वेळोवेळी घडले होते. काही गुन्ह्यांमध्ये लॉटरी चालकांनी आपल्या प्रतिस्पर्ध्यांचा काटा काढण्यासाठी त्यांच्या हत्या केल्या होत्या. तर इतर घटनांमध्ये कष्टाने कमावलेला पैसा लॉटरीमागे उधळल्याने नैराश्य येऊन अनेक ग्राहकांनी आत्महत्या केल्या होत्या.

आमच्या तपासात या संदर्भातली भरपूर माहिती समोर आली होती. ही सगळी माहिती एकत्र करून एखादा प्रबंध लिहावा, तसा अहवाल लिहिण्याचं मी ठरवलं. या प्रकरणाचं शीर्षक आहे, तेच या अहवालाचंही शीर्षक होतं. या लॉटरी व्यावसायिकांच्या कार्यपद्धतीबरोबरच या अहवालात विविध राज्यं तसेच केंद्र सरकारांनी दिलेले आदेश, लॉटरी व्यावसायिकांची यादी, त्यांनी आयोजित केलेले ड्रॉ, वितरीत केलेली बक्षिसं या सगळ्याची माहिती नोंदवली होती. वेगवेगळ्या राज्यांमधील पोलीस, लॉटरी विभागाशी संबंधित सरकारी अधिकारी, दिल्लीतील सर्वच पोलीस ठाणी यांनी या अहवालाच्या प्रती मागवून घेतल्या होत्या. या सगळ्यांबरोबरच मी एक प्रत केंद्र सरकारच्या गृह मंत्रालयाकडेही पाठवून दिली. केंद्र सरकारकडून हा विषय गृह मंत्रालय हाताळत होतं.

दिल्ली पोलिसांनी केलेल्या कारवाईनंतर अनेक लॉटरी विक्रेत्यांनी आपला गाशा गुंडाळला आणि दुकानांना टाळं ठोकलं. बिहार, हरियाणा आणि मध्य प्रदेश या काही राज्यांमध्ये त्या त्या राज्य सरकारने लॉटरी व्यवसायावर बंदी घातली. राज्य सरकार, केंद्र सरकार आणि दिल्ली पोलीस यांनी केलेल्या या कारवाईच्या विरोधात देशभरातील लॉटरी व्यावसायिक एकत्र आले. त्यांनी या कारवाईला सर्वोच्च न्यायालयात आव्हान दिलं. देशातील सर्वोत्तम वकिलांची फौज त्यांच्या पाठीशी उभी होती. या खटल्याची सुनावणी सुरू असताना दोन्ही बाजूंचे युक्तिवाद ऐकल्यानंतर न्यायालयाने सरकारी वकिलांना विचारलं की, सरकारने लॉटरी

व्यावसायिकांकडून होणाऱ्या या फसवणुकीचा काही अभ्यास केला आहे का? सरकारकडे याबाबत कोणताही इतर अहवाल नव्हता. त्यामुळे गृह मंत्रालयाने आम्ही तयार केलेला अहवाल न्यायालयात सादर केला. लॉटरी व्यावसायिकांच्या वकिलांनाही या अहवालाच्या प्रती देण्यात आल्या. प्रदीर्घ सुनावणीनंतर न्यायालयाने आपला निकाल राखून ठेवत कामकाज १५ दिवसांसाठी तहकूब केले.

आम्ही सादर केलेल्या अहवालाबद्दल न्यायालयाचं काय म्हणणं आहे, याबद्दल आमच्या मनात प्रचंड उत्सुकता होती. आमच्या अहवालात या महाप्रचंड घोटाळ्यांचे अनेक तपशील होते. या व्यवसायात अनेक लॉटरी व्यावसायिकांनी आपलं उखळ पांढरं करून घेतलं होतं. एवढंच नाही, तर लाखो सामान्य नागरिकांना लुबाडलं होतं आणि कर चुकवत आणि घोटाळे करत सरकारी यंत्रणांना कोट्यवधी रुपयांचा चुना लावला होता. त्यामुळे आम्ही अक्षरश: श्वास रोखून न्यायालयाच्या निकालाची वाट बघत होतो. या घोटाळ्याचा तपास करणाऱ्या आम्हा पोलिसांची एक तुकडी आणि सरकारची बाजू न्यायालयात मांडणारे सरकारी वकील, एवढेच काय ते आम्ही सरकारच्या बाजूने होतो. आमच्या हाती फक्त आम्ही सादर केलेला अहवाल तेवढा होता. पण आमच्या समोर धनाढ्य लॉटरी व्यावसायिकांचं आव्हान होतं. या व्यावसायिकांकडून देशातल्या प्रसारमाध्यमांना जाहिरातींद्वारे प्रचंड महसूल मिळत होता. त्यामुळे ही प्रसिद्धिमाध्यमं देखील व्यावसायिकांच्या बाजूने एकवटली होती. त्यांची बाजू मांडण्यासाठी प्रथितयश वकिलांची फौज उभी होती. काही बेइमान राजकारण्यांची आणि लॉटरी विभागातील भ्रष्ट अधिकाऱ्यांचीही त्यांना साथ होती. सर्वोच्च न्यायालय आमच्या अहवालाची दखल घेईल, न्यायालयाला या अहवालातील तपशिलांचं महत्त्व पटेल आणि ते या लॉटरी व्यावसायिकांकडून होणारी लाखो सामान्य नागरिकांची लूट थांबवतील, अशी अपेक्षा मला होती.

शेवटी निकालाचा दिवस उजाडला. न्यायालयाच्या खंडपीठाने त्यांचा निकाल द्यायला सुरुवात करतानाच 'योगायोग' या आमच्याच प्रकरणातील काही ओळी उद्धृत केल्या. आम्ही तपास केलेल्या प्रकरणांची दखल न्यायालयाने घेतली होती. एवढंच नाही, तर आम्ही एखाद्या मोहिमेसारखं एका ध्येयाने केलेल्या या कामाचं कौतुकही न्यायालयाने केलं. आपला निकाल देताना न्यायालयाने सगळ्या खासगी लॉटऱ्यांवर देशभरात बंदी घातली. सरकारतर्फे चालवण्यात येणाऱ्या लॉटऱ्या तेवढ्या कायदेशीर असतील, असा निर्वाळाही न्यायालयाने दिला. हा निकाल येणाऱ्या अनेक पिढ्यांवर प्रदीर्घ परिणाम करणारा ठरला.

देशभर चालणाऱ्या या लॉटरी घोटाळ्याचा अभ्यास आणि तपास करणारा एक अधिकारी म्हणून हा निकाल माझ्यासाठी तर माझ्या कामाची पोचपावती देणारा होता. त्याच्याही पुढे जाऊन मला आणखी एका गोष्टीचा अभिमान वाटत

होता की, न्यायालयाने निकाल देताना मी आणि पोलीस सहआयुक्त एस. ए. भास्कर यांनी तयार केलेल्या अहवालावर प्रचंड भिस्त ठेवली होती आणि विश्वास दाखवला होता.

पुढल्या अनेक वर्षांमध्ये या लॉटरी घोटाळ्याचे बळी ठरणारे कोट्यवधी लोक न्यायालयाच्या त्या एका निर्णयामुळे वाचले. त्यांच्या स्वप्नांचे इमले कोसळता कोसळता राहिले. आम्ही घेतलेल्या प्रयत्नांना मिळालेली ही सर्वांत मोठी दाद होती. अशी दाद, जी आयुष्यभर आम्ही आमच्या काळजाशी जतन करून ठेवली आहे.

◆

२

दा लखवी कोड

राजधानी नवी दिल्लीतील एक प्रेक्षणीय स्थळ म्हणजे इंडिया गेट! पूर्वी किंग्ज वे म्हणून आणि आता राजपथ या नावाने परिचित असलेल्या प्रशस्त आणि अगदी खास रस्त्याच्या अगदी दोन्ही बाजूंना ढांग टाकून सैन्यदलातले जवान जसे 'विश्राम' स्थितीत उभे राहतात, तशी दिमाखात उभी असलेली ही वास्तू अनेकांसाठी आकर्षण आहे. १९१४ते १९२१ या काळात झालेल्या पहिल्या महायुद्धात आणि तिसऱ्या अँग्लो-अफगाण युद्धात मारल्या गेलेल्या ब्रिटिश इंडियन आर्मीतल्या जवळपास ७० हजार शहीद जवानांची नावं या गेटवर कोरली आहेत.

इंडिया गेट हे युद्धाचं स्मारक असलं, तरीही या स्मारकाची स्थापत्यशैली रोममधील 'आर्क ऑफ कॉन्स्टन्टाईन' किंवा पॅरिसमधील 'आर्क द ट्रायम्फ' या विजयप्रतीकांशी मिळतीजुळती आहे. ब्रिटिश स्थापत्यकार सर एडविन ल्युटेन्स यांनी हे स्मारक बांधलं. ब्रिटिशांनी भारताची राजधानी कोलकात्याहून दिल्लीला हलवायचं ठरल्यानंतर सर एडविन ल्युटेन्स यांनी या नव्या राजधानीच्या ठिकाणी अनेक इमारती उभारल्या. या इमारतींचं सौंदर्य आजही ल्युटेन्स यांच्या थोरवीची साक्ष देतं. स्वातंत्र्यानंतर भारत सरकारनेही याच दिल्लीतून आपला कारभार पाहण्यास सुरुवात केली.

इंडिया गेटचं बांधकाम १९२१ ते १९३१ असं दहा वर्षं चाललं होतं. ४२ मीटर उंचीच्या या स्मारकासाठी जवळच्या राजस्थानमधल्या भरतपूर इथला खडक वापरण्यात आला होता. या स्मारकाच्या भोवती हिरवेगार बगिचे आहेत. हे बगिचे म्हणजे फक्त दिल्लीकरांसाठीच नाही, तर दिल्लीला भेट देणाऱ्या पर्यटकांसाठीही एक प्रसिद्ध सहलीचं ठिकाण आहेत. हजारो पर्यटक इंडिया गेटच्या आसपास घुटमळताना आणि खासकरून आसपासच्या बागांमध्ये मजा लुटताना हमखास आढळतात. संध्याकाळी तर या गर्दीला उधाण येतं. इथे असलेल्या कारज्यांवर प्रकाशझोत सोडलेले असतात आणि राजपथ झगमगत असतो. आता मी तुम्हाला

जी गोष्ट सांगणार आहे, ती याच हजारो पर्यटकांबद्दल आहे. किंबहुना हजारो पर्यटकांचे प्राण वाचवण्यासाठी आणि देशातील एक मोठा घातकी दहशतवादी हल्ला थांबवण्यासाठी पोलिसांनी केलेल्या कारवाईची गोष्ट आहे. आतापर्यंत सरकारी फायलींमध्ये दडवून ठेवलेलं हे गुपित पहिल्यांदाच तुमच्यासमोर उघड होणार आहे.

***

२००२चा हिवाळा सरत होता. काश्मीर खोऱ्यातच नाही, तर पूर्ण देशभरात दहशतवादी कारवाया वाढल्या होत्या. आणि अशातच दिल्ली पोलिसांच्या विशेष कक्षाचे (स्पेशल सेल) पोलीस उपायुक्त प्रमोद कुशवाह श्रीनगरला गेले होते. दिल्लीत घडलेल्या एका दहशतवादी घटनेचा तपास करण्यासाठी ते तिथे गेले होते, पण त्यांच्या सवयीप्रमाणे ते देशभरात होत असलेल्या दहशतवादी कारवायांबद्दल आणि दहशतवाद्यांबद्दलही माहिती गोळा करत होते. त्यासाठी त्यांनी काश्मीर खोऱ्यातील अनेक स्थानिक अधिकाऱ्यांच्याही भेटीगाठी घेतल्या. त्याच दरम्यान सीमा सुरक्षा दलाच्या एका अधिकाऱ्याशीही त्यांची भेट झाली. पाकिस्तानकडून फूस मिळालेल्या आणि भारतीय हद्दीत घुसण्याच्या तयारीत असलेल्या अनेक दहशतवाद्यांशी झालेल्या चकमकीत या अधिकाऱ्याचा समावेश होता. गुन्हे आणि गुन्हेगार यांच्याबद्दल प्रमोद यांना असलेली तपशीलवार माहिती आणि दहशतवादी कारवायांची माहिती घेण्यात त्यांना असलेला रस बघून हा अधिकारी भारावला. त्याने प्रमोद यांना एका चकमकीत ठार झालेल्या दहशतवाद्याची एक डायरी दाखवली. या डायरीतील अनेक नोंदी तर प्रमोद यांनी बघितल्याच, पण डायरीच्या शेवटच्या पानावर अगदी घाईघाईत खरडलेल्या एका ई-मेल आयडीची नोंद त्यांनी आपल्या मेंदूत पक्की केली.

देशभरात वाढत्या दहशतवादी हल्ल्यांच्या पार्श्वभूमीवर दिल्ली पोलिसांनी १९८६मध्ये या विशेष कक्षाची स्थापना केली. देशाची राजधानी आणि राष्ट्रपतींपासून पंतप्रधान, देशभरातले खासदार, विविध सरकारी संस्था यांची कार्यालयं आणि निवासस्थानं असलेलं हे शहर नेहमीच दहशतवाद्यांच्या निशाण्यावर असतं. दिल्लीत कुठेही हल्ला झाला, तर जगाचं लक्ष वेधलं जातं आणि त्या हल्ल्याला प्रचंड प्रसिद्धी मिळते. दहशतवादाशी सामना करणं, हे या विशेष कक्षाचं मुख्य उद्दिष्ट आहे. स्थापनेपासून जवळपास प्रत्येक वर्षी या विशेष कक्षात काही ना काही सुधारणा होत गेल्या. अनेक दहशतवादी हल्ले या कक्षाने उधळून लावले आणि आज हा कक्ष दिल्ली पोलिसांच्या शिरपेचातील मानाचा तुरा बनला आहे. दहशतवादी हल्लेच नाही, तर विविध राज्यांमधून दिल्लीत येऊन गुन्हे करणाऱ्या आंतरराज्यीय

गुन्हेगारांवरही या कक्षाने वचक बसवला आहे. १३ डिसेंबर २००१ रोजी संसदेवर झालेल्या हल्ल्यासारख्या अनेक महत्त्वाच्या घटनांचा तपास या कक्षाने यशस्वीपणे केला आहे. या हल्ल्यात पाच दहशतवाद्यांसह १४ जण ठार झाले होते. पाकिस्तानमधल्या 'लष्कर ए तोयबा' आणि 'जैश ए मोहम्मद' या दोन दहशतवादी संघटनांचा या हल्ल्यात हात होता असं मानलं जातं. त्याशिवाय २२ डिसेंबर २००० रोजी लाल किल्ल्यावर झालेल्या हल्ल्याचा तपासही याच विभागाने केला होता. या हल्ल्यात लष्कराचे दोन जवान आणि एक नागरिक असे तीन जण ठार झाले होते. या मोठ्या हल्ल्यांच्या तपासाशिवाय 'हिज्बुल मुजाहिदीन,' 'इंडियन मुजाहिदीन,' 'लष्कर ए तोयबा,' 'जैश ए मोहम्मद,' 'बब्बर खालसा' अशा अनेक दहशतवादी संघटनांची जाळी उद्ध्वस्त करण्यात या कक्षाने मोलाची भूमिका बजावली आहे. फजल-उर रेहमान, मुन्ना बजरंगी, ब्रजेश सिंह, फुलन देवी हत्या प्रकरणातील शेर सिंह, ओ. पी. सिंह अशा अनेक नामचिन गुंडांना पकडण्यातही हा विभाग अग्रेसर होता. दिल्लीला लक्ष्य करणाऱ्या किंवा तसा प्रयत्न करणाऱ्या दहशतवादी संघटना आणि दिल्लीत गुन्ह्यांचं थैमान घालणारे कट्टर गुंड यांच्यासाठी हा विभाग म्हणजे कर्दनकाळ आहे, यात काही शंकाच नाही.

केंद्रीय गुन्हे अन्वेषण शाखेत ९ वर्षांचा काळ घालवल्यानंतर २००२मध्ये माझी नेमणूक दिल्ली पोलिसांच्या या विशेष कक्षाचा प्रमुख म्हणून करण्यात आली. हे प्रमुखपद सांभाळण्याचा बहुमान मला मिळाला, हे एका अर्थी मी माझं भाग्यच समजतो. याच विशेष कक्षात माझे सहकारी म्हणून साहाय्यक पोलीस आयुक्तपदी प्रमोद कुशवाह यांचीही नेमणूक झाली होती. त्यांच्यासारखा अधिकारी माझ्या विभागात असणं, हे खरंच खूप फायदेशीर होतं. सतत कामासाठी तत्पर असणारे कुशवाह स्वत: एक उत्तम गुप्तहेर होते. पोलीस दलात येण्याआधी ते भारत सरकारच्या एका संशोधन संस्थेत कॉम्प्युटर शास्त्रज्ञ म्हणून काम करत होते. माहिती तंत्रज्ञान क्षेत्रातल्या आणि सॉफ्टवेअर क्षेत्रातल्या त्यांच्या कौशल्याचा फायदा आमच्या कक्षाला नेहमीच होत होता. सायबर क्षेत्रातली कौशल्यं खूपच कमी पोलीस अधिकाऱ्यांकडे होती आणि कुशवाह यांची ती खासियत होती. या कौशल्यांचा पुरेपूर वापर करत त्यांनी अनेक गुन्ह्यांचा छडा लावला होता. तसंच अनेक दहशतवादी संघटनांच्या कारवायाही उघडकीस आणल्या होत्या. नशिबाने साथ दिली, तर काश्मीरमध्ये त्यांना मिळालेल्या ई-मेल आयडीच्या आधारे दहशतवादी आणि त्यांच्या कारवायांबद्दलचा खजिनाही आमच्या हाती लागू शकला असता.

काश्मीरवरून परतल्यानंतर प्रमोद कुशवाह यांनी त्या ई-मेल आयडीवर काम सुरू केलं. कुशवाह त्या वेळी केवळ ३५ वर्षांचे होते आणि त्यांना ८ वर्षांचा पोलिसी सेवेचा अनुभव होता. काश्मीरमध्ये मारल्या गेलेल्या दहशतवाद्याच्या

डायरीत मिळालेला rashid32XXXX@hotmail.com हा ई-मेल आयडी त्याला मदत करणाऱ्या अनेकांपैकी एकाचा होता. विशेष म्हणजे या ई-मेल आयडीचा IP Address दिल्लीत होता. (ज्यांना माहीत नाही त्यांच्यासाठी - प्रत्येक कॉम्प्युटरला जोडलेला एक सांख्यिकी क्रमांक म्हणजे IP Address किंवा इंटरनेट प्रोटोकॉल Address. (हा सांख्यिकी क्रमांक कॉम्प्युटर नेटवर्कशी जोडलेला असतो आणि इंटरनेटद्वारे संपर्क साधण्यासाठी त्याचा उपयोग होतो. या खास क्रमांकाची दोन उद्दिष्टं असतात, एक म्हणजे होस्ट किंवा नेटवर्क इंटरफेस आयडेंटिफिकेशन आणि दुसरं म्हणजे तो कॉम्प्युटर कोणत्या ठिकाणी आहे, याची माहिती देणं. थोडक्यात, IP Address मदतीने ई-मेल पाठवणाऱ्याचा पत्ता आणि जागा यांची माहिती मिळू शकते.)

कुशवाह यांनी आणखी तपास केल्यावर त्यांना आढळलं की, हा ई-मेल आयडी दिल्लीतील इतरही काही सायबर कॅफेमधील IP Address द्वारे वापरला गेला आहे. उदाहरणार्थ १ फेब्रुवारी २००३ रोजी पहाडगंज भागातील, ३ फेब्रुवारी रोजी दर्यागंज भागातील, ७ फेब्रुवारी रोजी मोती बाग परिसरातील अशा विविध ठिकाणच्या सायबर कॅफेंमध्ये हा ई-मेल आयडी वापरण्यात आला होता. ही माहिती मिळाल्यानंतर आमचे कान टवकारले. कारण काश्मीरमध्ये सीमा सुरक्षा दलासह मारल्या गेलेल्या दहशतवाद्याच्या संपर्कात असणारी एक व्यक्ती दिल्लीत वावरत होती. पण ई-मेल पाठवण्यासाठी ही व्यक्ती वेगवेगळ्या सायबर कॅफेंचा वापर का करत होती? यामागे नक्कीच काहीतरी कटकारस्थान शिजत असणार, या निष्कर्षावर आम्ही आलो. त्या वेळी देशातील एकंदरीत सुरक्षा पाहता आम्ही तातडीने कारवाई करण्याची गरज होती, हे स्पष्ट झालं.

मी प्रमोद यांचा वरिष्ठ होतो त्यामुळे त्यांनी केलेल्या तपासाचे निष्कर्ष माझ्याकडे दिले. हे ई-मेल ज्या सायबर कॅफेंमधून पाठवले गेले होते, त्यांच्या जागा नकाशावर निश्चित करायला सांगितल्या. या जागा एकदा नकाशावर निश्चित झाल्यानंतर त्यात एक आकृतिबंध, एक निश्चित पॅटर्न असल्याचं आम्हाला आढळलं. हे सगळे सायबर कॅफे मध्य दिल्लीच्या आसपासचे होते.

या सगळ्या कॅफेच्या आसपास आम्ही साध्या वेशातले पोलीस तैनात केले. त्याचबरोबर आमची काही माणसं गिऱ्हाईक म्हणून त्या सगळ्या सायबर कॅफेमध्ये गेली. तिथे जाऊन त्यांनी फ्लॉपीच्या मदतीने प्रत्येक कॉम्प्युटरमध्ये एक सॉफ्टवेअर टाकलं. या सॉफ्टवेअरद्वारे त्या कॉम्प्युटरमध्ये फुटबॉल, चाचाजी, नेहा, स्तूप, लव्ह यू असे काही शब्द टाकण्यात आले. याच शब्दांची निवड का केली, याचा खुलासा या प्रकरणात पुढे होईलच. हे शब्द वापरून यापैकी कोणत्याही कॉम्प्युटरवरून ई-मेल पाठवला गेला किंवा आला, तर तो ई-मेल त्याच वेळी प्रमोद यांच्या

फोनवरही पोहोचेल, अशी सोय यामुळे झाली. हा ई-मेल प्रमोद यांना मिळाल्यानंतर लगेचच ते त्या संबंधित सायबर कॅफेच्या परिसरात तैनात असलेल्या आमच्या तुकडीला कळवतील आणि ती तुकडी तातडीने त्या कॅफेत जाऊन तो ई-मेल पाठवणाऱ्या व्यक्तीला ताब्यात घेईल. सायबर कॅफेंची संख्या खूप होती आणि त्या तुलनेत आम्ही तैनात केलेले पोलीस खूप कमी होते. तरीही दोन-तीन वेळा असं झालं की, आमची माणसं तिथे पोहोचायच्या काही क्षण आधीच ई-मेल पाठवणारी व्यक्ती तिथून निघून गेली होती.

या सगळ्या कारवाईच्या महत्त्वाच्या टप्प्यावर तुम्हाला हास्यास्पद किंवा अगदी विचित्र वाटेल, असा प्रकार घडला. १९४८ साली दिल्ली पोलीस दल हे पंजाब पोलीस दलापासून वेगळं झालं आणि आम्हाला स्वतंत्र ओळख मिळाली. ही घटना १६ फेब्रुवारी रोजी घडली होती. तेव्हापासून दर वर्षी १६ फेब्रुवारी रोजी दिल्ली पोलीस दिन साजरा केला जातो. या दिल्ली पोलीस दिनाची खासियत म्हणजे या दिवशी होणारी पोलीस परेड! दिल्ली पोलीस दलातील प्रत्येक विभागातील निवडक अधिकारी आणि कर्मचारी या परेडमध्ये सहभागी होतात. आमच्या विशेष कक्षाच्या तुकडीचं नेतृत्व करण्यासाठी अधिकारी म्हणून प्रमोद यांची निवड करण्यात आली होती. पण नेमके याच वेळी प्रमोद संभाव्य दहशतवादी हल्ला टाळण्यासाठी आम्ही करत असलेल्या कारवाईचं नेतृत्वच करत होते. त्यामुळे त्यांना या परेडच्या जबाबदारीतून मुक्त करावं, अशी विनंती करण्यासाठी मी त्या संचलनाचं आयोजन करणाऱ्या वरिष्ठ अधिकाऱ्याला भेटलो. या तपासाचं गांभीर्य लक्षात घेता प्रमोद यांना परेडच्या जबाबदारीतून मुक्त करून दुसऱ्या एखाद्या अधिकाऱ्याकडे ती जबाबदारी देणं सहज शक्य होतं. पण त्या वरिष्ठ अधिकाऱ्यांनी आडमुठेपणा दाखवला. परिणामी कारवाईच्या महत्त्वाच्या टप्प्यात प्रमोद परेडच्या मैदानात 'लेफ्ट राइट लेफ्ट' करत होते. त्यामुळे झालं असं की, ५ फेब्रुवारीला प्रमोद यांच्या फोनवर जेव्हा ई-मेल पाठवल्याचा संदेश आला, तेव्हा आम्ही काहीच करू शकलो नाही. त्याच वेळी त्या दहशतवाद्याला अटक करता आली असती, पण तसं झालं नाही.

पोलीस दलातील एक विभाग एखाद्या महत्त्वाच्या गोष्टीचा तपास करत असेल, तर दुसऱ्या विभागाला त्या तपासाचं महत्त्वं जाणवत नाही असं अनेकदा होतं. एखाद्या विभागाचा प्रमुख अधिकारी केवळ दुसऱ्या विभागातील वरिष्ठाबद्दल वाटणाऱ्या असूयेपोटीही त्या तपासात व्यत्यय आणण्याचा प्रयत्न करतो, अशीही उदाहरणं आहेत. पण बऱ्याचदा पोलिसांची दैनंदिन कामं आणि प्रशासकीय कर्तव्यं यांच्यामुळे अधिक महत्त्वाच्या, तातडीच्या कामांमध्ये व्यत्यय येतो. शेवटी काय, तर त्या हट्टी पोलीस अधिकाऱ्याच्या हेकेखोरपणामुळे या कारवाईच्या महत्त्वाच्या

टप्प्यावर साहाय्यक पोलीस आयुक्त प्रमोद कुशवाह जिथे असायला हवे होते, तिथे ते नव्हते.

आता आपल्या मुख्य कथेकडे आणि त्या कथेतील आम्हाला धोकादायक वाटणाऱ्या ईमेल्सकडे वळू या. या सगळ्या ई-मेलमध्ये आम्हाला आणखी एक साम्य आढळलं. हे ईमेल्स लिहिताना ते अशा पद्धतीने लिहिले होते की, वाचणाऱ्याला वाटावं की, ती इंग्रजीत लिहिलेली प्रेमपत्रं आहेत. पण ई-मेल लिहिणाऱ्या आणि वाचणाऱ्या दोघांमध्ये होणारी खरी देवाणघेवाण या ई-मेलच्या कुठेतरी मध्येच रोमन लिपीत लिहिलेल्या हिंदीत आढळली होती. आता rashid32xxxx@hotmail.com या ई-मेल आयडीवरून stupaxx@hotmail.com या आयडीवर ११ फेब्रुवारी रोजी पाठवलेला हा ई-मेल बघा :

'My darling, I am coming to you soon. Please wait for me. It will not be long before we get married. You will come to me and I will come to you in your arms. Please take me and keep me forever. *Dear Brother Muzammil, salam wale kum, aapka message mila. Mai uss aadmi se mil loonga. Uska number abhi switched off hai. Thodi der mai phir try karta hoon. Kaam ke baad aapko message bhejta hoon. Aapka bhai* (मला तुझा संदेश मिळाला. मी त्या माणसाला भेटेन. त्याचा नंबर आत्ता स्विच्ड ऑफ असल्याचं सांगत आहे. मी थोड्या वेळाने पुन्हा प्रयत्न करतो. काम झाल्यावर तुम्हाला संदेश देतो. तुझा भाई) Thank you so much for the work. I am very happy that we are together and that we will stay together for the rest of our life. Nobody can separate us and we are one for all time. दहशतवाद्यांनी एकमेकांना पाठवलेल्या हिंदीतील संदेशाचं भाषांतर वर कंसात लिहिलं आहे.

७ फेब्रुवारी रोजी rashid32xxxx@hotmail.com या ई-मेल आयडीवरून stupaxx@hotmail.com या आयडीवर पाठवलेला हा आणखी एक ई-मेल बघा :

'My dear darling I am so happy that you love me and you are made for me. You also know that I love you and that you are most important to me in this World. Dear brother Muzammil salam wale kum unko maine tehraa diya hai. Yeh college wala ilaqa hai. Bhir bhar mai hai. Sab thik hai. Aur koi baat hogi toh message bhej dena. Chachaji ko salam arz karna, aapka bhai (मी त्याला १३ दिले आहेत, मी त्याला कुठेतरी सुरक्षित जागी ठेवलं आहे. या परिसरात खूप महाविद्यालयं आहेत आणि त्यामुळे इथे खूप गर्दी असते. सगळं काही व्यवस्थित आहे. काही तातडीचं काम आलं किंवा आणखी काही असेल, तर कळवा.) I love you and you love me. I will die if you are not in my life. I will get flowers for you every day. I will give you lot of love.'

२८ जानेवारी, १ फेब्रुवारी, ३ फेब्रुवारी आणि ५ फेब्रुवारी २००३ रोजी वेगवेगळ्या सायबर कॅफेंमधून पाठवलेल्या ई-मेलमधील मजकूर हा थोड्याफार फरकाने सारखाच होता. पण या सगळ्या ई-मेलमध्ये दडवलेले पैसे पाठवल्याचे, लपण्यासाठीच्या जागा शोधल्याचे तपशील आणि चाचाजी नावाच्या कोणाचा तरी उल्लेख यामुळे आमच्या काळजीत भर पडली होती. हा चाचाजी म्हणजे लष्कर ए तोयबाचा म्होरक्या आणि त्यांच्या काश्मीरमधील कारवायांचा प्रमुख झकीउर रेहमान लकवी असावा, असा आमचा अंदाज होता. दिल्लीत किंवा आसपास दहशतवादी हल्ला करण्याचा डाव या ई-मेलमधून स्पष्ट होत होता. हे ई-मेल कोणाच्या हाती लागले, तरी वाचणाऱ्याला ती प्रेमपत्रं आहेत, असंच वाटेल, अशी या दहशतवाद्यांची कल्पना होती. पण ही कार्यपद्धती अनेक दहशतवादी गट वारंवार वापरतात.

***

या प्रकरणात पुढे जाण्याआधी थोडंसं 'लष्कर ए तोयबा' आणि त्या संघटनेचा म्होरक्या झकीउर रेहमान लख्वी बद्दल थोडंसं जाणून घेऊ या. लख्वी हा या हल्ल्यामागचा सूत्रधार होता, असं मानायला खूप जागा होती.

'लष्कर ए तोयबा' म्हणजे शुद्ध किंवा पवित्र लोकांची सेना! पाकिस्तानमधून कारवाया करणारी ही एक अत्यंत घातकी दहशतवादी संघटना आहे. भारतव्याप्त काश्मीरमध्ये राहणाऱ्या मुस्लिमांना मुक्त करणे आणि दहशतवादी कारवायांच्या मदतीने भारतावर हजारो घाव घालून भारताला रक्तलांच्छित करणे ही या संघटनेने

जाहीर केलेल्या उद्दिष्टांपैकी काही महत्त्वाची उद्दिष्टं आहेत. १९८७मध्ये हाफिज सईद याने ही संघटना स्थापन केली. त्या वेळी ओसामा बिन लादेन याने दिलेल्या पैशांचं पाठबळ सईदला होतं. लाहोरजवळच्या मुरिदके भागात या संघटनेचं मुख्यालय आहे. २००२मध्ये झालेला संसद हल्ला किंवा २००८मध्ये मुंबईवर झालेला हल्ला असे हल्ले या संघटनेने घडवून आणले आहेत, असं मानलं जातं. अमेरिका, युनायटेड किंग्डम, ऑस्ट्रेलिया, रशिया या देशांबरोबरच २००८मध्ये संयुक्त राष्ट्रांनीही 'लष्कर ए तोयबा' ही दहशतवादी संघटना असल्याचं जाहीर केलं आहे. पाकिस्तानच्या मुख्य गुप्तचर संघटनेची म्हणजेच ISIची छत्रछाया या संघटनेवर आहे, असं मानलं जातं.

झकीउर रेहमान लख्वी हा २००८ मुंबई हल्ल्याचा सूत्रधार होता. भारताच्या मोस्ट वॉन्टेड गुन्हेगारांच्या यादीत त्याचं नाव अगदी वर होतं. मुंबई हल्ल्यादरम्यान पकडल्या गेलेल्या अजमल कसाब या दहशतवाद्याने दिलेल्या कबुलीत झकीउर रेहमान लख्वीचं नाव समोर आलं होतं. लष्करच्या वर्तुळात तो चाचाजी या नावाने ओळखला जायचा.

आता फेब्रुवारी २००३मधल्या आपल्या गोष्टीकडे वळू या. दहशतवादी दिल्ली किंवा आसपासच्या प्रदेशात एक मोठा हल्ला घडवण्याच्या प्रयत्नात आहेत, या आमच्या भीतीला १३ फेब्रुवारीच्या एका ई-मेलने पुष्टी मिळाली. हा ई-मेल stupaxx@hotmail.com या ई-मेल आयडीवरून nehasingh1xx2@hotmail.com या एका नव्या ई-मेल आयडीवर पाठवला होता. या ई-मेल आयडीकडे आमचं लक्ष पहिल्यांदाच गेलं होतं. हा ई-मेल असा होता:

Neha dear, salaam wale kum, allah aapki hifazat karega, aap aur bhai apne kaam pe lage raho before 15/2/2003 ko aapke shahar mein taariq usko lekar aapke pass aa jayega. Football ka kya karna hai aap behtar jaante ho. Match ke baad aap mujhey message de dena. Koi baat ho to 1.. ke zariye message bhejna aur online ho jaana. Aapka bhai M (प्रिय नेहा, सलाम वालेकुम, अल्लाह तुझं रक्षण करो. तू आणि भाई तुमचं काम करत राहा. १५ फेब्रुवारी २००३ च्या आधी तारीक तुमच्या शहरात त्याला घेऊन तुमच्याकडे येईल. फुटबॉलचं काय करायचं, हे तुम्हाला चांगलं माहीत आहे. मॅच झाल्यानंतर माझ्याशी संपर्क साधा. काही समस्या असेल, तर १च्या माध्यमातून माझ्याशी संपर्क साधा.)

या ई-मेलमध्ये शेवटी ज्या '१' चा उल्लेख आहे, तो १ म्हणजे ००१ असावा. म्हणजेच जो काही संदेश पोहोचवायचा आहे तो अमेरिकेतील नंबरवरून पोहोचवावा, असं ई-मेल पाठवणाऱ्याला सुचवायचं आहे. अमेरिकेचा कोड ००१ आहे.

या ई-मेलमध्ये फुटबॉलचा उल्लेख झाला. हा फुटबॉल म्हणजे बॉम्ब किंवा एखादं घातक शस्त्रं असावं. फुटबॉल आणि मॅच या दोन शब्दांनी आमच्या मनातल्या धोक्याच्या घंटा वाजायला लागल्या. ई-मेल पाठवणाऱ्याने 'मॅच' म्हणजे हल्ला झाल्यावर संपर्क करायला सांगितलं होतं.

आमच्या नजरेस पडलेला पुढला ई-मेलही त्याच दिवशी म्हणजे १३ फेब्रुवारीला पाठवण्यात आला होता. पहिल्या ई-मेलनंतर २७ मिनिटांनी हा ई-मेल आला होता. तो असा होता :

> *Rashid Bhai AOA, aapke zimme hai. Wahan sab kuch match ki tareekh fix hone tak players ka khayal rakhna. Aapke zimme hai. Koi baat hogi toh kya karna hai aap achi tarah jaante ho. Zaid.* (रशीद भाई, *आता ही मोहीम तुमच्या जबाबदारीवर आहे. मॅचची तारीख जोपर्यंत पक्की होत नाही, तोपर्यंत तुम्हालाच खेळाडूंची काळजी घ्यायची आहे. तीसुद्धा तुमचीच जबाबदारी आहे. काही गडबड झाली, तर काय करायचं हे तुम्हाला चांगलंच माहीत आहे. झैद.*)

हा ई-मेल chachoji@hotmail.com या ई-मेल आयडीवरून rashid32xxx@hotmail.com या ई-मेल आयडीवर पाठवण्यात आला होता. आधीच म्हटल्याप्रमाणे हा चाचोजी म्हणजे दुसरंतिसरं कोणी नसून झकीउर रेहमान लख्वीच आहे, असा आमचा अंदाज होता.

या ई-मेलवरून ही गोष्ट स्पष्ट झाली होती की, या दहशतवादी हल्ल्याचा कट झकीउर रेहमान लख्वीच्या सुपीक डोक्यातून शिजला होता. दुसऱ्याच दिवशी म्हणजे १४ फेब्रुवारीला chachoji@hotmail.com या ई-मेल आयडीवरून rashid32xxx@hotmail.comया आयडीवर पाठवलेल्या एका ई-मेलनंतर तर आम्हाला याची खात्रीच पटली. हा ई-मेल काहीसा असा होता :

---

* In all likelihood, AOA is an acronym for Allah-hu-Akbar (Allah is great.)

Dear Rashid,
AOA, match ka date fix ho gaya hai. World cup ka final 25 ko tay hua hai. Time wahi hai match ka. Best of Luck.
Zaid.
(प्रिय राशीद, अल्ला हू अकबर. मॅचची तारीख ठरली आहे. वर्ल्डकपचा अंतिम सामना २५ फेब्रुवारीला आहे. मॅचची वेळही तीच आहे. शुभेच्छा. झैद.)

हा ई-मेल पाकिस्तानमधील इस्लामाबादमधल्या IP Address वरून पाठवण्यात आला होता.

माझ्या वरिष्ठांना मी ही माहिती तातडीने दिली. त्यांच्याच परवानगीने मी आम्ही अशा कारवायांसाठी ज्या केंद्रीय गुप्तचर संस्थांबरोबर काम करायचो, अशा संस्थांनाही ही माहिती पुरवली. ही माहिती त्या संस्थांना दिल्यानंतर त्यातील काही जणांचा आमच्या माहितीवर विश्वास बसत नव्हता. त्यांच्या मते आम्ही आमच्या मनाने काही गोष्टी रचून सांगत होतो. आम्ही पुरवलेल्या माहितीच्या आधारावर पुढील कारवाई करण्याऐवजी या संस्थांनी हे ईमेल्स म्हणजे कोणीतरी केलेली थट्टा आहे, हे सिद्ध करण्याची धडपड सुरू केली. दोन गुप्तचर संस्थांमधील शत्रुत्वाचं हे उदाहरण होतं. पाकिस्तानसारख्या शेजारी शत्रुराष्ट्रात असलेल्या एखाद्या दहशतवादी संघटनेकडून एवढा हल्ला होण्याचा कट शिजतो, त्याची माहिती एखाद्या राज्याच्या पोलिसांच्या विशेष कक्षाच्या हाती लागते आणि प्रत्यक्षात ती आपली जबाबदारी असून आपल्याला काहीच माहीत नाही, असं कसं होऊ शकतं? बहुधा या संस्थांमधील माझ्या सहकाऱ्यांना हा प्रश्न पडला होता. सुदैवाने या संस्थांमध्ये महत्त्वाच्या पदांवर असलेल्या काही अधिकाऱ्यांना मात्र या माहितीचं गांभीर्य आणि मोल लक्षात आलं होतं. किंबहुना काश्मीरमध्ये एका डायरीच्या शेवटच्या पानावर खरडलेल्या एका ई-मेल आयडीचा मागोवा घेत आम्ही गोळा केलेल्या या माहितीवर ते खूश झाले होते. सुरुवातीच्या काही अडथळ्यांनंतर मात्र या गुप्तचर संस्थांमधील सगळ्यांनाच परिस्थितीचं गांभीर्य लक्षात आलं आणि सगळे एकजुटीने या प्रकरणावर काम करायला तयार झाले.

चाचाजींकडून राशिदला पुढला ई-मेल आला तो १७ फेब्रुवारीला. हा ई-मेलही पाकिस्तानच्या इस्लामाबादमधल्या IP Addressवरून पाठवण्यात आला होता. तो खालीलप्रमाणे होता :

Match ki jagah fix ho gayi hai .05 .000 .00 .05.7.03 .7 .0 .4 -7
Sabko bol de ki ground dekh lein. Players ko practice karna hai.
(मॅचची जागा ठरली आहे - सांकेतिक मजकूर - सगळ्यांना सांगा की, एकदा मैदान बघून घ्या. खेळाडूंसाठी सराव महत्त्वाचा आहे.)

सुरुवातीला चाचाजी इस्लामाबादमधील IP Addressवरून ई-मेल पाठवत होता. पण १७ फेब्रुवारीचा हा ई-मेल पेशावरमधील IP Addressवरून पाठवण्यात आला होता.

कुतूहलाची बाब म्हणजे १८ फेब्रुवारी रोजी एका नव्या ई-मेल आयडीवरून पुढला मेल पाठवण्यात आला होता. हा आयडी होता puranamakan@hotmail.com आणि ई-मेल पाठवला होता birthdxxx@hotmail.com या ई-मेल आयडीवर. हा ई-मेलही पेशावरमधील IP Addressवरून पाठवण्यात आला होता आणि त्यातला पूर्ण मजकूर सांकेतिक भाषेत होता. तो अशाप्रकारे :

.7 .02 .5 .7 .02 .5 .6 .03 .002 .8 .1 .03 .06 .06 .7 .09 .07 .9 .004 .01 .09 .8 .5 .3 .003 .6 .9 .00 .09 .002 .9 .004 .03 .07 .9 .5 .0 .8 -5

एव्हाना आम्हाला कळून चुकलं होतं की, 'लष्कर ए तोयबा'सारखी दहशतवादी संघटना एका हल्ल्याचा कट रचतेय, तो प्रत्यक्षात उतरवण्याचा प्रयत्न करतेय. यावरून तुम्हाला आमच्या मनातल्या भीतीची आणि काळजीची कल्पना येऊ शकेल. आमच्या काळजीत या दोन नव्या ई-मेलमुळे आणखी भर पडली होती. या हल्ल्याचे सूत्रधार पाकिस्तानमध्ये वेगवेगळ्या शहरांमधून हा हल्ला प्रत्यक्षात उतरवणाऱ्या दिल्लीतल्या आपल्या साथीदारांना हल्ल्याची जागा सांकेतिक भाषेत सांगत होते. हल्लेखोर दिल्लीत पोहोचले होते आणि दिल्लीतल्याच गर्दीचा भाग बनून खुलेआम फिरत होते. आम्हाला हल्ल्याची माहिती होती, पण तो हल्ला कुठे होणार, याबद्दल आम्ही पूर्णपणे अनभिज्ञ होतो. दिल्लीवर दहशतवादी हल्ल्याचं संकट घोंगावत होतं. हा हल्ला झाला, तर अनेक निष्पाप जीव हकनाक बळी पडणार होते आणि असे हल्ले रोखण्यासाठीच स्थापन झालेल्या दिल्ली पोलिसांच्या विशेष कक्षाला या हल्ल्याची पूर्वसूचना असूनही काहीच करता येत नव्हतं. कारण

ते या सांकेतिक भाषेतील मजकुराचा छडा लावू शकत नव्हते.

सांकेतिक लिपीचा, सांकेतिक शब्दांचा अर्थ लावणाऱ्या दिल्लीतल्या अनेक क्रिप्टोग्राफर्सशी आम्ही संपर्क साधला. त्यापैकी काही लष्करी दलांमध्ये काम करत होते, काही जण सरकारच्या विविध संशोधन संस्थांमध्ये कार्यरत होते, तर काही जण विविध विद्यापीठांमध्ये होते. सगळेच जण या सांकेतिक मजकुराचा अर्थ लावण्यात व्यग्र झाले खरे, पण कोणालाही त्याचा अर्थ लावता आला नाही. गुप्तचर यंत्रणांकडे हे असे सांकेतिक मजकूर उलगडून देणाऱ्या सॉफ्टवेअरचा भरणा होता. पण त्यातूनही काहीही साध्य झालं नाही.

आम्ही सगळेच हे दोन सांकेतिक मजकूर उलगडण्यात व्यग्र असताना १९ फेब्रुवारी रोजी आणखी एक ई-मेल येऊन थडकला. हा ई-मेल chachoji@hotmail.com वरून rashid32xxx@hotmail.com या ई-मेल आयडीवर पाठवण्यात आला होता. तो खालीलप्रमाणे होता :

Dear Rashid
Ek naya ID bana lo. Yahin par mujhko iss ID par mail karo. .002 .1 .004 .7 .07 .07 .7 .000 -7
Zaid
(प्रिय रशीद, एक नवीन आयडी बनव. इथेच मला याच आयडीवर मेल कर. - सांकेतिक मजकूर - झैद)

हा ई-मेल आल्यानंतर साधारण तासाभरात म्हणजेच सकाळी ११.४६ वाजता आणखी एक ई-मेल chachoji@hotmail.com वरून rashid32xxx@hotmail.com या ई-मेल आयडीवर पाठवण्यात आला. तो असा होता :

Dear Rashid naya id yah par nahi hot par hai aap bhi hot par bana lena aur neha ko bhi naya wala de dena aur bolna who bhee naya bana kar mail kare.
Zaid
(प्रिय रशीद, नवीन आयडी yahवर नाही hot वर आहे. तू पण नवीन आयडी hot वर बनव आणि नेहालाही नवीन आयडी बनवून मेल करायला सांग. झैद)

या ई-मेलमधील yah म्हणजे yahoo आणि hot म्हणजे hotmail असेल, हा अंदाज लावणं अजिबातच कठीण नव्हतं. अजूनही सांकेतिक मजकुराचा अर्थ लागला नव्हता, त्यामुळे पहिला ई-मेल आमच्यासाठी अजूनही हिब्रू भाषेइतकाच अगम्य होता. डोके कापलेल्या मुरारबाजीसारखी आमची अवस्था झाली होती. आम्ही तो सांकेतिक मजकूर उलगडण्यासाठी अक्षरश: हवेत वार करत होतो. हा हल्ला होणार आणि तो थांबवण्यात अपयशी ठरल्याबद्दल आपल्या मुंड्या धरणार, अशा अनामिक भीतीने माझ्या पोटात गोळा उठला होता. प्रमोदचा एक मित्र अमेरिकेत एका क्रिप्टोग्राफी कंपनीत कामावर होता. त्याने त्या मित्राशी संपर्क साधला आणि मदत मागितली. त्यांच्या कंपनीने हा मजकूर उलगडून देण्यासाठी शुल्क म्हणून काही रकमेची मागणी केली. अशी रक्कम एखाद्या खासगी कंपनीला देणं अजिबातच स्वीकारार्ह नव्हतं. पण कित्येक निष्पाप नागरिकांच्या जिवासमोर आणि देशाच्या अब्रूसमोर ती रक्कम खरंच काहीच नव्हती. मी तातडीने माझ्या वरिष्ठांना भेटलो आणि त्यांना आम्ही कोणत्या समस्येचा सामना करत आहोत, याची कल्पना दिली. तसंच ती समस्या सोडवण्यासाठी एका खासगी कंपनीला परदेशी चलनाच्या स्वरूपात बाहेरच्या देशात पैसे द्यावे लागतील, हेदेखील कानावर घातलं. या अशा प्रकारचा खर्च करण्यासाठी खूप वरच्या पातळीवरून आणि अनेक विभागांकडून परवानगी घेण्याची गरज होती. एवढ्या कमी कालावधीत सरकारच्या इतक्या विभागांकडून परवानगी मिळणं कठीण होतं. त्यामुळे माझ्या वरिष्ठांनी याबाबत काही मदत करण्यात असमर्थता दर्शवली.

आमच्यासमोरचे सगळे मार्ग बंद होते. काहीही आशा उरली नव्हती आणि नेमक्या याच वेळी एखादा दैवी चमत्कार घडावा, तसं काहीसं घडलं. १९ फेब्रुवारीला सकाळी ते दोन ई-मेल येऊन थडकले होते. आधीच्या ई-मेलमधील सांकेतिक मजकूर उलगडण्यासाठी आम्ही भिंतीवर डोकं आपटण्याची कसरत करत होतो. आणि अशातच १९ फेब्रुवारीच्या दुपारी एक आशेचा किरण देवदूतासारखा प्रकटला. तो ना पोलीस होता, ना कोणता लष्करी अधिकारी होता, ना क्रिप्टोग्राफर होता किंवा ना कोणी संगणकतज्ज्ञ होता. तो नोकरीच्या शोधात दिल्लीत आलेला एक बेरोजगार तरुण होता. तो प्रमोदच्या शाळेत प्रमोदपेक्षा खालच्या इयत्तेत शिकत होता. त्यामुळे दिल्लीत त्याला प्रमोदशिवाय कोणीच ओळखीचं नव्हतं. त्याचं नाव होतं विवेक ठाकूर. प्रमोदला भेटल्या भेटल्या विवेकला त्याच्या चेहऱ्यावरची काळजी साफ दिसली. आपल्या मित्राचं काहीतरी बिनसलं आहे, एवढं त्याच्या लक्षात आलं. त्याने प्रमोदला तसं विचारलं. कोणतीही पार्श्वभूमी न सांगता प्रमोदने त्याला सांगितलं की, तो एक सांकेतिक मजकूर उलगडण्याचा प्रयत्न करतोय आणि अनेक दिवसांपासून त्याला त्यात यश येत नाही. विवेकने

त्याला तो सांकेतिक मजकूर दाखवण्याची विनंती केली. प्रमोदनेही कोणतीही आशा न ठेवता विवेकच्या हाती तो कागद सोपवला. त्यानंतर प्रमोद त्याच सांकेतिक मजकुराचा उलगडा लावण्यासाठी इतर अनेकांना भेटण्यासाठी म्हणून त्याच्या कार्यालयातून बाहेर पडला.

दोन तासांनंतर पदरी सगळीकडूनच निराशा घेऊन प्रमोद त्याच्या कार्यालयात परत आला. बघतो, तर अभ्यागतांसाठी ठेवलेल्या सोफ्यावर बसून हातात पेन आणि पेपर घेऊन विवेक त्या सांकेतिक मजकुराशी झटापट करत होता. त्याला बघून प्रमोदला आश्चर्य वाटलं. त्याने तसं बोलूनही दाखवलं. त्यावर उत्तर देताना विवेकने फक्त डोकं वर केलं आणि तो म्हणाला, 'सर मला वाटतं, मी या मजकुराचा अर्थ लावू शकतो.' पण जोपर्यंत हे कोडं उलगडत नाही, तोपर्यंत या म्हणण्याला काहीच अर्थ नाही, असं म्हणून प्रमोदने विवेकला काहीसं झटकलंच. पण विवेकने त्याकडे दुर्लक्ष करत पुन्हा आपलं डोकं त्या मजकुरात घातलं.

साधारण याच सुमारास मी प्रमोदला फोन करून काही कामासाठी माझ्या ऑफिसमध्ये बोलावून घेतलं. मला याच प्रकरणाच्या प्रगतीबद्दल प्रमोदशी चर्चा करायची होती.

प्रमोद अशोक विहारमधून पोलीस मुख्यालयाकडे निघाला. अशोक विहारवरून मुख्यालयाला येण्यासाठी साधारण ४० मिनिटं लागायची. या ४० मिनिटांमध्ये आपण या मजकुराचा अर्थ लावू शकू, असा विश्वास विवेकला होता. त्यामुळे विवेकने प्रमोदबरोबरच येण्याची इच्छा व्यक्त केली. काहीशा निरुत्साहातच प्रमोद त्याला बरोबर घेऊन यायला तयार झाला. या पूर्ण प्रवासात ते वाहतूक कोंडीतही अडकले. पण दोघं मित्र एकमेकांशी एक शब्दही बोलले नाहीत. विवेक त्याच्याच विचारांमध्ये होता आणि हातात असलेल्या कागदावर काहीतरी खरडत होता.

पोलीस मुख्यालयाच्या पायऱ्यांजवळ ते गाडीतून उतरतच होते, तेवढ्यात विवेकला काहीतरी साक्षात्कार झाल्यासारखा तो आनंदाने ओरडला, 'सर, मला वाटतं मी या मजकुराचा अर्थ लावला आहे. हा सांकेतिक मजकूर उलगडणं खरं तर खूप सोपं आहे. आपल्या शाळेत आपल्या गणिताचे शिक्षक आपल्याला दशांश अपूर्णांक आणि ० आणि १ या आकड्यांच्या मदतीने माहिती देण्याची बायनरी पद्धती शिकवायचे ना, हा सांकेतिक मजकूर म्हणजे या दोन्ही पद्धतींचं मिश्रण आहे.' प्रमोदने मात्र काहीशा अविश्वासाने विवेककडे बघत पायऱ्या चढायला सुरुवात केली. या मजकुराचा अर्थ आपण कसा लावला, ते विवेकने त्याला सांगायला सुरुवात केली. इंग्रजी वर्णमालेतील प्रत्येक अक्षराला .0 ते .9 असे क्रमांक देण्यात आले आहेत. दहाव्या अक्षराला .00 असा क्रमांक देऊन त्यापुढील अक्षरांना पुन्हा .01 ते .09 असे क्रमांक दिले गेले आहेत. म्हणजेच A हे अक्षर

बनलं .0, B म्हणजे .1, C म्हणजे .2 असं J पर्यंत सुरू होतं. J अक्षर होतं .9 पण K अक्षर .10 असायच्या ऐवजी ते बनलं .00 आणि L .01 झालं. हे असं सुरू राहिलं T म्हणजेच .09 पर्यंत. त्यानंतरचं U .000 झालं आणि V .001, W .002, X .003, Y .004 आणि Z .005 बनलं.

हे थोडंसं अधिक स्पष्ट करण्यासाठी मी खाली एक तक्ताच देतो. प्रत्येक इंग्रजी अक्षरासाठी वापरलेला सांकेतिक क्रमांक मी त्या अक्षराखाली लिहीत आहे.

A	B	C	D	E	F	G	H	I	J
0	.1	.2	.3	.4	.5	.6	.7	.8	.9
K	L	M	N	O	P	Q	R	S	T
00	.01	.02	.03	.04	.05	.06	.07	.08	.09
U	V	X	X	Y	Z				
000	.001	.002	.003	.004	.005				

काही ई-मेलमध्ये सांकेतिक मजकुराच्या शेवटी -5 किंवा -7 लिहिलं होतं. त्याचा अर्थ असा की, हा मजकूर उलगडताना तेवढी अक्षरं मागे येण्याची गरज आहे. उदाहरणार्थ १७ फेब्रुवारीचा ई-मेल खालीलप्रमाणे होता :

'प्रिय रशीद, कृपया एक नवीन ई-मेल आयडी तयार कर आणि मला माझ्या आताच्या आयडीवर मेल पाठव 002 .1 .004 .7 .09 .7 .07 .7 .000 -7'

आता विवेकने शोधलेल्या पद्धतीप्रमाणे 002 म्हणजे X हे अक्षर आहे. पण या सांकेतिक मजकुराच्या शेवटी -7 असं लिहिलं आहे. म्हणजे X पासून सात अक्षरं मागे जायचं. तसं गेल्यावर अक्षर मिळतं P. या सांकेतिक मजकुराचा अर्थ होता 'PURANA MAKAN'.

या सांकेतिक मजकुराचा अर्थ कळल्यानंतर आम्हाला उलगडा झाला की, १७ फेब्रुवारीनंतर पाठवलेले सगळे ई-मेल puranamakan@hotmail.com या ई-मेल आयडीवरून पाठवण्यात आले होते. हे ध्यानात घेतल्यानंतर सांकेतिक मजकुरामागील अर्थ उलगडण्याचा हा अत्यंत योग्य मार्ग आहे, याची आम्हाला खात्री पटली.

हे दोघं शाळुसोबती माझ्या कार्यालयाबाहेर मी भेटण्याची वाट बघत असताना प्रमोदने पुन्हा एकदा विवेकने शोधलेली ही पद्धत पडताळून बघितली. हळूहळू त्याच्या चेहऱ्यावरच्या काळजीचे काळे ढग हटले आणि त्याची जागा एका स्मितहास्याने घेतली. तो माझ्या कार्यालयात शिरला तोच विजयी मुद्रेने! त्याने मला या सांकेतिक मजकुराचा अर्थ उलगडण्यासाठी विवेकने शोधलेली पद्धत

समजावून सांगितली. त्यानंतर त्या सांकेतिक संदेशांचा अर्थ अगदी सुतासारखा सरळ झाला. १५ फेब्रुवारी रोजी पाठवलेल्या ई-मेलमध्ये दहशतवाद्यांनी हल्ल्याचं ठिकाण सांकेतिक भाषेत कळवलं होतं. ते ठिकाण दुसरंतिसरं काहीही नसून पर्यटकांचं आकर्षण असलेलं इंडिया गेट होतं. कसं ते बघू या. हा सांकेतिक मजकूर होता '.05 .000 .00 .05 .7 .03 .7 .0 .4 -7' म्हणजे प्रत्येक अक्षराच्या सात अक्षरं मागे जायचं होतं. ही पद्धत वापरल्यानंतर उत्तर आलं होतं, 'India Gatx' संदेश पाठवताना चुकून सात अक्षरं पुढच्या सांकेतिक अंकांऐवजी e या अक्षरासाठी असलेला .04 हाच अंक पडला होता. त्यामुळे e पासून सात अक्षरं मागे गेल्यानंतर येणारं x हे अक्षर मिळत होतं.

थोडक्यात २५ फेब्रुवारी रोजी इंडिया गेटवर हल्ला होणार होता.

तसंच १८ फेब्रुवारीला आलेल्या ई-मेलमधल्या सांकेतिक मजकुराचा अर्थ होता 'चाचा, पक्षी ठरलेल्या वेळेच्या दोन दिवस आधी येईल. झॅक'.

२१ फेब्रुवारीला आणखी एक धोक्याची घंटा वाजली. त्या दिवशी sundarbhxxxa_hindu@hotmail.com या एका नव्या ई-मेल आयडीवरून puranamakan@hotmail.com या आयडीवर एक ई-मेल येऊन थडकला. तो ई-मेल असा होता :

Brother, Assalam waley kum.
Bhai main aaj hi Sri... se del... aa gaya hun. Uss aadmi se raabta karke aapko khabar karta hun.
Sundar
(भाई, अस्सलाम वालेकुम. मी आजच श्री... वरून दिल... ला पोहोचलो. एकदा का माझा त्याच्याशी संपर्क झाला की, मी तुम्हाला कळवतो. सुंदर)

हा ई-मेल आल्यानंतर हेदेखील निश्चित झालं की, आता हल्ल्याचं नियोजन अंतिम टप्प्यात आलं आहे. कारण आता हा हल्ला यशस्वीपणे पार पाडण्यासाठी श्रीनगरवरून एक माणूस दिल्लीला आला होता. आमच्यावरचा मानसिक तणाव आणखी वाढला होता.

या ई-मेलनंतर सर्वांत आधी मी माझ्या वरिष्ठांची म्हणजे दिल्ली पोलीस दलाच्या पोलीस आयुक्तांची भेट घेतली. केंद्र सरकारमधील सगळ्या उच्चपदस्थ नेत्यांना या कटाची कल्पना द्यावी, असं मी त्यांना सुचवलं. त्यांनाही ते पटलं आणि त्याप्रमाणे केंद्रातील सर्व संबंधित मंत्र्यांना पोलीस आयुक्तांनी या दहशतवादी

हल्ल्याच्या कटाबाबत माहिती दिली. २००३च्या आधी दिल्लीला भेट देणाऱ्या अनेकांना किंवा दिल्लीचे रहिवासी असलेल्या अनेकांना माहीत असेल की, एके काळी इंडिया गेटला भेट देणाऱ्यांना थेट या स्मारकापर्यंत जाता येत होतं. इंडिया गेटभोवती आता जसं सुरक्षेचं कडं असतं, तसं तेव्हा नव्हतं. त्या वेळी हजारो पर्यटक इंडिया गेटच्या अगदी जवळ फिरत असायचे. यात आबालवृद्ध पर्यटकांसह आईसक्रीम, फुगे अशा गोष्टी विकणाऱ्या फिरत्या विक्रेत्यांचाही समावेश होता. दिवसाच्या कोणत्याही वेळी किमान चार ते पाच हजार लोक या परिसरात फिरताना दिसायचे. दहशतवाद्यांच्या दृष्टीने एवढी गर्दी आणि तीदेखील एखाद्या जगप्रसिद्ध स्मारकाच्या परिसरात असेल, तर यापेक्षा चांगलं लक्ष्य कोणतं असू शकतं? या हल्ल्याचा परिणाम २००१मध्ये झालेल्या संसद हल्ल्याएवढाच भयंकर ठरला असता.

मला अजूनही स्पष्ट आठवतं, २२ फेब्रुवारीच्या मध्यरात्री तत्कालीन गृहमंत्री लालकृष्ण अडवाणी यांच्या सरकारी निवासस्थानी झालेल्या बैठकीसाठी मला बोलावून घेण्यात आलं. विविध गुप्तचर यंत्रणांचे प्रमुख, गृहसचिव यांच्यासह स्वत: लालकृष्ण अडवाणी त्या बैठकीत सहभागी होते. तिथे जमलेल्या सगळ्यांना या कटाबद्दल सुरुवातीपासून माहिती देण्यास मला सांगण्यात आलं. तसंच सरकारने आता काय केलं पाहिजे, असंही मला विचारलं. मी त्या सगळ्यांना आम्ही छडा लावलेले ई-मेल, त्यातील सांकेतिक भाषेतील मजकूर, त्याचा आम्ही लावलेला अर्थ अशी सगळी माहिती देत हा इंडिया गेट परिसरात हल्ला घडवून आणण्याचा कट असल्याचं स्पष्टपणे सांगितलं. माझं बोलून होईपर्यंत सगळ्यांनाच परिस्थितीचं गांभीर्य कळून चुकलं होतं. तसंच इंडिया गेट परिसरात सुरक्षा दलांची संख्या वाढवावी, याबद्दलही सगळ्यांचं एकमत झालं होतं. त्यानंतर फार काही चर्चा झालीच नाही. या संभाव्य हल्ल्याची तीव्रता लक्षात घेऊन आपण तो रोखण्यासाठी काय करणार आहोत, याचं थेट प्रात्यक्षिक दाखवण्यावर शिक्कामोर्तब झालं आणि भारतीय लष्कराच्या काही तुकड्या इंडिया गेट परिसरात तैनात करण्याचा निर्णय झाला.

दुसऱ्या दिवशी भल्या पहाटे राजपथ आणि इंडिया गेट परिसरात व्यायामासाठी आलेल्या लोकांना तिथे लष्कराचा वावर वाढलेला दिसला. हातात लाइट मशीनगन्स घेऊन जणू युद्धाच्या तयारीत असल्यासारखे तैनात झालेले जवान पाहून अनेकांना आश्चर्य वाटलं. तसंच काही मोक्याच्या ठिकाणी हलक्या वजनाचे रणगाडे तैनात करून या सगळ्या बंदोबस्ताला एक वेगळंच परिमाण दिलं होतं.

या सगळ्या तयारीनंतर माझा होरा असा आहे की, दहशतवादी इंडिया गेटच्या 'मैदाना'त वर्ल्ड कपचा 'सामना' खेळायला आले खरे, पण या परिसरात

एवढा चोख लष्करी बंदोबस्त असल्याचं बघून त्यांनी माघार घेतली असावी. विशेष म्हणजे त्या सगळ्या ई-मेल आयडीवरून सुरू असलेली ईमेल्सची देवाणघेवाणही पूर्णपणे थांबली. एक मोठा दहशतवादी हल्ला रोखण्यात आणि शेकडो निरपराध नागरिकांचा जीव वाचवण्यात आम्हाला यश आलं होतं. संसद भवनावरील हल्ल्यानंतर आधीच खिळखिळे झालेल्या भारत-पाक यांच्यातील संबंधांवर या हल्ल्याचा काय परिणाम झाला असता, याची कल्पनाही करवत नाही. सीमेवर दोन्ही देशांची सैन्यं एकमेकांसमोर युद्धाच्या पवित्र्यात उभी ठाकली होती. या अशा प्रकारचा हल्ला झाला असता, तर युद्धाची ठिणगी पडायला वेळ लागला नसता.

सरतेशेवटी या प्रकरणाचा विचार करताना मी थोडासा व्याकूळ होतो. ते अशासाठी की, अनेकदा गोष्टी जेवढ्या गुंतागुंतीच्या किंवा कठीण वाटतात, प्रत्यक्षात त्या तेवढ्याच सोप्या असतात. दहशतवाद्यांनी त्यांच्या ई-मेलमध्ये वापरलेल्या सांकेतिक मजकुरामागचा नेमका अर्थ उलगडणं अशक्य आहे, असं आम्हाला वाटत होतं. पण हा सांकेतिक मजकूर उलगडला आणि तो उलगडणं एवढं सोपं होतं की, आम्ही हताश झालो. क्रिप्टोग्राफी विषयातले अनेक तज्ज्ञ, लष्करी अधिकारी, आणि इतरही अनेक जण हे कोडं का सोडवू शकले नाहीत? आमच्या दिमतीला एवढी अद्ययावत सॉफ्टवेअर्स असूनही त्यांनाही या कोड्याचा उलगडा का होऊ नये? एवढंच कशाला, पण आम्हालाच ते कोडं का सोडवता आलं नाही? पण आयुष्य हे असंच तर असतं, नाही का? अशक्यप्राय वाटणारं एखादं शिखर सर केल्यानंतर मग मागे वळून बघताना ते आव्हान सोपं वाटत असतं.

हे कोडं सोडवताना जेव्हा आम्ही एका अंधाऱ्या कोपऱ्यात अडकलो होतो आणि पुढे आशेचा एकही किरण दिसत नव्हता तेव्हा विवेक ठाकूर नावाच्या एका साध्या आणि बेरोजगार तरुणाचं आगमन आमच्यासाठी एखाद्या देवदूताच्या आगमनापेक्षा नक्कीच कमी नव्हतं. याला दैवी चमत्कार असंही म्हणू शकतो. एका अर्थी हे प्रकरण हेच शिकवतं की, इतर वेळी आपण ज्यांची दखलही घेत नाही, ती साधी दिसणारी माणसंच काहीतरी भन्नाट काम करून जातात.

साहाय्यक पोलीस आयुक्त प्रमोद कुशवाह काश्मीरला जातात काय, तिथे त्यांची भेट सीमा सुरक्षा दलाच्या एका अधिकाऱ्याशी होते काय, तो अधिकारी त्यांना एका मेलेल्या दहशतवाद्याच्या डायरीतल्या काही नोंदी दाखवतो काय, कुशवाह त्या डायरीच्या शेवटच्या पानावर खरडलेला एक ई-मेल आयडी नोंदवून त्याचा माग काढतात काय... सगळेच विचित्र पण छान जुळून आलेले योगायोग आहेत. या योगायोगांमागची कारणं समजून घेणं किंवा समजावून सांगणं शक्य नाही. इंडिया गेटचं माहात्म्य अबाधित राखण्यासाठी काही चांगल्या शक्ती एकत्र

आल्या होत्या, असंच म्हणावं लागेल.

आम्ही हा हल्ला रोखण्यात यशस्वी झालो असलो, तरी एक पोलीस अधिकारी म्हणून एक खंत मनाला कायम बोचत राहील. या कटात सामील झालेल्या एकाही दहशतवाद्याला न पकडल्याची खंत! पण ज्या शक्तीने इंडिया गेटवरचा हल्ला हाणून पाडला, त्याच शक्तीने हे घडवून आणलं असेल, अशी मनाची समजूत घालून मी स्वत:चं सांत्वन करतो.

आज तुम्ही इंडिया गेट बघायला गेलात आणि तुम्हाला या युद्धाच्या स्मारकाच्या खूप जवळ जाऊन ते बघता आलं नाही, तर आता तुम्ही खुशाल मला किंवा दिल्ली पोलिसांच्या विशेष कक्षाला शिव्या घाला. कारण इंडिया गेटभोवती असलेल्या सुरक्षेच्या कड्यामागचं रहस्य आता तुम्हाला माहीत झालं आहे.

◆

३

डॉक्टर, तुम्हीसुद्धा?

आधुनिक भारताच्या इतिहासात ६ डिसेंबर १९९२ हा दिवस एक काळा दिवस होता. १६व्या शतकात मुघलांचा सरदार मीर बाकी याने बांधलेली बाबरी मशीद या दिवशी कारसेवक म्हणून ओळखल्या जाणाऱ्या काही स्वयंसेवकांनी जमीनदोस्त केली. हे कारसेवक म्हणजे काही कट्टर हिंदू विचारसरणीचे लोक होते. त्यांच्या मते ही मशीद उभारण्यासाठी एक मंदिर पाडण्यात आलं होतं. आतापर्यंतच्या कोणत्याही घटनेमुळे न उसवलेली हिंदू-मुसलमान समाजातील नाजूक वीण चार-पाच शतकं जुन्या असलेल्या या मशिदीच्या पतनामुळे कायमची उसवली. या दुर्घटनेनंतर घडलेल्या अनेक गोष्टींचा उल्लेख करणं अत्यावश्यक आहे.

उत्तर भारतातल्या उत्तर प्रदेशात असलेलं अयोध्या हे शहर हिंदू परंपरेनुसार प्रभू श्रीरामाचं जन्मस्थान मानलं जातं. प्रभू श्रीराम हे भगवान विष्णूचे सातवे अवतार आहेत, असं हिंदू धर्मग्रंथांमध्ये लिहिलं आहे. मीर बाकी याने ज्या ठिकाणी मशीद बांधली, तिथेच प्रभू रामचंद्राचा जन्म झाला होता, अशी हिंदूंची श्रद्धा आहे. या श्रद्धेला बळ देणारा एकही ऐतिहासिक पुरावा मात्र उपलब्ध नाही. गेली चार शतकं हिंदू आणि मुसलमान हे दोन्ही समाज ही जागा आपले धार्मिक विधी करण्यासाठी वापरत होते. १८२२मध्ये फैजाबादच्या स्थानिक न्यायालयातील एका अधिकाऱ्याने असा दावा केला की, ही मशीद मंदिर पाडून बांधण्यात आली आहे. तेव्हापासून ही जमीन कोणाच्या मालकीची आहे, याबाबत हिंदू आणि मुसलमान या दोन्ही समाजांमध्ये वादंग सुरू आहे.

१९८०च्या दशकात विश्व हिंदू परिषद (विहिंप) या कट्टरतावादी हिंदू संघटनेने या मशिदीच्या जागी श्रीरामाचं मंदिर बांधण्याच्या दृष्टीने मोहीम सुरू केली आणि या वादाने उग्र रूप धारण केलं. ६ डिसेंबर १९९२ रोजी विहिंपने जवळपास दीड लाख कारसेवकांचा मोर्चा आयोजित केला होता. या मोर्चाने हिंस्र रूप धारण केलं आणि कारसेवकांनी सुरक्षारक्षकांना न जुमानता मशीद जमीनदोस्त केली. बाबरी

मशिदीच्या पतनानंतर देशभर दंगे उसळले. हे दंगे अनेक महिने सुरू होते आणि त्यात दोन हजारांपेक्षा जास्त लोकांचे बळी गेले. या घटनेचे पडसाद देशाच्याच नाही, तर जगाच्या कानाकोपऱ्यात उमटले. जगभरातील मुसलमान समाज संतापला. एवढंच नाही, तर या घटनेने एक धर्मनिरपेक्ष आणि सहिष्णु राष्ट्र ही भारताची प्रतिमा धुळीला मिळवली. पाकिस्तान, बांगलादेश आणि आखाती देश अशा मुसलमानबहूल देशांमध्ये हिंदू समाजावर हल्ले होण्याच्या आणि हिंदूंची प्रार्थनास्थळं उद्ध्वस्त करण्याच्या घटनाही प्रत्युत्तरादाखल घडल्या.

भारतात तर या घटनेचे पडसाद दूरगामी होते. जातीय दंगे, हिंसाचार यांच्या बरोबरीनेच दहशतवादी घटनांमध्येही वाढ झाली. यातील सर्वांत मोठी घटना म्हणजे १२ मार्च १९९३ रोजी मुंबईत झालेले साखळी बॉम्बस्फोट. या स्फोटांमध्ये २७९ जण ठार झाले, ७०० पेक्षा जास्त लोक गंभीर जखमी झाले, खासगी आणि सार्वजनिक मालमत्तेचं कोट्यवधी रुपयांचं नुकसानही झालं. या घटनेनंतर देशात पेरली गेलेली फुटीरतेची बीजं आणि मशीद पडल्याचा व दंग्यांमध्ये रोजीरोटी गमावल्याचा मुस्लिमांच्या मनात खदखदत असलेला असंतोष याचा फायदा उठवत पाकिस्तानच्या ISIने भारतात दहशतवादी कृत्यं घडवून आणली नसती, तरच नवल होतं. या प्रकरणात आपण यापैकीच एका कृत्याचा मागोवा घेणार आहोत. हा दहशतवादी हल्ला अत्यंत सुनियोजित होता आणि या हल्ल्याची बीजं बाबरी मशिदीच्या पतनातच रोवली गेली होती.

***

६ डिसेंबर १९९३! बाबरी मशिदीच्या पतनाला बरोबर एक वर्ष उलटत होतं. सकाळी सकाळी देशभरातल्या पाच वेगवेगळ्या ठिकाणी रेल्वेगाड्यांमध्ये बॉम्बस्फोट झाल्याची बातमी आली आणि देश हादरला. या पाच बॉम्बस्फोटांमध्ये दोन प्रवासी ठार झाले होते आणि २२ जण जखमी झाले. रेल्वेच्या लाखो रुपयांच्या मालमत्तेचंही नुकसान झालं. या स्फोटांनंतर रेल्वेचे कर्मचारी आणि प्रवासी या दोघांमध्येही अनेक महिने भीतीचं वातावरण होतं. परिणामी देशाच्या रेल्वे वाहतुकीला त्यानंतरचा बराच काळ मोठा फटका बसला. या बॉम्बस्फोटांचा तपशील खालीलप्रमाणे:

६ डिसेंबर १९९३ रोजी सकाळी ५.१५ वाजता नवी दिल्लीवरून मुंबईला येणाऱ्या राजधानी एक्सप्रेसच्या सी-७ या डब्यातील चौथ्या क्रमांकाच्या आसनाखाली ठेवलेला बॉम्ब पश्चिम रेल्वेच्या कोटा विभागातील इंदरगढ आणि अमली या दोन स्थानकांदरम्यान फुटला. या स्फोटात पाच प्रवासी गंभीररीत्या जखमी झाले, पण सुदैवाने त्यापैकी एकही प्रवासी दगावला नाही.

त्याच दिवशी सकाळी सहा वाजता सुरतवरून मुंबईच्या दिशेने निघालेल्या

फ्लाइंग क्वीन एक्सप्रेसच्या डी-१ डब्यातील १३५ क्रमांकाच्या आसनाखाली ठेवलेल्या बॉम्बचा स्फोट झाला. या स्फोटात एक प्रवासी जखमी झाला आणि डब्याचं खूप नुकसान झालं. परिणामी, रेल्वेच्या मालमत्तेची हानी झाली.

नवी दिल्ली ते कोलकाता यादरम्यान धावणाऱ्या राजधानी एक्सप्रेसच्या पेंट्री कारच्या शौचकूपात ठेवलेला बॉम्ब त्याच दिवशी सकाळी साडेदहाच्या सुमारास फुटला. त्या वेळी ही गाडी उत्तर रेल्वे विभागाच्या अलाहाबाद विभागातील प्रेमपूर आणि करबीगवान या स्थानकांदरम्यान होती. पेंट्री कारमध्ये काम करणारे दोन खानसामे गंभीर जखमी झाले आणि डब्याचंही नुकसान झालं.

याचप्रमाणे कोलकात्याहून नवी दिल्लीकडे रवाना झालेल्या राजधानी एक्सप्रेसमध्येही दोन बॉम्ब ठेवले होते. हे दोन्ही बॉम्ब सी-२ आणि सी-६ या डब्यांच्या शौचकूपांमध्ये ठेवले होते. त्यापैकी एका बॉम्बचा स्फोट पहाटे पाचच्या सुमारास झाला. पण दुसरा बॉम्ब उत्तर रेल्वेच्या कानपूर विभागातील भाऊपूर रेल्वे स्थानकात तपासणी करत असताना सापडला आणि तो निकामी करण्यात यश आलं.

देशातील आणखी एक खास ट्रेन समजली जाणाऱ्या आंध्र प्रदेश एक्सप्रेसच्या ४८९५ क्रमांकाच्या डब्यात ३८ क्रमांकाच्या आसनाखालीही एक बॉम्ब ठेवला होता. या बॉम्बचा स्फोटही त्याच दिवशी सकाळी सव्वा सातच्या सुमारास झाला. या स्फोटात अहमद माजिद इस्माईल आणि जीवन ज्योती असे दोन प्रवासी दगावले. दहशतवाद्यांनी ठेवलेल्या बॉम्बचा स्फोट होतो किंवा त्यांच्या बंदुकीतून जेव्हा गोळी सुटते, तेव्हा त्यावर ती कोणाला लागणार त्याचा जात, धर्म, लिंग काही लिहिलेलं नसतं. दहशतवादी हल्ल्यांमध्ये जसे हिंदू मारले जातात, तसेच मुस्लीम लोकही प्राणास मुकतात, हेच या स्फोटावरून पुन्हा एकदा सिद्ध झालं. या दोघांबरोबरच १५ प्रवासी गंभीर जखमी झाले. तसंच रेल्वेच्या डब्याचंही खूप नुकसान झालं.

मुंबई कुर्ला एक्सप्रेसमध्येही त्याच दिवशी एक बॉम्ब ठेवला होता. पण सुदैवाने तो शोधून निकामी करण्यात यश आलं. राजस्थानमधील कोटा, उत्तर प्रदेशातील कानपूर (दोन गुन्हे), गुजरातमधील वलसाड आणि आंध्र प्रदेशातील मल्काजगिरी या रेल्वे पोलिसांच्या विविध पोलीस ठाण्यांमध्ये पाच गुन्हे नोंदवण्यात आले. त्या त्या राज्यातील पोलिसांनी त्यांच्या गुन्हे अन्वेषण विभागांच्या मदतीने या बॉम्बस्फोटांचा तपास करण्याचा प्रयत्न केला. पण त्यांना त्यात यश आलं नाही. हे गुन्हे वेगवेगळ्या राज्यांमध्ये घडले असले, तरी ते एकाच स्वरूपाचे होते. तसंच या गुन्ह्यांचा तपास ही राष्ट्रहिताची बाब होती. या गोष्टी लक्षात घेऊन तपास सुलभ आणि झटपट व्हावा, यासाठी भारत सरकारने २१ आणि २८ डिसेंबर १९९३ या दोन दिवशी वेगवेगळ्या सूचना काढून हा तपास केंद्रीय गुन्हे

अन्वेषण विभागाकडे म्हणजेच सीबीआयकडे सोपवला. सीबीआयचे तत्कालीन महासंचालक के. विजय रामा राव यांनी या पाचही गुन्ह्यांचा तपास नुकत्याच स्थापन केलेल्या विशेष कृती दलाकडे सोपवला. या विशेष कृती दलाची स्थापना होऊन सहा महिनेही उलटले नव्हते.

***

१२ मार्च १९९३ रोजी मुंबईत झालेल्या साखळी बॉम्बस्फोटांचा तपास करण्यासाठी मे १९९३मध्ये सीबीआयच्या या विशेष कृती दलाची स्थापना करण्यात आली होती. या स्फोटांच्या आणि त्यानंतर मुंबईत उसळलेल्या दंग्यांच्या पार्श्वभूमीवर मुंबई पोलिसांच्या गुन्हे शाखेने केलेल्या तपासाबद्दल अनेक उलटसुलट चर्चा आणि वाद सुरू झाले होते. खरंतर पोलिसांनी या प्रकरणाची उकल केली होती आणि काही दोषींना अटकही केली होती. पण या हल्ल्याचे काही सूत्रधार आणि राज्यातील काही बड्या नेत्यांचे लागेबांधे असल्याचे आणि मुंबई पोलिसांनीही तपास करताना जरा ढिलाई केल्याचे आरोप होत होते. त्याशिवाय या गुन्ह्याचं राष्ट्रीयच नाही, तर आंतरराष्ट्रीय स्वरूपही लक्षात घेऊन या बॉम्बस्फोटांचा तपास केंद्रीय गुन्हे अन्वेषण विभागाकडे सोपवला जावा, अशी मागणी देशात जोर धरत होती.

शेवटी १९ नोव्हेंबर १९९३ रोजी ही केस सीबीआयकडे सोपवण्यात आली. आमच्या विशेष कृती दलाकडे या खटल्याशी संबंधित सगळ्या फायली यायला लागल्या. या फायलींची आणि कागदपत्रांची संख्या एवढी होती की, आम्ही त्यात व्यग्र झालो. ही कागदपत्रं वाचून त्यानंतरच आम्हाला आमच्या तपासाची दिशा ठरवायची होती. आम्ही जसजशी ही कागदपत्रं वाचत होतो, तसं आम्हाला काही कच्चे दुवे आढळत होते. ते पक्के करायचे होते आणि पुढे तपास करून या बॉम्बस्फोटांमध्ये हात असलेल्या फरारी आरोपींना पकडायचं होतं. मी त्या वेळी पोलीस उपमहासंचालक होतो आणि विशेष कृती दलात या खटल्याची जबाबदारी माझ्याकडे होती. आता सरकारी कार्यालयांमध्ये कोणताही नवीन विभाग किंवा खातं तयार करताना हाताशी असलेले मनुष्यबळ आणि साधनसंपत्ती यांच्या जोरावरच सुरू करतात. त्यासाठी मग इतर खात्यांमधून किंवा विभागांमधून या दोन्ही गोष्टी आणल्या जातात. तुमच्या दिमतीला असलेल्या माणसांची संख्या तर कमी असतेच, पण त्याचबरोबर या नव्या विभागासाठी कार्यालयाची जागा, प्रवासाची साधनं यांचीही वानवा असते. आम्ही या प्रसववेदनांमधून जात होतो, १९९३च्या मुंबई बॉम्बस्फोट प्रकरणाची कागदपत्रं वाचत होतो आणि त्याच सुमारास या पाच बॉम्बस्फोटांचा तपास आमच्याकडे सोपवल्याचे आदेश आले. हे पाचही बॉम्बस्फोट

देशातील विविध राज्यांमध्ये विविध ठिकाणी झाले होते. त्यामुळे या प्रकरणाचा तपास करण्यासाठी प्रचंड पायपीट आणि भिरभिर करावी लागणार होती.

या नव्या प्रकरणाचा तपास करताना आम्हाला आमच्या मुंबई बॉम्बस्फोट प्रकरणावरून आमचं लक्ष हटू द्यायचं नव्हतं. त्यामुळे त्याही प्रकरणाकडे लक्ष केंद्रित करत आम्ही सर्वांत आधी उत्तर प्रदेश, आंध्र प्रदेश, राजस्थान आणि गुजरात या चारही राज्यांमधील लोहमार्ग पोलिसांकडून या प्रकरणाच्या फायली आणि कागदपत्रं मागवून घेतली. त्यानंतर स्फोट झालेल्या प्रत्येक ठिकाणी, प्रत्येक डब्याला भेटी देऊन आम्ही पाहणी केली.

आमचा हा तपास चालू असताना १३ जानेवारी १९९४ रोजी महासंचालक के. विजय रामा राव यांनी मला नॉर्थ ब्लॉकमधील त्यांच्या कार्यालयात बोलावून घेतलं. मी हैदराबादला जाण्यासाठी निघावं, अशी सूचना त्यांनी केली. हैदराबाद पोलीस दलातील एका साहाय्यक पोलीस आयुक्ताच्या एका खबऱ्याकडे ट्रेनमध्ये झालेल्या या साखळी बॉम्बस्फोटांबद्दल काहीतरी माहिती होती. ती माहिती या खबऱ्याला सीबीआयला द्यायची होती. या माहितीच्या आधारे मुंबईत एक धडक कारवाई करावी लागण्याची शक्यताही होती. अशी जुजबी माहिती महासंचालकांनी मला दिली. माझे वरिष्ठ अतिरिक्त संचालक एस. सेन तातडीने मुंबईला रवाना होणार होते आणि मला त्या खबऱ्याला भेटायला हैदराबादला जायचं होतं.

मी त्याच दिवशी तातडीने निघालो आणि रात्री आठच्या सुमारास हैदराबादला पोहोचलो. माझी सोय तिथल्या स्थानिक पोलिसांच्या अतिथीगृहात केली होती. पण मी विमानतळावरून थेट त्या साहाय्यक पोलीस आयुक्ताचं कार्यालय गाठलं. हा साहाय्यक पोलीस आयुक्त हैदराबाद पोलिसांच्या दहशतवाद विरोधी पथकातील एक प्रमुख अधिकारी होता. या अधिकाऱ्याचं खरं नाव मला आठवत नाही, पण त्याच्या सहकाऱ्यांमध्ये तो गब्बर सिंग या नावाने प्रसिद्ध होता, एवढं मला नक्की आठवतं. तो चांगला उंचापुरा, धिप्पाड आणि काहीसा खलनायकी चेहऱ्याचा अधिकारी होता आणि म्हणूनच त्याला हे नाव पडलं असावं. प्रत्यक्षात मात्र तो खूपच सज्जन होता. त्याला भेटून मला खरंच खूप बरं वाटलं. आम्ही दोघांनी आमच्या कामाचं स्वरूप, आमचे विभाग हाताळत असलेल्या केसेस अशा गप्पा मारायला सुरुवात केली आणि अगदी अल्पावधीतच आमची मैत्री झाली.

त्या अधिकाऱ्याने तातडीने त्या खबऱ्याला बोलावून घेतलं आणि साधारण तिशीतला, बुटकासा आणि अशक्त वाटणारा एक माणूस माझ्यासमोर उभा राहिला. त्याचे केस विस्कटलेले होते आणि त्याने बहुधा बरेच दिवस अंघोळही केली नसावी. कारण त्याच्या दिशेने एक उग्र दर्प येत होता. गब्बर सिंगने त्याच्याशी माझी ओळख करून दिली आणि त्याला सांगितलं की, त्याच्याकडे

असलेली माहिती जाणून घेण्यासाठी दिल्लीहून सीबीआयने मला पाठवलं आहे. सुरुवातीला मी त्या खबऱ्याला इकडचे तिकडचे प्रश्न विचारून त्याच्या मनातील भीती दूर केली. मग हळूहळू तो त्याच्या हैदराबादी लहेजाच्या हिंदीत बोलायला लागला. त्याच्याबरोबर झालेलं संभाषण अजूनही माझ्या मनात पक्कं बसलं आहे. ते काहीसं असं होतं : 'साहिब, आपने कुछ जानते जो तुमको बताना क्या?' (साहेब, तुमच्या फायद्याचं काही मी तुम्हाला सांगू का?) मी त्याला होकार दिला. त्यावर त्याने विचारलं, 'क्या आप एपी एक्सप्रेस का बॉम्ब धमाका केस देखते?' (तुम्ही एपी एक्सप्रेस बॉम्बस्फोट प्रकरणाचा तपास करत आहात का?) मी होकार दिल्यावर तो म्हणाला, 'बॉम्बे में एक ज़गह हैं मोमिनपुरा. वहाँ एक डॉक्टर हैं जिसका नाम अपुन को नहीं मालूम. पर उसका खैरात का एक हॉस्पिटल हैं मोमिनपुरा में. वो मास्टरमाइंड हैं. उसको ढूंढो, वो आपको सब बता सकता हैं.' (मुंबईत मोमीनपुरा नावाची एक जागा आहे. तिथे एक मुस्लीम डॉक्टर राहतो. त्याचं नाव माहीत नाही, पण तो त्या भागात एक सेवाभावी हॉस्पिटल चालवतो. तो या हल्ल्यामागचा सूत्रधार आहे. त्याला शोधा, तो तुमच्या सगळ्या प्रश्नांची उत्तरं देईल.)

ही माहिती त्रोटक होती, पण मला त्यातून हवं ते काढावं लागणार होतं. प्राप्त परिस्थितीत सगळ्यात महत्त्वाचं होतं ते म्हणजे मिळालेली माहिती माझ्या मुंबईतील सहकाऱ्यांच्या कानी घालणं! त्यासाठी माझा कनिष्ठ सहकारी सतीश झा जो मुंबईत पोलीस अधीक्षक म्हणून कार्यरत होता, त्याच्याबरोबर सातत्याने संपर्कात राहणं आवश्यक होतं. तोपर्यंत भारतात मोबाइल टेलिफोन नेटवर्क पोहोचलं नव्हतं. माझ्या दुर्दैवाने गब्बर सिंगच्या कार्यालयात STD फोनची सुविधाही नव्हती. (त्या काळात STD सुविधा असलेले फोन फक्त ज्यांना गरजेचे आहेत अशा वरिष्ठ अधिकाऱ्यांच्या घरी किंवा कार्यालयातच उपलब्ध होते. मला अजूनही आठवतं, या सुविधेचा गैरवापर होऊ नये, म्हणून अनेकदा हे फोन एखाद्या बॉक्समध्ये ठेवून त्याला टाळं लावलं जायचं किंवा सांकेतिक क्रमांक वापरून त्या फोनचा वापर रोखला जायचा. हा सांकेतिक क्रमांक फक्त त्या अधिकाऱ्यांनाच माहीत असायचा.)

ही तांत्रिक अडचण लक्षात घेऊन मी ट्रंक कॉल करून मला हैदराबादमध्ये मिळालेली माहिती मुंबईत सतीश यांना दिली. सतीश मला पाच वर्षांनी कनिष्ठ होता. उत्तम तपासासाठी आणि धडक कारवायांसाठी ओळखले जाणारे धडाडीचे अधिकारी याआधीही अनेक कारवायांमध्ये माझ्याबरोबर सहभागी झाले होते. त्याने तातडीने त्याच्या हाताखालच्या काही निवडक अधिकाऱ्यांची एक टीम तयार केली. तसंच मुंबई पोलिसांनाही विश्वासात घेतलं. ही गोष्ट आमच्यासाठी नक्कीच

फायद्याची ठरणार होती. हे संशयित जिथे राहत होते, तो मोमीनपुरा हा भाग झोपडपट्टीचा भाग होता. इथे राहणारे बहुतांश लोक मुस्लीम समाजाचे आहेत आणि ते एकमेकांना एवढे घट्ट धरून असतात की, सरकारी यंत्रणांना इथे शिरकाव करणं शक्यच नव्हतं. त्यामुळे पोलीस या भागात जाऊन कारवाई करणं काहीसं अशक्यच होतं.

पोलीस उपअधीक्षक प्रमोद मुडभटकळ आणि निरीक्षक रमण त्यागी या दोघांनी मोमीनपुरा परिसरात जाऊन त्या सेवाभावी रुग्णालयाचा पत्ता शोधण्याचा प्रयत्न केला. पण त्यांना अजिबात यश मिळालं नाही. सीबीआयचं विशेष कृती दल आणि मुंबई पोलीस यांच्या एकत्रित टीमचं नेतृत्व सतीश करत होता. त्याला त्या भागात जाऊन संशयित डॉक्टरबद्दल चौकशी करायला सुरुवात करणं पसंत नव्हतं. त्यामुळे तिथले लोक सावध झाले असते, एकत्र आले असते आणि त्यामुळे कायदा-सुव्यवस्थेचा प्रश्न निर्माण झाला असता. परिणामी आमच्या तपासात अडथळे आले असते. त्याने मला मोमीनपुऱ्यातील एका STD बूथवरून गब्बर सिंगच्या कार्यालयात फोन केला. आमच्या खबऱ्याने आणखी काही माहिती दिली आहे का, असं त्याला विचारायचं होतं. खबऱ्याने काही खाणाखुणा सांगितल्या होत्या. त्या मी सतीशला सांगितल्या. सतीश आणि त्याच्या सहकाऱ्यांनी त्या खाणाखुणांचा मागोवा घेण्याचा प्रयत्न केला. पण ना त्यांना ते सेवाभागी रुग्णालय सापडलं, ना डॉक्टरचा पत्ता!

हे सगळं होईपर्यंत मध्यरात्र उलटून गेली होती आणि मोमीनपुरा सुनसान झाला होता. काही चहाचे आणि पानाचे ठेले वगळले, तर सगळी दुकानं बंद झाली होती. रस्ते सामसूम होते. मोमीनपुऱ्यातल्या गल्ल्यांमध्ये शोधक नजरेने भटकणाऱ्या पोलिसांवर गल्लीतले कुत्रे भुंकायला लागले होते. आमची शोधमोहीम सुरू होऊन अनेक तास उलटून गेले होते. आजूबाजूने जाणारे लोक आता सीबीआयच्या आमच्या लोकांकडे संशयाने बघायला लागले होते. वेळ आमच्या हातातून निसटून जायला लागला होता. सतीशचा संयमही आता सुटत चालला होता. तणाव त्याच्या चेहऱ्यावर स्पष्ट दिसत होता. तेवढ्यात एका गल्लीच्या कोपऱ्यावर एक टॅक्सी उभी असलेली त्याला दिसली. त्या टॅक्सीचा चालक आतच बसला होता. कदाचित दिवसाच्या शेवटच्या भाड्याची वाट बघत असावा. सतीशला काय वाटलं कोणास ठाऊक, पण त्याने त्या टॅक्सीचालकाकडे आपला मोर्चा वळवला. चेहऱ्यावर अजिजी आणत त्याने त्या चालकाला त्या परिसरात एखादा सेवाभावी दवाखाना आहे का, याबद्दल विचारलं. त्याच्या कोणा नातेवाइकाला तातडीने उपचारांची गरज असल्याची लोणकढी थापली त्याने मारली. त्यावर त्या टॅक्सीचालकाने सतीशला विचारलं की, ते डॉ. जलीस अन्सारी यांच्या खैराती रुग्णालयाबद्दल

विचारत आहेत का? सतीशला त्या डॉक्टरचं नाव माहीत नव्हतं. पण त्याने एक प्रयत्न म्हणून होकार दिला. त्या टॅक्सी चालकाने सतीशला रुग्णालयाचाच नाही, तर डॉक्टर ज्या चाळवजा झोपडपट्टीत राहायचा, त्या चाळीचा तपशीलवार पत्ता सांगितला. डॉक्टर त्या रुग्णालयाच्या वरच्या भागातच राहत होता. सुदैवाने त्या टॅक्सीचालकाने सतीशबरोबर येत त्यांना पत्ता दाखवण्याची तयारीही दाखवली.

तो टॅक्सीचालक टॅक्सीचे सगळे दरवाजे बंद करत असताना सतीशने जवळच उभ्या असलेल्या प्रमोद आणि रमण यांना त्यांच्या मागे येण्यास खुणावलं. दिवसभराच्या अथक परिश्रमानंतर शेवटी पोलिसांच्या हाती काहीतरी लागण्याची शक्यता होती. एक वेगळीच संवेदना त्यांच्या शरीरात वाहू लागली आणि त्यांचं हृदय धडधडू लागलं. पुढे काय घडणार, याची कल्पना कोणालाच नव्हती. आपलं लक्ष्य अक्षरश: काही पावलांवर आहे, याची कल्पना त्यांना आली होती. एखाद्या निष्णात शिकाऱ्याला शिकारीचा वास लागावा, तशीच!

सतीश आणि तो टॅक्सीचालक अगदी काही मिनिटांमध्येच त्या स्थळी पोहोचले. प्रमोद आणि रमण त्यांच्या मागेच होते. ते धर्मादाय रुग्णालय त्यांच्या अगदी समोरच होतं. रुग्णालयाचं नाव असलेला भलामोठा फलक लावला होता. त्या रुग्णालयाच्या वर आणि आसपास काही चाळी होत्या. रस्त्यावरच्या म्युनिसिपालिटीच्या दिव्यांच्या मिणमिणत्या प्रकाशात त्या सगळ्या चाळी सारख्याच दिसत होत्या. सतीशने त्या टॅक्सीचालकाला विचारलं की, तो त्याच्यावर आणखी थोडे उपकार करून त्याला डॉक्टरांची चाळ आणि खोली दाखवू शकेल का? त्या भल्या टॅक्सीचालकाने अजिबात खळखळ न करता सतीशची विनंती मान्य केली आणि एका चाळीच्या लाकडी जिन्यांवरून तो वर जायला लागला. त्यानंतर एका अरूंद सज्जातून चालत जाऊन तो त्या डॉक्टरांच्या खोलीबाहेर थांबला. त्या टॅक्सीचालकाने डॉक्टरांच्या खोलीच्या दरवाज्यावर थाप मारली आणि ओरडूनच सांगितलं की, कोणाला तरी मदतीची गरज आहे.

साधारण १४-१५ वर्षांच्या एका मुलाने त्या खोलीचा खिळखिळा दरवाजा उघडला. 'डॉक्टर अन्सारी घरात आहेत का?' असं सतीशने विचारलं. तोपर्यंत साधारण चाळिशीचा, दाढी राखलेला एक माणूस म्हणजेच डॉक्टर अन्सारी दरवाज्यापर्यंत आला आणि त्याने 'सतीशला काय हवंय?' असं विचारलं. सतीशने त्याला अस्तित्वात नसलेल्या एका रुग्णाच्या आजाराबद्दल माहिती देत गुंतवून ठेवलं आणि तोपर्यंत प्रमोद व रमण चाळीत शिरले. डॉक्टरला काही कळायच्या आत किंवा त्याने काही प्रतिकार करायच्या आत ते दोघंही घरात घुसले होते. घरात घुसल्या घुसल्या त्यांनी खोलीत पसरलेल्या जुनाट फर्निचरची उलथापालथ करायला सुरुवात केली. बाजूला पडलेले लोखंडी पेटारेही त्यांनी उघडले. संतापलेल्या

डॉक्टरने सतीश आणि त्याच्या अधिकाऱ्यांवर आरडाओरडा करायला सुरुवात केली आणि ताबडतोब घराबाहेर जायला सांगितलं. नेमकं त्याच वेळी त्या खोलीतल्या माळ्यावर ठेवलेली एक ट्रंक एका अधिकाऱ्याने उघडली आणि त्यात शस्त्रास्त्रं, स्फोटकं आणि बॉम्ब बनवण्याचं साहित्य सापडलं. हे सामान सापडल्यानंतर त्या डॉक्टरची बोलती बंद झाली आणि त्याचा विरोधही मावळला.

डॉ. अन्सारीच्या खोलीत चाललेल्या या गोंधळामुळे आजूबाजूचे लोक जागे झाले. पोलिसांची धाड पडल्याची बातमी त्या वस्तीत वणव्यासारखी पसरली आणि लोक गोळा व्हायला सुरुवात झाली. काही जण तर डॉक्टर अन्सारीच्या घराखालच्या रस्त्यावरच जमले होते. क्षणाक्षणाला ही गर्दी वाढत होती. ही गर्दी आपल्याला घेरणार आणि गोंधळ घालणार, याची कल्पना पोलिसांना आली. सतीशसोबत असलेल्या स्थानिक पोलिसांच्या वायरलेस यंत्रणेचा वापर करून त्याने मुंबई पोलिसांच्या नियंत्रण कक्षाशी संपर्क साधला आणि जादा कुमक मागवून घेतली. अगदी थोड्याच वेळात सशस्त्र पोलिसांची एक तुकडीच तिथे पोहोचली. त्या भागात डॉक्टर अन्सारी हा चांगलाच प्रसिद्ध होता. तसंच तो सेवाभावी रुग्णालय चालवत असल्याने लोकांना त्याच्याबद्दल सहानुभूतीही होती. त्यामुळे त्याला अटक होणार असल्याची बातमी पसरताच लोक संतापले होते. पोलिसांनी डॉक्टर अन्सारीला घेऊन त्याच्या चाळीबाहेर पाऊल टाकलं आणि जमावाने पोलिसांविरोधी घोषणा द्यायला सुरुवात केली. महत्प्रयासाने पोलिसांच्या या तुकडीने डॉक्टर अन्सारीला सीबीआयच्या मुंबईच्या विशेष कृती दलाच्या सचिवालयाजवळच्या कार्यालयात आणलं.

पहाटे तीन वाजता या गोष्टीची माहिती देण्यासाठी मला सतीशचा फोन आला. माहिती मिळाल्यानंतर अगदी काही तासांच्या आत या खटल्यातील एका महत्त्वाच्या संशयिताला अटक करण्यात आणि बॉम्ब बनवण्याच्या साहित्याबरोबर शस्त्रास्त्रं ताब्यात घेण्यात आमच्या टीमला यश आलं होतं. मुंबई आणि हैदराबाद यादरम्यान अनेक फोन सुरू होते. गब्बर सिंगच्या खबऱ्यालाही या अटकेची माहिती दिली. आपण दिलेली माहिती अचूक होती आणि त्या माहितीबरहुकूम पोलिसांनी झटपट कारवाई केली, हे ऐकून त्या खबऱ्याच्या चेहऱ्यावरही समाधान झळकलं होतं.

पहाटे चारच्या सुमारास मी पोलिसांच्या अतिथीगृहात पोहोचलो. दिवसभर दगदग करूनही मला मिळालेल्या यशाची धुंदी होती. अगदी आत्ताआत्तापर्यंत ज्या प्रकरणात आरोपींचा सुगावाही लागत नव्हता, त्या प्रकरणातील प्रमुख संशयित आरोपीला आम्ही अटक केली होती. हे खरंच खूप मोठं यश होतं. या समाधानातच मला कधी झोप लागली, ते कळलंच नाही.

मला झोप लागून साधारण दोन तासच झाले असतील आणि माझ्या दरवाज्याची कडी वाजली. हैदराबाद पोलिसांचा एक अधिकारी मला पोलीस आयुक्तांचं निमंत्रण द्यायला आला होता. पोलीस आयुक्त एच. जे. डोरा यांनी मला त्यांच्या घरी नाश्त्यासाठी बोलावलं होतं. त्यांना बहुतेक गब्बर सिंगकडून डॉ. अन्सारीच्या अटकेची बातमी मिळाली होती. त्यामुळे ते मला भेटण्यासाठी उत्सुक होते.

माझी झोप झाली नव्हती, पण मी तसाच झोपाळलेले डोळे घेऊन पोलीस आयुक्त डोरा यांच्या घरी गेलो. त्यांनी खूप आत्मीयतेने माझं स्वागत केलं. डॉक्टर अन्सारीला पकडण्यासाठी आम्ही जे काम केलं, त्याचं कौतुक म्हणून त्यांनी हे आमंत्रण दिलं होतं. त्यांनी मला हे सांगितलं, तेव्हा खरंच मला भरून आलं. या खटल्याचा सोक्षमोक्ष लावण्याचा माझा निर्धार आणखी पक्का झाला. मी याआधी डोरांबद्दल खूप काही ऐकलं होतं. त्यांना भेटणं म्हणजे माझ्यासाठी एक स्वप्न सत्यात उतरल्यासारखं होतं. राजकारण्यांसमोर कोणत्याही परिणामांची पर्वा न करता जे बरोबर असेल, त्याला बरोबर म्हणण्याची धमक डोरा यांनी आतापर्यंत अनेकदा दाखवली होती. आपल्या हाताखालच्या माणसांनाही अत्यंत प्रेमाने वागवणारे, डोरा यांच्यासारखे मृदू व्यक्तिमत्त्वाचे अधिकारी आता असणं कठीण आहे.

***

डोरा यांच्या घरून मी थेट विमानतळावर गेलो आणि तिथून मुंबईसाठी रवाना होणारं पहिलं विमान पकडलं. हैदराबादहून मुंबईला पोहोचायला मला जेवढा वेळ लागला नाही, त्यापेक्षा जास्त वेळ मला मुंबईच्या वाहतूक कोंडीतून रस्ता काढून विमानतळावरून दक्षिण मुंबईतील विशेष कृती दलाच्या कार्यालयात पोहोचायला लागला. मी तिथे पोहोचेपर्यंत माझ्या सहकाऱ्यांनी न्यायालयीन प्रक्रिया पार करून डॉ. अन्सारीला चौकशीसाठी पोलीस कोठडीत ठेवण्याची परवानगी मिळवली होती.

मी सतीशच्या ऑफिसमध्ये शिरलो आणि मला डॉ. अन्सारी एका खुर्चीवर बसलेला दिसला. सीबीआयचे तीन अधिकारी त्याला घेराव घालून बसले होते आणि त्याची झाडाझडती घेत होते. मी आत शिरलो, तसे ते मला सलाम करायला उभे राहिले. सलाम झाल्यानंतर अत्यंत हताशपणे त्यापैकी एक अधिकारी मला म्हणाला, "साहेब, सकाळपासून खोदून खोदून चौकशी सुरू आहे, पण या माणसाने तोंडातून एक शब्दही काढलेला नाही. एवढंच कशाला शस्त्रास्त्रं आणि स्फोटकं त्याच्या घरातून सापडल्याचंही तो फेटाळून लावतोय."

हे ऐकल्यावर दुसरं काही करण्याआधीच मी डॉ. अन्सारीची चौकशी करण्याचं

ठरवलं. इतरांना तो बधला नाही, मला तरी बधतो का, हा प्रश्न मला पडला होता. चौकशीचे अनेक मार्ग वापरूनही त्याच्यावर त्यांचा काहीच ढिम्म परिणाम होत नव्हता. त्याच्या चेहऱ्यावरची सुरकुतीही हलत नव्हती. आता पुढे काय करायचं, हा माझ्यासमोरचा मोठा प्रश्न होता. त्या डॉक्टरच्या समोर बसून माझ्या डोक्यातलं विचारचक्र सुरूच होतं. त्याला लवकरात लवकर बोलतं करणं आवश्यक होतं. जिथे कोणालाच काहीच यश मिळत नव्हतं, तिथे आम्ही इथपर्यंत पोहोचलो होतो. आम्ही सूत्रधाराला अटक केली होती, त्याच्या घरातून शस्त्रास्त्रं आणि स्फोटकंही जप्त केली होती. पण आम्हाला आणखी पुढे जाणं भाग होतं. डॉक्टर अन्सारीच्या या कटात त्याच्यासह कोण कोण सहभागी होतं, ही माहिती मिळवून त्या सगळ्यांच्या मुसक्या आम्हाला आवळायच्या होत्या. आणि त्यासाठी आधी डॉक्टरने तोंड उघडणं अत्यावश्यक होतं. पण डॉक्टर मात्र त्याच्या मौनावर ठाम होता.

मी डॉक्टरच्या समोर बसलो होतो खरा, पण माझ्या मनात अनेक विचारचक्रं फिरत होती. अनेक भावना दाटून आल्या होत्या. माझ्या चेहऱ्यावरून माझ्या मनातल्या भावना त्या डॉक्टरला कळत होत्या की नाही, कोणास ठाऊक; पण त्याच्या चेहऱ्यावरून त्याच्या मनाचा थांग काही लागत नव्हता. अचानक माझ्या मनात काय आलं काय माहीत, पण मी त्या डॉक्टरला विचारलं, "डॉक्टर, समजा मी इथे कुराण घेऊन आलो, तर त्या कुराणाची शपथ घेऊन तू कबूल करशील का की, तुला या बॉम्बस्फोटांबद्दल काहीच माहीत नाही?" तो प्रश्न ऐकून डॉक्टर अन्सारी जागच्या जागी थिजला आणि असहाय्यपणे माझ्याकडे बघायला लागला. त्याचा चेहरा आक्रसला आणि काही क्षणांमध्येच तो हमसून हमसून रडायला लागला. त्याच्या मनात दडवलेली माहिती त्याला अजिबात सांगायची नव्हती, पण कुराणेशरीफचा उल्लेख झाल्यानंतर मात्र त्याच्या भावनांचा बांध फुटला होता. तो एक धार्मिक किंबहुना प्रचंड कट्टर होता, यात वादच नाही. पोलिसांच्या चौकशीचा मानसिक तणाव झेलायला तो तयार होता. एका मोठ्या जमावासमोर त्याला अटक करून त्याची अब्रू वेशीला टांगली गेली होती. लोकांच्या समोर आणखी अब्रू गेली असती, तरी ते त्याला मान्य होतं. एवढंच काय, त्याच्या कुटुंबापासून अनिश्चित काळासाठी दूर राहायचीही त्याची तयारी होती. पण त्याच्या पवित्र धर्मग्रंथाशी प्रतारणा करून खोटी शपथ घ्यायच्या कल्पनेनेच तो समूळ हादरला होता. रडत रडतच तो अस्पष्ट असं काहीतरी पुटपुटायला लागला. त्याला थांबवून काही प्रश्न विचारावेत, असा विचार माझ्या डोक्यात आला होता. पण मी स्वत:ला आवर घातला. थोड्या वेळाने तो भानावर आला. हळूहळू त्याने स्वत:ला सावरलं आणि तो स्वत:बद्दल, तो कट्टरतावादाकडे कसा

झुकला त्याबद्दल, जिहादच्या नाऱ्याने एकत्र आलेल्या लोकांबद्दल बोलायला लागला. तो अक्षरश: बांध फुटल्यासारखा बोलत होता. जणूकाही इतके दिवस त्याच्या मनात या गोष्टी साठल्या होत्या आणि बाहेर पडण्यासाठी मार्ग शोधत होत्या. तो इतका बिनधास्त आणि पटापट बोलत होता की, त्याचा तो कबुलीजबाब कागदावर नोंदवताना आमची कसरत होत होती. गुन्हेगारांचं हे असं पोपटासारखं कबुलीजबाब देणं आमच्यासाठी काही नवीन नव्हतं. चौकशी सुरू असताना अनेकदा एखादा गुन्हेगार जेव्हा मानसिक ताणाला बळी पडतो, तेव्हा एकदा बोलायला सुरुवात केल्यावर त्याला काहीच मनात ठेवायचं नसतं. आतापर्यंत मनात दडवून ठेवलेली सगळी गुपितं बाहेर काढून त्याला शांत व्हायचं असतं. आपण कबुली दिल्याचे परिणाम काय होतील, याची त्याला काहीच काळजी नसते. उत्तर भारतातील पोलिसांच्या भाषेत आम्ही याचं वर्णन 'वो खुल गया' असं करतो. डॉक्टर अन्सारीने जणूकाही त्याचं हृदयच आमच्यासमोर उघडं केलं. त्याचं आयुष्य, एक निष्णात डॉक्टरपासून कट्टरतावादी आणि आता एक दहशतवादी इथपर्यंत कसं झालं, हेदेखील त्याने अगदी खुलेपणाने सांगितलं.

***

उत्तर प्रदेशातील बस्ती जिल्ह्यात जलीस अन्सारीचा जन्म झाला आणि तिथेच तो लहानाचा मोठा झाला. अभ्यासात तो जात्याच हुशार होता. डॉक्टर होण्याचं स्वप्न उराशी बाळगून तो वैद्यकीय शिक्षणासाठी मुंबईत आला. प्रचंड मेहनतीने त्याने सायनच्या वैद्यकीय महाविद्यालयात प्रवेश मिळवला आणि तिथूनच MBBSची पदवीही प्राप्त केली. १९८३मध्ये तो मुंबई महापालिकेच्या सार्वजनिक आरोग्य विभागात नोकरीला लागला. लवकरच त्याचं लग्न झालं आणि मुंबईतल्या मोमीनपुरा या मुस्लीमबहुल लोकवस्तीतील एका चाळीत त्याने संसार थाटला. जलीस लहानपणापासूनच धार्मिक होता. याच धार्मिकतेपोटी तो अहल-ए-हादीस या चळवळीशी जोडला गेला. अहल-ए-हादीस ही चळवळ १९व्या शतकात उत्तर भारतात सुरू झाली. मुस्लीम धर्माचं पालन त्याच्या मूळ आणि शुद्ध स्वरूपातच झालं पाहिजे, हा या पंथाचा आग्रह होता. जलीस फक्त या पंथाच्या मशिदींमध्येच जायचा. अनेकदा देशाच्या कानाकोपऱ्यातून मौलवी या मशिदीत यायचे आणि देशात आणि खासकरून काश्मिरमध्ये मुस्लिमांवर कसे अन्याय होत आहेत, हे सांगणारी अत्यंत भडक व चिथावणीखोर भाषणं करायचे. आंध्र प्रदेशातल्या करीमनगर इथे राहणारा आझम घौरी हा अशा मौलवींपैकीच एक होता. हा आझम घौरी उत्तम वक्ता होता. लष्कर-ए-तोयबा आणि नक्षलवादी यांच्याशी त्याचे जवळचे संबंध होते. पाकिस्तान आणि अफगाणिस्तानमध्ये जाऊन त्याने अनेक

घातक कारवायांचं प्रशिक्षणही घेतलं होतं. तसंच आंध्र प्रदेशातील अनेक गंभीर गुन्ह्यांसाठी पोलिस त्याचा शोध घेत होते. एका वरिष्ठ पोलीस अधिकाऱ्याच्या खुनाचा आरोपही त्याच्यावर होता.

डॉक्टर अन्सारी आणि घौरी यांची मैत्री जुळायला फार वेळ लागला नाही. लवकरच घौरीच्या अत्यंत कट्टर विचारांनी अन्सारीला भुरळ पाडली. भारत सरकार आणि या देशात राहणाऱ्या बहुसंख्य लोकांचा बदला घेण्याच्या घौरीच्या कल्पनेशी अन्सारीही सहमत व्हायला लागला. १९८६-८७च्या सुमारास मोमीनपुऱ्यातील मशिदीला दिलेल्या एका भेटीत घौरीबरोबर अब्दुल करीम ऊर्फ टुंडा नावाचा एक माणूसही होता. उत्तर भारतात एकच हात असलेल्या माणसाला टुंडा म्हणतात. टुंडाला दहशतवादी कारवायांचा चांगलाच अनुभव होता. पाकिस्तानच्या ISIचा एक हेर म्हणूनही तो काम करत होता. मुंबई आणि आसपासच्या भागांमध्ये दहशतवादी हल्ले घडवून आणण्याचा कट टुंडाच्या डोक्यात शिजत होता. हा कट प्रत्यक्षात उतरवण्यासाठी डॉक्टर अन्सारी ही योग्य व्यक्ती आहे, हे कळायला टुंडाला फार वेळ लागला नाही.

टुंडा आणि अन्सारी या जोडगोळीचे कारनामे बघण्याआधी या टुंडाबद्दल थोडंसं जाणून घेऊ या. टुंडाचा जन्म १९४३मध्ये दिल्लीत झाला त्याचे आईवडील अत्यंत गरीब होते. टुंडाच्या जन्मानंतर लवकरच हे कुटुंब उत्तर प्रदेशच्या गाझियाबाद जिल्ह्यातल्या पिलाखुवा या त्यांच्या गावी गेले. तिथे त्याने स्थानिक मदरश्यात धार्मिक शिक्षण घ्यायला सुरुवात केली. लहानपणापासूनच त्याचा ओढा धार्मिक कट्टरतेकडे होता. देशात रामजन्मभूमी आंदोलनाने जोर पकडला होता. याच काळात टुंडा एका प्रश्नाचं उत्तर शोधत होता. भारतात बहुसंख्य समाजाकडून नेहमी मुस्लिम समाजाला लक्ष्य करून त्यांना का दाबलं जातं? १९८५मध्ये त्याच्या गावात झालेले जातीय दंगे त्याने स्वतःच्या डोळ्यांनी बघितले. त्याच्या काही नातेवाइकांना जमावाने जिवंत जाळल्याचं त्याने पाहिलं. या जमावाने मुस्लिमांची काही दुकानं आणि मशीदही उद्ध्वस्त केली. या घटनेनंतर टुंडा आणखीनच कट्टर झाला. ISIसाठी तर टुंडा म्हणजे आपोआप झोळीत पडणारा पिकलेला आंबा होता.

१९९३मध्ये टुंडा पहिल्यांदा पाकिस्तानात गेला. तिथे लष्कर ए तोयबाच्या एका प्रशिक्षण केंद्रात त्याला घातपाती कारवायांचं प्रशिक्षण देण्यात आलं. तो परतल्यानंतर भारतात झालेल्या जवळपास ४०पेक्षा जास्त बॉम्बस्फोटांमध्ये आणि दहशतवादी हल्ल्यांमध्ये टुंडाचा नुसता सहभागच नव्हता, तर तोच त्या हल्ल्यांना जबाबदार होता. देशातल्या मुस्लिमांच्या समस्यांबद्दल फक्त चर्चा करून आणि ठराव मांडून मुस्लिम समाजाचं काहीही भलं होणार नाही. त्यासाठी थेट आणि

निर्णायक कृती केली पाहिजे, हे डॉक्टर जलीस अन्सारीला पटवून देण्यात तो यशस्वी ठरला. शस्त्रं कशी वापरायची, बॉम्ब कसा तयार करायचा, याचं प्रशिक्षण घेण्यासाठी टुंडाने डॉक्टर अन्सारीला पटवलं. हे सगळं प्रशिक्षण कुठे मिळतं, याची माहिती अन्सारीला हवी होती. टुंडा तर त्याला तिथल्या तिथे बॉम्ब बनवण्याचं आणि इतर प्रशिक्षण द्यायला तयार होता. स्फोटकं, टायमर वगैरे गोष्टी बरोबर घेऊनच तो मुंबईत आला होता. आजारी रुग्णांवर उपचार करून त्यांना बरं करणारा डॉक्टर अन्सारी अगदी काही दिवसांमध्येच बॉम्ब बनवायला शिकला. वैद्यकीय शिक्षण घेताना डॉक्टरने लोकांचे जीव वाचवण्याची शपथ घेतली होती, पण इथे मात्र या नव्या विद्येच्या आधारे शेकडो निरपराध लोकांचे जीव घ्यायला डॉक्टर तयार झाला होता. आपल्यात झालेला हा बदल खुद्द जलीस अन्सारीलाही थक्कं करणारा होता. एका वाल्मिकीचा वाल्या झाला होता.

अत्यंत खुनशी डोक्याचे आझम घौरी, डॉ. जलीस अन्सारी आणि अब्दुल करीम टुंडा हे त्रिकूट एकत्र येणं हे कमी धोक्याचं नव्हतं. अन्सारी आणि टुंडा सतत एकमेकांच्या संपर्कात असायचे. टुंडा नेहमी अन्सारीला स्फोटकं पाठवत राहायचा. या दरम्यान डॉक्टर अन्सारीने मुंबईत त्याची विश्वासू माणसं गोळा करायला सुरुवात केली. हे सगळे लोक अन्सारी आणि टुंडा यांच्यासारखेच कट्टरतावादी आणि अन्सारीसाठी काहीही करायला तयार होते. टुंडा मुंबईत आला आणि त्याने डॉक्टर अन्सारीच्या घरी बॉम्ब तयार केले. हे बॉम्ब डॉक्टर आणि सलीम, बच्चू आणि रईस या त्याच्या तीन साथीदारांनी मिळून मुंबईतील अंधेरी, सायन, खार, हलीवाडा आणि मुंबई छत्रपती शिवाजी टर्मिनसजवळ अशा पाच गुरुद्वारांमध्ये ठेवले. शीख धर्मीय आणि अन्य धर्मीय यांच्या दरम्यान दंगल भडकावी, हा त्यामागचा हेतू होता. डॉक्टरचा प्रत्यक्ष सहभाग असलेला हा पहिला गंभीर गुन्हा होता. त्यानंतर त्याने मागे वळून बघितलंच नाही. तो आणि त्याचे सहकारी बॉम्ब बनवण्याच्या आणि ते योग्य ठिकाणी ठेवण्याच्या कलेत पारंगत झाले. साल होतं १९८९!

***

डिसेंबर १९९२मध्ये बाबरी मशीद पाडली आणि त्यानंतर बहुसंख्य समाजविरोधातली डॉक्टर अन्सारीची मोहीम अधिक तीव्र आणि जहाल झाली. देशातील बहुतांश मुस्लिमांच्या मनात हिंदूंबद्दल राग खदखदत होता. नेमकी हीच संधी साधून अहल-ए-हादीस या गटाने अधिकाधिक शस्त्रास्त्रं आणि स्फोटकं वाटायला सुरुवात केली. त्यांना लोकांच्या मनातल्या या संतापाचा फायदा त्यांच्या चळवळीसाठी करून घ्यायचा होता.

गुरुद्वारांवरील हल्ला यशस्वी झाल्यानंतर अन्सारीने मुंबईतील काही पोलीस ठाणी, शिवसेनेची शाखा आणि कामगार नेते डॉ. दत्ता सामंत यांचं निवडणूक कार्यालय यांना लक्ष्य केलं. यापैकी काही स्फोटांमध्ये नागरिकांना जीव गमवावा लागला, तरीही हा छोटा गट कोणाच्याही नजरेत आला नाही. पोलीस असो किंवा गुप्तचर यंत्रणा, सगळ्यांच्या नजरेपासून लांब राहण्यात डॉक्टर आणि त्याचे साथीदार यशस्वी ठरले. डॉक्टरच्या गटाचं हे 'यश' बघून मुस्लीम समाजातील काही सधन लोक पुढे आले आणि त्यांनी या सगळ्या गुन्हेगारी कारवायांसाठी डॉक्टरला भरघोस मदत देऊ केली.

याच काळात अन्सारी त्याच्या एका नातेवाइकांच्या ऑफिसमध्ये कोण्या अश्फाक खान नावाच्या माणसाला भेटला. अश्फाक राजस्थानमधल्या दौसा इथे खाण कंत्राटदार होता. अन्सारी आणि अश्फाक यांचे सूर लवकरच जुळले. खाणकामासाठी सरकारकडून मिळणाऱ्या स्फोटकांच्या साठ्यापैकी मोठा वाटा अन्सारीच्या कारवायांसाठी देण्याची जबाबदारी अश्फाकने आपल्याकडे घेतली. डॉक्टर अश्फाकसह दौसाला गेला आणि त्याने बराच काळ कारवाया करण्यासाठी पुरेल, एवढा स्फोटकांचा साठा अश्फाककडून मिळवला.

१९९३च्या मध्यापर्यंत अन्सारी आणि त्याच्या सहकाऱ्यांची ताकद दिवसेंदिवस वाढतच चालली होती. त्यांच्या दहशतवादी कारवायांचं जाळं आता मुंबईबाहेरही पसरायला लागलं होतं. हैदराबाद, कर्नाटकमधील गुलबर्गा इथेही अन्सारीने स्फोट घडवून आणले होते. टुंडाच्या मदतीने डॉक्टर अन्सारीच्या सहकाऱ्यांचं जाळं भारतभर पसरायला लागलं होतं. टुंडाने अन्सारीची ओळख अहल-ए-हादीसमधल्या अनेक वरिष्ठांशी करून दिली होती. रायबरेलीचे डॉ. हबीब आणि लखनऊचे डॉ. जमाल अल्वी हे त्यापैकीच दोन नेते होते.

१९९३च्या ऑगस्ट महिन्यात अहल-ए-हादीसमधील काही प्रमुख डॉ. अल्वीच्या लखनऊमधील घरी भेटले. या गटाच्या कारवाया वाढवण्याचा निर्णय या बैठकीत झाला. त्याला 'भारत की तबाही' असं नाव देण्यात आलं. पुढल्याच महिन्यात म्हणजे सप्टेंबर १९९३मध्ये आणखी एक बैठक लखनऊमध्येच झाली. बाबरी मशीद पाडल्याच्या घटनेला डिसेंबर महिन्यात एक वर्ष पूर्ण होणार होतं. त्या पार्श्वभूमीवर काहीतरी कारवाई करण्याचा कट या बैठकीतच शिजला. राजधानी एक्सप्रेस किंवा आंध्र प्रदेश एक्सप्रेस अशा महत्त्वाच्या गाड्यांमध्ये स्फोट घडवून आणण्याची कल्पना डॉ. अन्सारीचीच होती. या गाड्यांमधून देशातील श्रीमंत आणि महत्त्वाच्या व्यक्ती प्रवास करतात. त्यांना लक्ष्य केलं, तर त्याची धग सरकारला जाणवणार होती.

या कटाचा पुढला भाग म्हणून सहा स्फोट घडवण्यासाठी वेगवेगळ्या योजना

आखण्यात आल्या. हे सहा स्फोट दिल्ली-कोलकाता राजधानी, कोलकाता-दिल्ली राजधानी, हैदराबाद-नवी दिल्ली आंध्र प्रदेश एक्सप्रेस, मुंबई-कुर्ला एक्सप्रेस, सुरत-मुंबई फ्लाइंग राणी एक्सप्रेस आणि दिल्ली-मुंबई राजधानी एक्सप्रेस या गाड्यांमध्ये घडवण्यात येणार होते. हे सहाही स्फोट ६ डिसेंबर १९९३ रोजी म्हणजेच बाबरी मशीद पाडण्याच्या घटनेला एक वर्षं पूर्ण होण्याच्या दिवशी सकाळी करण्याचं नियोजन होतं. हे सगळे बॉम्ब डॉ. अन्सारीच्या घरी तयार करण्यात आले. त्यानंतर ते निवडक लोकांमार्फत त्या-त्या ठिकाणी पोहोचवण्यात आले. बॉम्बस्फोट घडवून आणणारे विविध शहरांमध्ये अत्यंत साध्या हॉटेलांमध्ये खोट्या नावाने राहत होते. खोट्या नावाने त्यांनी त्या-त्या गाड्यांमध्ये आरक्षणही केलं होतं. गाडीत बसल्यानंतर त्यांनी बॉम्ब ठेवले होते आणि ठरल्याप्रमाणे ते सगळे एक स्टेशन आधी उतरले होते. या बॉम्बस्फोटाची वेळ पहाटे पाच ते सकाळी साडेदहा अशी ठेवण्यात आली होती.

सहापैकी पाच बॉम्बचा स्फोट झाला. सहावा, मुंबई-कुर्ला एक्सप्रेसमध्ये ठेवलेला बॉम्ब शोधण्यात तपासयंत्रणांना यश आलं. हा बॉम्ब निकामी करण्यात आला आणि आणखी हानी टळली.

एका दिवसात रेल्वेगाड्यांमध्ये वेगवेगळ्या वेळी, वेगवेगळ्या ठिकाणी पाच बॉम्बस्फोट झाल्याची बातमी वाऱ्यासारखी पसरली आणि रेल्वे प्रवाशांमध्ये आणि रेल्वे अधिकाऱ्यांमध्येही एकच घबराट उडाली. देशातील प्रत्येक गाडी जवळच्या कोणत्याही छोट्यामोठ्या, दुर्गम स्थानकावर थांबवण्यात आली. रेल्वे पोलिसांनी सगळ्या गाड्यांची तपासणी केली. काही प्रवासी गाडीतून उतरले आणि सुरक्षेसाठी पळून गेले. रेल्वे वाहतूक आणि वेळापत्रक यांचा बोजवारा उडाला. या साखळी स्फोटांनंतर अनेक दिवस परिस्थिती पूर्ववत झाली नव्हती. हळूहळू देशातल्या दुर्गम रेल्वे स्थानकांमध्ये असलेल्या पोलीस ठाण्यांमधून पोलिसांच्या वायरलेस नेटवर्कच्या माध्यमातून माहिती मिळत गेली. या माहितीमुळे राज्य सरकार, केंद्र सरकार, पोलीस यंत्रणा आणि गुप्तचर यंत्रणा यांना जणू धोक्याचा इशाराच मिळाला. अधिकाराच्या पदावर असलेल्या अनेकांना या अपयशाचं स्पष्टीकरण मागणाऱ्या काही गैरसोयीच्या प्रश्नांना तोंड द्यावं लागलं. दहशतवाद्यांच्या देशभर पसरलेल्या जाळ्याने एकाच वेळी देशातील अनेक ठिकाणी अगदी नियोजित पद्धतीने हल्ला घडवून आणला होता आणि याची साधी कुणकुण किंवा हल्ला घडवून आणणाऱ्यांची ओळखही कोणाला पटली नव्हती. केंद्र आणि राज्य सरकार यांच्या अखत्यारीत असलेल्या विविध गुप्तचर यंत्रणांच्या अधिकाऱ्यांना स्पष्टीकरण देणं भाग होतं.

मार्च १९९३मध्ये झालेल्या मुंबई साखळी बॉम्बस्फोट प्रकरणाचा छडा आपण

लावला आहे, या दाव्याला या संघटनेने घडवलेल्या या रेल्वे बॉम्बस्फोटाने आणि याआधीच्या हल्ल्यांनी सुरुंग लावला. त्यामुळे लोकांमध्ये घबराट पसरली. मुंबईत साखळी बॉम्बस्फोट घडवणाऱ्या आरोपींना मुंबई पोलिसांनी अटक केली असेल, तर मुंबई आणि देशाच्या इतर भागांमध्ये अशाच प्रकारचे बॉम्बस्फोट कोण घडवून आणतंय, असे प्रश्न मुंबई पोलिसांवर सातत्याने टीका करणाऱ्यांनी उपस्थित करायला सुरुवात केली. खासकरून हे साखळी रेल्वे बॉम्बस्फोट ज्या दिवशी घडले, तो दिवस तर अविस्मरणीय होता. आणि त्यामुळेच प्रश्नांना धुमारे फुटले.

***

डॉक्टर अन्सारीच्या अटकेनंतर आणि त्याने दिलेल्या कबुलीनंतर आमच्या विशेष कृती दलाने एकाच वेळी देशाच्या विविध भागांमध्ये धाडी टाकल्या. या कारवाईत अन्सारीच्या इतर १५ सहकाऱ्यांना अटक करण्यात आली. या कारवाईसाठी उत्तर प्रदेशातील लखनऊ आणि रायबरेली, राजस्थानमधील दौसा, कर्नाटकातील गुलबर्गा येथील स्थानिक पोलिसांचीही मदत घेण्यात आली. या प्रकरणाच्या तपासात रेल्वे आरक्षणाचे फॉर्म, हॉटेलच्या नोंदवहीतील सह्या, प्रत्यक्षदर्शींचे जबाब, आणि या आरोपींचे कबुलीजबाब दहशतवादी आणि फुटीरतावादी कारवाया प्रतिबंध कायद्याअंतर्गत (Terrorist and Disruptive Activites (Prohibition) Act म्हणजेच TADA) नोंदवण्यात आले. तसंच आरोपींकडून स्फोटकं आणि शस्त्रास्त्रंही जप्त करण्यात आली. ऑगस्ट १९९४मध्ये या सगळ्या आरोपींविरोधात अजमेर येथील टाडा कोर्टात आरोपपत्र दाखल करण्यात आलं. त्याआधी, या गटाने घडवलेल्या सगळ्या बॉम्बस्फोटांचे खटले एकत्र करून आम्ही त्या सगळ्यांची एकच केस बनवली. या खटल्याची सुनावणी जवळपास दहा वर्षं सुरू होती आणि अखेर २८ फेब्रुवारी २००४ रोजी न्यायालयाने सगळ्या आरोपींना दोषी ठरवत जन्मठेपेची शिक्षा दिली.* दिल्लीतील माझा सहकारी पोलीस अधीक्षक ओ. पी. चटवाल याने पुरावे गोळा करणं, ते न्यायालयात सादर करणं आदी खटपटींची आघाडी यशस्वीपणे सांभाळली. एखाद्या खटल्यातील सगळेच्या सगळे म्हणजे १५ आरोपी एकाच वेळी दोषी सिद्ध होणं आणि सगळ्यांना आजन्म कारावासाची शिक्षा ठोठावली जाणं, ही घटना भारतीय पोलिसांच्या इतिहासात खूपच दुर्मिळ आहे.

डॉ. अन्सारी आणि या कटातले त्याचे सहकारी सध्या अजमेरच्या तुरुंगात त्यांची जन्मठेपेची शिक्षा भोगत आहेत. ६ एप्रिल २००० रोजी या खटल्यातील

---

* सीबीआय विरुद्ध मोहम्मद जलीस अन्सारी आणि इतर या खटल्यात अजमेरच्या स्पेशल टाडा कोर्टाने दिलेला २८ फेब्रुवारी २००४चा निकाल.

आणखी एक सूत्रधार आझम घौरी हैदराबाद पोलिसांबरोबर झालेल्या चकमकीत तेलंगणातल्या म्हणजे त्या वेळच्या आंध्र प्रदेशातल्या जागतियाल येथे मारला गेला. या घटनेनंतर तब्बल १७ वर्षांनी दिल्ली पोलिसांनी या कटाच्या तिसऱ्या सूत्रधाराला म्हणजे अब्दुल करीम टुंडा याला १६ ऑगस्ट २०१७ रोजी भारत-नेपाळ सीमेवरून अटक केली. तो सध्या अजमेर तुरुंगात असून त्याच्या विरोधात ६ डिसेंबर १९९३ रोजी झालेल्या साखळी बॉम्बस्फोटांचा खटला अजून चालू आहे.

सीबीआयच्या माझ्या नऊ वर्षांच्या कारकिर्दीत मी हाताळलेल्या अनेक प्रकरणांपैकी हे एक महत्त्वाचं प्रकरण होतं. देशभर सक्रिय असलेल्या आणि कोणत्याही राज्याच्या पोलिसांना किंवा केंद्रीय गुप्तचर संघटनांना कानोकान खबर नसलेल्या एका दहशतवादी संघटनेची पाळंमुळं खणून काढणं हे माझ्यासाठी खूप समाधान देणारं होतं. रेल्वेमध्ये झालेल्या साखळी बॉम्बस्फोटाच्या प्रकरणाबरोबरच मुंबई आणि आसपास झालेल्या जवळपास ४० छोट्यामोठ्या बॉम्बस्फोटांचा उलगडाही या प्रकरणामुळे झाला. यात मुंबईतील पोलीस ठाण्यांमध्ये झालेले बॉम्बस्फोट आणि गुरुद्वारांमध्ये झालेले बॉम्बस्फोट या प्रकरणांचाही समावेश आहे. आम्ही एका खतरनाक दहशतवादी संघटनेचा बीमोड केला होता आणि भविष्यातील अनेक हल्ले टाळून हजारो लोकांचा जीव वाचवण्यात पुन्हा एकदा आम्हाला यश आलं होतं.

◆

४

सैतानाचा वकील

२२ नोव्हेंबर २०१० रोजी दिल्लीतील कारागृहांचा महासंचालक म्हणून माझी नेमणूक झाली. आतापर्यंतच्या माझ्या कारकिर्दीत मी पोलिसांच्या मुख्य विभागांमध्येच काम केलं होतं. त्यामुळे कारागृह महासंचालक म्हणून नेमणूक झाली, त्या वेळी निदान सुरुवातीला तरी मला धक्का बसला होता. या नियुक्तीमागे पोलीस दलातील अत्यंत प्रच्छन्न राजकारणाचाही हात होता. पण त्याबद्दल बोलून मी तुमच्या आणि माझ्या वेळेचा अपव्यय करणार नाही. पण काळ जसजसा पुढे सरकत गेला, तसं माझ्या या नव्या कामातही मला प्रचंड समाधान तर मिळालंच, पण अनेक आठवणींची शिदोरीही गाठीशी आली. तिहारमधल्या माझ्या छोट्याशा कारकिर्दीतल्या अनेक आठवणींपैकी एका प्रसंगाची ही गोष्ट आहे.

दिल्लीतील कारागृह जनसामान्यांमध्ये तिहार जेल याच नावाने प्रसिद्ध आहे. पण अनेकांना एक गोष्ट माहीत नाही की, तिहार जेल हे काही एक कारागृह नाही. या एका ठिकाणी दहा कारागृहं आहेत. ही दहाही कारागृहं एकाच संकुलाचा भाग आहेत. हे संकुल एकेकाळी छोटेखानी असलेल्या तिहार या गावाजवळ आहे. दिल्लीतील दुसरं कारागृह रोहिणी या दिल्लीच्या पश्चिम टोकाला आहे. हे कारागृहदेखील राजधानी दिल्लीच्या कारागृह विभागाच्या अखत्यारीत येतं. कारागृह विभागातून माझी बदली झाल्यानंतर पाच वर्षांनी, म्हणजेच २०१६मध्ये उत्तर प्रदेश आणि दिल्लीच्या सीमेवरील मंडोली या भागात सहा कारागृहांचं संकुल असलेलं एक नवीन जेल उभं राहिलं आहे.

वाचकांना कदाचित एक गोष्ट वाचून गंमत वाटेल. भारतीय पोलीस सेवेतील वरिष्ठ अधिकारी असलेला कारागृह महासंचालक वगळता कारागृहातील इतर कोणताही कर्मचारी पोलीस सेवेतील नसतो. त्यामुळे भारतीय पोलीस सेवेतील एखाद्या अधिकाऱ्याची नेमणूक कारागृहाचा महासंचालक म्हणून होते, तेव्हा पोलीस म्हणून तो एकटाच त्या ठिकाणी असतो. त्यामुळे काहीशा अनोळखी वातावरणात

त्याला 'एकटं' वाटणं स्वाभाविक असतं. पोलिसांमध्ये असलेली शिस्त, एक दल असल्याची भावना या गोष्टींचा मागमूसही इथे नसतो. विशेष म्हणजे आपलं संपूर्ण आयुष्य गुन्हेगारांचा पाठलाग करण्यात, त्यांना शिक्षा देण्यासाठी प्रयत्न करण्यात घालवलेल्या अधिकाऱ्याला अचानक त्याच गुन्हेगारांच्या सुधारणांच्या कार्यक्रमांकडे लक्ष द्यावं लागतं. या नव्या कामाची त्याला काहीच माहिती नसते. म्हणूनच या पदावर जायला कोणताही पोलीस अधिकारी उत्सुक नसतो. एवढंच काय, या विभागात नियुक्ती म्हणजे शिक्षा, अशीच भावना पोलीस अधिकाऱ्यांच्या मनात असते. आणि हे फक्त दिल्लीतल्याच नाही, तर देशातील बहुतांश राज्यांमधल्या पोलिसांना लागू होतं.

कारागृहात पदभाराची विभागणी कशी असते, याचीही थोडी माहिती घेणं आवश्यक आहे. कारागृहांचा प्रमुख असलेल्या महासंचालकाच्या हाताखाली उपमहासंचालक (कारागृह) हे पद असतं. त्यांच्या खाली कारागृह अधीक्षक कारागृहाचं प्रशासकीय काम हाताळतो. कारागृह अधीक्षकाच्या हाताखाली उप-अधीक्षक, साहाय्यक अधीक्षक, मुख्य वॉर्डन आणि इतर वॉर्डन असतात.

पदभार स्वीकारल्यानंतर दोन-चार दिवसांनी मी तिहार संकुलात असलेल्या सगळ्या कारागृहांना भेट देण्याचं आणि पाहणी करण्याचं ठरवलं. आम्ही कारागृह क्रमांक दोनपासून सुरुवात केली. या कारागृहात दहा किंवा त्याच्यापेक्षा जास्त वर्षं शिक्षा झालेल्या कैद्यांना ठेवलं होतं. एक गोष्ट मी प्रांजळपणे मान्य करतो की, कारागृहात पाऊल टाकण्याआधी मला प्रचंड भीती वाटत होती. पृथ्वीवरच्या नरकात तर मी पाऊल टाकत नाही ना, मला बघून कैद्यांची प्रतिक्रिया कशी असेल, ते माझी हुर्यो उडवतील का, असे एक ना अनेक प्रश्न माझ्या डोक्यात घुमत होते.

कारागृह कर्मचाऱ्यांसह मी कारागृह क्रमांक २ मध्ये पाऊल ठेवलं आणि समोर जे काही दिसलं, त्याने मी आश्चर्यचकित झालो. माझ्या मनात तुरुंगाची जी प्रतिमा होती त्याच्या बरोबर विरुद्ध हे प्रत्यक्षातलं चित्र होतं. त्या विस्तीर्ण परिसरात नीट वाढवलेली हिरवळ होती. त्यामधून चालायला नेटकी वाट होती. त्या वाटेच्या दुतर्फा सुंदर झाडं होती. प्रवेश केल्याबरोबर माझ्या उजव्या हाताला एक पिठाची गिरणी दिसली. तिथे गव्हाचं पीठ दळायचं काम सुरू होतं. तिथल्या कर्मचाऱ्यांनी मला आत नेलं. मी काही काळ तिथे उभा राहून तिथली कामं बघत होतो. पांढऱ्याशुभ्र आणि स्वच्छ कपड्यांमधले कैदी ती गिरणी अत्यंत सुसूत्रपणे आणि एकत्र मिळून चालवत होते. त्यांनी मोठ्या आदराने माझं स्वागत केलं. पिठाची गिरणी चालू होती आणि ती कोणीही लक्ष न देता चालू ठेवणं योग्य नव्हतं. त्यामुळे प्रत्येक जण आपापल्या कामांमध्ये तल्लीन झाला होता. एकमेकांशी

बोलण्याची गरज पडली, तरी ते अत्यंत हळू आवाजात बोलत होते.

ते काम बघून मी समाधानाने बाहेर पडलो. बाहेर मला फक्त पक्ष्यांचा किलबिलाट सोडला, तर इतर कोणताही आवाज ऐकू येत नव्हता. मी पुढे गेलो, तर तिथल्या कर्मचाऱ्यांनी मला कारागृहातल्या कपडे बनवण्याच्या विभागात नेलं. त्या विभागाच्या बाह्य भागात अनेक पुतळे ठेवले होते. प्रत्येक पुतळ्याच्या अंगावर तुरुंगातल्या कैद्यांनी बनवलेले कपडे चढवले होते. हे कैदी नेमाने आणि अगदी भक्तिभावाने आपापल्या शिवणयंत्रांसमोर किंवा हातमागांसमोर बसून काम करतात. त्यांनी बनवलेल्या कपड्यांची ठेवण अत्यंत वेगळी आणि उत्तम दर्जाची असते. गिऱ्हाइकांची गर्दी असती, तर मी करोल बागेतल्या एखाद्या कपड्यांच्या झगमगीत दुकानाबाहेर उभा आहे, असंच मला वाटलं असतं.

तिथून बाहेर पडलो आणि आणखी एक आश्चर्य माझी वाट बघत होतं. ते म्हणजे तुरुंगातील बेकरी! मी एका मोठ्या दालनात प्रवेश केला. तिथे बल्लवाचार्य घालतात तशा टोप्या, पारदर्शक हातमोजे घालून मैदा मळणारे, बिस्किटांचे काप करणारे, पॅटिस बनवणारे किंवा केक, पेस्ट्री असे पदार्थ बनवणारे अनेक कैदी होते. विशेष म्हणजे तिथल्या जमिनीवर एकही डाग नव्हता आणि तिथली सगळी उपकरणं लखलखीत होती. इथे जेवढी स्वच्छता आहे, तेवढी स्वच्छता कदाचित एखाद्या पंचतारांकित हॉटेलमधील रेस्तराँच्या भटारखान्यातही नसेल, असा विचार मी मनाशी करत होतो. या बेकरीत तयार होणारी सगळी उत्पादनं टीजेज् (तिहार जेल) या नावाने बाजारात विकली जात होती. तसंच या उत्पादनांची उलाढाल इतर कोणत्याही मोठ्या बेकरीच्या तोडीची होती. इथे काम करणाऱ्या कैद्यांना दर दिवशीची रोजंदारी दिली जाते, हे ऐकून तर मला आणखीनच आनंद झाला. हे पैसे ते स्वत:साठी खर्च करू शकतात किंवा कुटुंबालाही पाठवू शकतात.

त्यानंतर मी कारागृहातील वाचनालय, चित्रदालन, केशकर्तनालय असे अनेक विभाग पाहिले. एका छोटेखानी मैदानात क्रिकेट खेळताना घालतात तसे पांढरे कपडे घालून क्रिकेट खेळतानाही मी काही कैद्यांना बघितलं. आमच्या ताफ्यातील कोणीतरी मला सांगितलं की, तिहार-११ नावाचा तुरुंगातील कैद्यांचा संघही आहे. हा संघ बाहेर जाऊन क्लब पातळीवरच्या स्पर्धांमध्येही सहभागी होतो.

चट्टेरीपट्टेरी रंगाचे कपडे घालून एकतर जात्यावर दळणारे किंवा हातोड्याने खडी फोडणारे गांजलेले कैदी, त्यांच्यावर अत्याचार करणारा जेलर, अंधाऱ्या कोठड्या हे कारागृहाचं माझ्या डोळ्यांसमोर असलेलं चित्र कधीच पुसलं गेलं होतं. हे कारागृह तर मला एखाद्या आश्रमासारखं वाटत होतं. कैदी इथे मानसिक शांततेच्या शोधात आले असावेत, असं भासत होतं.

मी दिल्ली पोलीस आणि सीबीआय या दलांमध्ये अनेक वर्षं काम केलं होतं.

मी किंवा माझ्या टीमने पकडलेल्या काही गुन्हेगारांची भेटही या तुरुंगात झाली. मी एक बुटका कैदी बघितला. त्याची वाढ खुंटली होती. त्याला मी लगेच ओळखलं. मी दिल्ली पोलिसांच्या विशेष दलाचा अतिरिक्त आयुक्त असताना आम्ही बीमोड केलेल्या एका दहशतवादी संघटनेचा तो सदस्य होता. तो एका शिवणयंत्रावर बसून काम करत होता. मला बघून त्याने माझ्या नजरेला नजर द्यायचं टाळलं होतं; पण दाखवताना तो असं दाखवत होता की, तो कामात मग्न झाला आहे.

माझं लक्ष आणखी एका कैद्याकडे गेलं. हा मध्यमवयीन कैदी उंच होता, अंगापिंडाने भरलेला होता आणि त्याची चालण्याची लकब काहीशी वेगळीच होती. तो माझ्या पुढे काही अंतरावरून चालला होता. पांढरा शर्ट, पांढरी पॅन्ट आणि कॅनव्हासचे पांढरे बूट या अवतारात तो अशा काही थाटात चालला होता की, जणूकाही हे कारागृह त्याच्याच मालकीचं आहे. सुरुवातीला मला वाटलं की, माझ्या सुरक्षेसाठी आमच्याबरोबरच चालणारा तो कारागृहाचा कर्मचारी आहे. चालताना तो मध्येच एखाद्या कैद्याला किंवा वॉर्डनला काही सूचनाही द्यायचा.

त्याच्या त्या व्यक्तिमत्त्वाने मी एवढा भारावून गेलो की, न राहवून मी कारागृह अधीक्षकांना त्याच्याबद्दल विचारलं. ''तो ना, तो एक खुनी आहे,'' ते माझ्या कानात कुजबुजले. आम्ही तसेच पुढे चालत गेलो. थोड्या वेळाने मी पुन्हा विचारलं, 'कोणाचा खून केला आहे त्याने?'

माझ्या ताफ्यातल्या कोणीतरी उत्तरलं, ''साहेब, त्याने एका वकिलाचा खून केला होता.''

मला आणखी काही प्रश्न विचारायची ऊर्मी आली होती, पण मी ती दाबली. योग्य वेळी प्रश्न विचारू असा विचार मी केला.

त्यानंतर आम्ही कैद्यांचे वॉर्ड किंवा त्यांच्या राहण्याची जागा बघायला गेलो. तिथे गर्दी होती, पण ती जागा स्वच्छ होती. काही कैद्यांशी बोलल्यानंतर मी तिथला भटारखाना बघायला गेलो. याच कैद्यांपैकी उत्तम जेवण बनवणारे काही कैदी त्यांच्या हजारो सहकाऱ्यांसाठी जेवण बनवत होते. मी बेकरीत बघितलेल्या दृश्याचीच पुनरावृत्ती मला बघायला मिळाली. इथेही पांढरी टोपी, पारदर्शक हातमोजे घालून कैदी एका तालात काम करत होते. एका मोठ्या तव्यावर पोळ्या भाजण्याचा त्यांचा वेग थक्क करणारा होता. अन्नाची चव घेऊन त्याबद्दलचा शेरा मी शेरेबुकात लिहावा, अशी विनंती अधीक्षकांनी मला केली. मीदेखील पोळीचा एक तुकडा डाळ आणि भाजीसह चाखून बघितला. चव उत्तम होती. मी त्या नोंदवहीत कैदी बल्लवाचाऱ्यांबद्दल समाधान व्यक्त करणारा माझा कौतुकवजा शेरा लिहिला.

आमचा दौरा संपला आणि आमचा ताफा कारागृहातल्याच एका बागेत पोहोचला. इथे चहापान होणार होतं. व्यवस्थित कापलेल्या गवतावर प्लॅस्टिकच्या काही

खुर्च्या आणि टेबलं व्यवस्थित मांडली होती. आजूबाजूला झाडी होती. बागेच्या चहूबाजूंना विशाल वृक्ष उभे होते आणि जवळच तयार केलेल्या एका तळ्यात बदके पोहत होती. आमच्या बाजूलाच कबुतरांचा थवा दाणे आणि किडे टिपत होता. या कबुतरांना दर दिवशी सकाळी मोकळं सोडलं जायचं आणि दर संध्याकाळी न चुकता ती त्यांच्यासाठी बनवलेल्या खुराड्यात परतायची. या प्रसन्न परिसराने मला विसरायला लावलं होतं की, आम्ही देशातल्या एका महत्त्वाच्या कारागृहात बसलो आहोत आणि आम्हाला चहा पाजणारे लोक अट्टल गुन्ह्यांमध्ये दोषी ठरलेले कैदी आहेत.

दिवसभराच्या रपेटीनंतर मी आता खूपच निवांत झालो होतो. तुरुंगात कैद्यांना बघितल्यानंतर माझ्या मनात त्यांच्या वागणुकीबद्दल तोपर्यंत ज्या काही शंका होत्या, त्या फिटल्या होत्या. ते शांत होते, नम्र होते आणि मानसिकदृष्ट्या समाधानी वाटत होते. मगाशी मी बघितलेल्या त्या उंचपुऱ्या आणि धिप्पाड कैद्याबद्दल आणखी माहिती विचारण्याची ही योग्य वेळ आहे, असं मला वाटलं. अधीक्षकांकडे वळून मी विचारलं, ''मघाशी आपल्या पुढे चालणाऱ्या त्या माणसाने कोणाचा खून केला होता?''

त्या अधीक्षकांना माहीत नव्हतं. त्यामुळे उपअधीक्षक त्यांच्या मदतीला सरसावले. ''साहेब, मॉडेल टाउनमध्ये राहणाऱ्या एका वकिलाचा खून केला होता त्याने.''

एव्हाना माझ्या डोक्यात अनेक तुकडे जुळत आले होते. त्यामुळे आणखी कुतूहलाने आणि न राहवूनच मी विचारलं, 'त्या वकिलाचं नाव काय होतं?'

मला मिळालेलं उत्तर अनपेक्षित आणि धक्कादायक होतं. त्या उत्तराने मी पूर्ण हादरलो. उपअधीक्षक म्हणाले, ''साहेब त्यांचं नाव बावा गुरचरण सिंग असं होतं.''

न राहवून मी पुटपुटलो, ''अरे देवा, बावा गुरचरण सिंग?''

एक प्रथितयश वकील असलेल्या बावा गुरचरण सिंग यांचा आणि माझा बऱ्यापैकी चांगला परिचय होता. मी फक्त त्यांना ओळखत होतो, एवढंच नाही तर माझ्यावर त्यांचे अनंत उपकार होते. वीस वर्षांपूर्वी माझ्या आणि माझ्या अधिकाऱ्यांविरोधात एक जनहित याचिका दाखल झाली होती. त्या याचिकेला तोंड देताना मी आणि माझे अधिकारी अक्षरश: एकटे पडलो होतो. त्या वेळी इतर कोणताही वकील आमचा खटला हाती घेऊन दिल्ली उच्च न्यायालयात आमच्या बाजूने लढायला तयार नव्हता. त्या वेळी बावा गुरचरण सिंग आमच्या मदतीला धावले होते. त्या सगळ्या प्रकरणाबद्दल मी पुढे सांगेनच. पण आधी कारागृहातल्या त्या दिवसाबद्दल...

मी त्या उंच्यापुऱ्या कैद्याला थेट विचारलं, ''तू बावा गुरचरण सिंग यांची

हत्या केली होतीस का?''

''हो साहेब,'' चेहऱ्यावरची सुरकुती हलू न देता तो म्हणाला.

''नाव काय तुझं?''

''मनजित सिंह.''

तो प्रसंग जवळपास २० वर्षांपूर्वी घडला होता, पण त्याचे तपशील मला आजही आठवत होते.

''तो प्रकार घडला, तेव्हा तू एकटा नव्हतास. आणखी कोणीतरी तुझ्या बरोबर होतं ना?''

''साहेब, दोघं जण होते माझ्या बरोबर.''

''पण मग तुमचा म्होरक्या कुठे आहे?''

''साहेब, मीच म्होरक्या होतो. मीच गोळी घातली होती. माझ्या साथीदाराला ब्रिजमोहनला मथुरा पोलिसांनी एका चकमकीत ठार मारलं.''

हे ऐकून आणखी एक तुकडा योग्य जागी जाऊन बसला आणि चित्रं पूर्ण व्हायला लागलं. माझ्या एका वरिष्ठ सहकाऱ्याच्या (हा सहकारी मुंबई पोलीस आयुक्त होता) जवळच्या नातेवाइकांचं अपहरण झालं होतं. १९९१मध्ये झाशीतल्या त्यांच्या राहत्या घरून त्यांचं अपहरण करून त्यांना ओलीस ठेवलं होतं. त्या व्यक्तीला सोडण्याच्या बदल्यात मागितलेली खंडणीची रक्कम प्रचंड होती. त्या नातेवाइकाच्या कुटुंबीयांना एवढी रक्कम भरणं शक्यच नव्हतं. माझ्या त्या वरिष्ठ सहकाऱ्याने माझ्याकडे मदत मागितली. झाशीचे वरिष्ठ अधीक्षक शैलेंद्र सागर हे माझ्या बरोबरच पोलीस सेवेत आलेले अधिकारी आहेत, हे त्या सहकाऱ्याला माहीत होतं. मी शैलेंद्रला फोन करून या प्रकरणात लक्ष घालायला सांगितलं होतं. त्याला हे प्रकरण माहीत होतं आणि शक्य असेल, तेवढं सगळं आपण करू, अशी ग्वाहीदेखील त्याने मला दिली. मोठ्या मेहनतीने आणि थोडी नशिबाचीही साथ मिळाल्याने शैलेंद्रने केवळ त्या ओलीस ठेवलेल्या माणसालाच वाचवलं नाही, तर झालेल्या चकमकीत अपहरणकर्त्या ब्रिजमोहन शर्मा यालादेखील ठार मारलं. ही चकमक मथुरेजवळच्या एका उसाच्या मळ्यात झाली होती.

***

आता गुरचरण सिंग आणि माझ्याविषयी! आम्हा दोघांचा एकमेकांशी संबंध आला ती परिस्थिती अत्यंत गुंतागुंतीची होती. पण ती परिस्थिती तुम्हाला अशी थेट सांगता येणार नाही आणि सांगितली, तरी तुम्हाला तिचं आकलन होणार नाही. त्यासाठी १९७०, १९८० आणि १९९०च्या दशकात भारताच्या इतिहासात घडलेल्या काही महत्त्वाच्या प्रसंगांची पार्श्वभूमी माहीत असणं आवश्यक आहे.

त्यापैकीच एक प्रसंग होता मंडल आयोगाच्या शिफारशींविरोधात झालेली निदर्शनं!

समाजातील मागासलेल्या घटकांना न्याय देण्यासाठी १९७९मध्ये मंडल आयोगाची स्थापना झाली. त्या वेळी देशात जनता पक्षाचं सरकार होतं आणि चरणसिंह हे देशाचे पंतप्रधान होते. देशातील सामाजिक किंवा आर्थिकदृष्ट्या मागास वर्गांचा शोध घेणं, हे या आयोगाचं उद्दिष्टं होतं. संसदपटू बी. पी. मंडल हे या आयोगाचे अध्यक्ष होते. केवळ जातीच्या आधारावर शतकानुशतकं मागास ठरवल्या गेलेल्या जातींना आरक्षण देता येईल का, याची चाचपणीही हा आयोग करणार होता. या आयोगाने १९८० मध्ये आपला अहवाल सादर केला. मागासपणा ठरवणाऱ्या ११ सामाजिक, आर्थिक आणि शैक्षणिक निकषांचा आधार घेत भारतीय समाजात इतर मागासवर्गीय अशी आणखी एक नवी प्रतवारी हवी, अशी शिफारस या आयोगाने केली होती. या 'इतर मागासवर्गीय' गटात देशाच्या लोकसंख्येच्या जवळपास ५१ टक्के लोकांचा समावेश होता. त्यापुढे शिफारस करत या आयोगाने असं म्हटलं होतं की, केंद्र सरकार आणि सार्वजनिक क्षेत्रातील उपक्रमांमधील नोकऱ्यांमध्ये या वर्गाला २७ टक्के आरक्षण देण्यात यावं. या शिफारशीनुसार केंद्र सरकारमधील नोकऱ्यांसाठीचं आरक्षण ४९ टक्क्यांवर पोहोचणार होतं.

या आयोगाने केलेल्या शिफारसी जवळपास सात वर्षं मंजुरीविनाच पडून होत्या. अखेर १९९०मध्ये पुन्हा जनता दलाच्याच सरकारने चंद्रशेखर पंतप्रधानपदी असताना या शिफारशी स्वीकारत त्या लागू करण्याचा निर्धार बोलून दाखवला.

या निर्णयावर झालेली टीका आणि प्रतिक्रिया अत्यंत तीव्र होत्या. देशभरात विद्यार्थ्यांनी केलेल्या निदर्शनांचा जणू वणवाच पेटला. या वणव्याची ठिगणी दुसऱ्यातिसऱ्या ठिकाणी नाही, तर दिल्ली विद्यापीठात पडली आणि मग देशभर भडका उडाला. त्या वेळी मी दक्षिण दिल्ली जिल्ह्याचा पोलीस उपायुक्त होतो. माझ्या अखत्यारीत येणारा भाग हाच नेमका या सगळ्या निदर्शनांचा केंद्रबिंदू होता.

१९ सप्टेंबर १९९० रोजी माझ्या अखत्यारीत असलेल्या देशबंधू महाविद्यालय आणि भगत सिंग महाविद्यालय या दोन महाविद्यालयाच्या विद्यार्थ्यांनी सार्वजनिक बसगाड्यांवर दगडफेक करत आणि रस्ते अडवत निदर्शनं सुरू केली. मी पोलिसांची कुमक घेऊन घटनास्थळी पोहोचलो आणि जमावाला नियंत्रणात आणण्याचे प्रयत्न सुरू केले. मंडल आयोगाच्या शिफारशी स्वीकारण्याच्या सरकारच्या हेतूचा निषेध म्हणून राजीव गोस्वामी या देशबंधू महाविद्यालयाच्या विद्यार्थ्याने आमच्या समोरच आत्मदहनाचा प्रयत्न केला. पोलिसांनी त्याच्या अंगावर घोंगडी टाकत त्याला कसंबसं वाचवलं. त्याला सफदरजंग रुग्णालयाच्या जळीत विभागात दाखल केलं. डॉक्टरांच्या महत्प्रयासाने तो वाचला. पण गोस्वामी देशभरात सुरू असलेल्या

मंडल आयोगाविरुद्धच्या निदर्शनांचा चेहरा बनला. त्याच्या पावलावर पाऊल टाकत देशभरात अनेक उच्चवर्णीय विद्यार्थ्यांनी मंडल आयोगाच्या निषेधार्थ स्वत:ला पेटवून घेण्याचे प्रकार घडले. मंडल आयोगाच्या शिफारसी अन्याय्य आणि पात्र माणसावर अन्याय करणाऱ्या आहेत, असं या आंदोलकांचं म्हणणं होतं.

***

दिल्लीतल्या अखिल भारतीय वैद्यकीय शास्त्र संस्थेच्या (AIIMS) चौकात मार्गिका विभाजक आणि भुयारी मार्ग वगैरे येण्याआधी हा चौक दिल्लीतीलच नाही, तर देशातील अत्यंत गजबजलेल्या वाहतुकीच्या ठिकाणांपैकी एक होता असं म्हटलं तर वावगं ठरणार नाही. रिंग रोड आणि श्री अरबिंदो मार्ग याच ठिकाणी येऊन एकमेकांना मिळत होते. दक्षिणोत्तर रस्ते आणि पूर्व-पश्चिम रस्ते इथेच एकमेकांना छेद द्यायचे. दर मिनिटाला या ठिकाणाहून जवळपास हजार वाहनं जायची. एकीकडे सफदरजंग रुग्णालयात राजीव गोस्वामी जीवन-मरणाची लढाई लढत होता आणि दुसऱ्या बाजूला आंदोलक विद्यार्थ्यांनी या AIIMSच्या चौकात ठाण मांडून आंदोलन पुढे रेटण्याचा निर्णय घेतला होता. हे आंदोलक या चौकात ठिय्या देऊन बसले होते. त्यामुळे संपूर्ण दिल्लीतील वाहतूक अक्षरश: थांबली होती. प्रसारमाध्यमांमध्ये या आंदोलनाची तुलना बीजिंगमध्ये १९८९च्या मध्यावर झालेल्या थियाननमेन चौकातील आंदोलनाशी होत होती.

समाजात इतर मागासवर्गीय हा नवीन वर्ग तयार करण्याच्या आणि या वर्गाला आरक्षण देण्याच्या विरोधात सुरू झालेल्या या आंदोलनात जवळपास २०० विद्यार्थ्यांनी आत्मदहन करण्याच्या घटना घडल्या होत्या. दुर्दैवाने यापैकी ६२ विद्यार्थ्यांचं निधन झालं. जवळपास प्रत्येक विरोधी पक्षाने या आंदोलनाला पाठिंबा दिला. त्यापैकी काही जण याबद्दल अधिक खुलेपणाने बोलत असले, तरी कोणीही उघडपणे पाठिंबा देत नव्हतं. कारण इतर मागासवर्गीयांना मिळणाऱ्या आरक्षणाला उघडपणे विरोध करणं, म्हणजे या ५१ टक्के मतदारांना नाराज करण्यासारखं होतं. त्यामुळे थेट सरकारवर टीका करण्याऐवजी विरोधी पक्षांचे नेते या आंदोलकांवर पोलिसांकडून होणाऱ्या कारवाईवर तोंडसुख घेत होते. ज्या विद्यार्थ्यांनी आत्मदहनाचा प्रयत्न केला, त्यांच्या घरच्यांना भेटून त्यांचं सांत्वन करत होते.

राजीव गोस्वामी प्रकरणानंतर काही दिवसांनी आयएनए मार्केटजवळ असंच आंदोलन सुरू होतं. हा भागही माझ्या नियंत्रणातच होता. 'गरज पडल्यास लाठीमार आणि अश्रुधुराचा वापर करा,' असे आदेश मी माझ्या पोलिसांना दिले. विनंती करूनही जमाव मागे हटायला तयार नव्हता आणि अधिकाधिक हिंसक बनत

चालला होता. त्यांनी नासधूस करायला सुरुवात केली. जमाव एका पोस्ट ऑफिसला आग लावणार अशी चिन्हं दिसायला लागल्यावर नाइलाजाने मला जमावाला पांगवण्यासाठी गोळीबार करण्याचे आदेश द्यावे लागले. या गोळीबारात एक आंदोलक जखमी झाला. त्या काळात लोकप्रिय असलेल्या न्यूजट्रॅक या व्हिडीओ मॅग्झिनच्या कॅमेऱ्यात हे सगळं टिपलं गेलं होतं. या कॅमेऱ्यानेच एक दृश्य टिपलं. त्यात असं दिसत होतं की, चार पोलीस जखमी आंदोलकाला अत्यंत चुकीच्या आणि निषेधार्ह पद्धतीने दोन हात आणि दोन पाय पकडून उचलून नेत होते. पोलिसांनी या जखमीला स्ट्रेचरवरून नेण्याऐवजी हे असंच नेलं, या गोष्टीवर खूप भर देण्यात आला. जोडीला ही वरची दृश्यं होती. वस्तुस्थिती अशी होती की, त्या जखमी आंदोलकाला तातडीने वैद्यकीय मदत मिळावी, म्हणून त्याला तिथून तातडीने हलवणं गरजेचं होतं. पण हा व्हिडीओ वाऱ्यासारखा पसरला आणि अनेकांनी तो बघून माझ्या जिल्ह्यातल्या माझ्या हाताखाली असलेल्या पोलिसांवर टीका करायला सुरुवात केली. दिल्लीच्या उच्च न्यायालयात आमच्या पोलिसांविरोधात जनहित याचिका दाखल झाली. ही याचिका दाखल करणाऱ्या वकिलाचे लागेबांधे एका राष्ट्रीय पक्षाशी होते आणि हा पक्ष राष्ट्रीय स्तरावर जनता दलाचा विरोधक होता.

देशभरातली सर्वोत्तम वकील या याचिकेच्या सुनावणीच्या वेळी आमच्या विरोधात उभे ठाकणार होते. न्यायालयात आमची बाजू परिणामकारक पद्धतीने मांडण्यासाठी आम्हाला एका उत्कृष्ट वकिलाची गरज होती. आमच्या दुर्दैवाने आमची बाजू मांडण्यासाठी पुढे यायला एकही वकील तयार नव्हता. या खटल्यात जनमत दिल्ली पोलिसांच्या विरोधात होतं. त्यामुळे हा खटला राजकीयदृष्ट्या प्रचंड प्रेरित झाला होता. आमच्या वतीने न्यायालयात हा खटला लढवा, अशी विनंती आम्ही एकामागोमाग एक अशा अनेक वकिलांना करत होतो, पण एकही जण तयार होत नव्हता. आमची आशा मावळत चालली होती आणि याच वेळी कोणीतरी आम्हाला बावा गुरचरण सिंग यांचं नाव सांगितलं. आम्हीही त्यांच्याबाबत चौकशी केली. त्यातून आम्हाला असं कळलं की, बावा गुरचरण सिंग हे एक अनुभवी आणि कुशल वकील होते. त्यांचे कोणत्याही राजकीय पक्षाशी लागेबांधे नव्हते, ते आपल्या कामाशी काम ठेवून होते आणि त्यांनी याआधी असे अनेक खटले यशस्वीपणे लढवले होते.

मी गुरचरण सिंग यांना भेटण्याचा निर्णय घेतला. माझ्या काही अधिकाऱ्यांना घेऊन मी मॉडेल टाउनमधल्या त्यांच्या घरातच असलेल्या कार्यालयात भेटायला गेलो. आता आमची भिस्त त्यांच्यावरच होती. आम्ही त्यांच्या कार्यालयात शिरलो. त्यांचं कार्यालय छोटेखानी आणि तरीही नीटनेटकं होतं. समोर बसलेल्या त्या

मध्यमवयीन माणसाकडे मी एक नजर टाकली आणि आपण योग्य माणसाकडे आल्याची मला खात्री पटली. त्यांनी अगदी अदबीने आमचं स्वागत केलं. आम्ही त्यांना आमच्या खटल्याची तपशीलवार माहिती द्यायला सुरुवात केली. सगळं सांगून झाल्यानंतर आम्ही त्यांना आमच्या वतीने हा खटला लढवण्याची विनंती केली. ते सगळं शांतपणे ऐकून घेत होते. आमचं बोलून झाल्यानंतर त्यांनी एका अटीवर आमचा खटला लढवण्याची तयारी दाखवली. पोलिसांनी आयएनए मार्केट परिसरात केलेला गोळीबार अत्यावश्यक होता, हे आम्हाला त्यांना पटवून द्यायचं होतं. आम्ही केलेली कारवाई अत्यावश्यक होती, हे आम्ही त्यांना पटवून देण्यात यशस्वी झालो, तरच ते आमच्या बाजूने न्यायालयात उभे राहणार होते.

या पहिल्या भेटीनंतर आमच्या अनेक भेटी झाल्या. प्रत्येक भेटीत आमच्या हाती असलेले पुरावे, कायदेशीर तरतुदी आणि पोलीस नियम यांच्या आधारे आम्ही केलेली कारवाई कशी बरोबर होती, हे त्यांना पटवून देण्याचा प्रयत्न मी आणि माझे अधिकारी करत होतो. गुरचरण सिंग यांनी अनेकदा तासन् तास आमची फेरतपासणी घेतली. त्या फेरतपासणीला तोंड देताना नको होऊन जायचं. आम्ही खूप वैतागलो होतो आणि आतून खूप तुटत चाललो होतो. खटला उभा राहण्याआधीच आम्हाला अपराधी असल्यासारखं वाटायला लागलं होतं. पण आपण ज्या पोलीस कारवाईची बाजू उचलून धरत आहोत, ती अत्यावश्यक होती, याची खात्री करण्यासाठी गुरचरण सिंग यांनी कोणत्याही सक्षम वकिलाप्रमाणे सगळी काळजी घेतली. सरतेशेवटी त्यांनी आमच्या वतीने न्यायालयात हा खटला लढवण्याची तयारी दर्शवली.

या याचिकेवरील सुनावणी अनेक महिने चालू होती. काही महत्त्वाच्या दिवशी मी न्यायालयात स्वत: हजर राहत होतो. आमच्या विरुद्ध बाजू मांडणाऱ्या वकिलांना गुरचरण सिंग ज्या बिनतोडपणे मुद्दे मांडून सळो की पळो करून सोडत, ते बघणं म्हणजे उत्तम वकिलीचा नमुना होता. कधीकधी मला न्यायालयात जाणं शक्य होत नसे. अशा वेळी गुरचरण सिंग सुनावणी झाली की, माझ्या कार्यालयात येत आणि खटल्याच्या सुनावणीवेळी काय काय घडलं, हे माझ्या कानावर घालत. मी कार्यालयात उपस्थित नसेन, तर ते मला फोन करून माहिती देत. कालांतराने आमच्यातील वयाचं अंतर गळून पडलं आणि आम्हा दोघांमध्ये मैत्रीचं आणि आदराचं नातं दृढ झालं.

अनेक महिन्यांच्या सुनावणीनंतर न्यायालयाने त्यांचा निकाल सुनावला. त्यांच्या अंतिम निकालात दिल्ली उच्च न्यायालयाने आमच्यावर ठपका ठेवण्याऐवजी आम्ही केलेल्या कारवाईचं कौतुक केलं. त्यापुढे जात न्यायालयाने असा शेरा दिला की, समजा पोलिसांनी गोळीबार केला नसता, तर त्या दिवशी आयएनए

मार्केटमध्ये हिंसाचार झाला असता. आमच्या दृष्टीने हा एक ऐतिहासिक निर्णय होता. पोलिसांच्या विरोधात सुरू झालेला निंदात्मक खटला अखेर आमच्या शिरपेचातला मानाचा तुरा ठरला. दक्षिण दिल्ली पोलिसांच्या चेहऱ्यावर एकाच वेळी सुटकेची भावना आणि आनंद यांचं मिश्रण त्या दिवशी बघायला मिळालं.

न्यायालयाने निर्णय दिल्यानंतर लगेचच गुरचरण सिंग माझ्या कार्यालयात आले. मी त्यांचं स्वागत करण्यासाठी जातीने कार्यालयाबाहेरच हजर होतो. त्यांची गळाभेट घेत त्यांनी आमच्यासाठी जे काही केलं त्याबद्दल प्रामाणिकपणे त्यांचे आभार व्यक्त केले. त्यांनी एवढ्या निष्ठेने, अथक मेहनतीने आणि आपली सगळी कौशल्यं पणाला लावून आमची बाजू मांडली नसती, तर आम्हाला हा दिवस दिसलाच नसता. इतर वकील आमची बाजू मांडायला नकार देत होते, त्या वेळी हा माणूस आमच्यासाठी पुढे सरसावला होता. त्यामुळे आम्ही त्यांच्यावर स्तुतिसुमनं उधळत होतो. तेव्हाही हा मानी वकील आनंदी होता, पण विनम्र होता. ते फक्त एवढंच म्हणाले, "तुम्ही लोकांनी तुमचं काम नीट केलंत, मी माझं नीट करण्याचा प्रयत्न केला."

त्यानंतर पुढल्या काही महिन्यांमध्ये जे नेहमी होतं तेच झालं. आम्ही दोघंही आपापल्या व्यापांमध्ये व्यग्र झालो. आम्हा दोघांचा संपर्कही कमी झाला आणि एके रात्री माझ्या बिछान्याबाजूचा फोन खणखणला.

तारीख होती, ६ जून १९९१! गुरचरण सिंग यांना पहिल्यांदा भेटलो, त्याला साधारण वर्ष उलटून गेलं होतं. बाजूला ठेवलेल्या फोनच्या खणखणाटाने मला दचकून जाग आली. गुरचरण सिंग यांचे एक नातेवाईक दुसऱ्या बाजूने बोलत होते. माझ्यासाठी एक वाईट बातमी आहे, असं ते मला सांगत होते. बोलताना त्यांच्या आवाजाला कंप फुटत होता. आदल्या दिवशी संध्याकाळी तीन अज्ञात इसमांनी माझ्या या मित्राचा गोळ्या घालून खून केल्याची माहिती मला त्या गृहस्थांनी दिली. माझा माझ्या कानांवर विश्वासच बसत नव्हता. काय, कोणी, कधी, कसा, असे अनेक प्रश्न मनात फेर धरून नाचत होते. या प्रश्नांची उत्तरं मला हवी होती. पण समोरच्या माणसाने फोन ठेवला. ही बातमी एवढी अनपेक्षित होती की, मी तसाच धक्का बसलेल्या अवस्थेत बराच वेळ बसून होतो.

या विलक्षण हुशार वकिलाची ओळख होऊन जेमतेम एक वर्ष उलटलं होतं. एवढ्या छोट्या काळात त्यांनी आमच्यासाठी खूप निष्ठेने काम करून एक ऐतिहासिक निर्णय आमच्या पारड्यात टाकून दिला होता. त्या निर्णयामुळे आम्हा पोलिसांची अब्रू वाचवली होती. जनमत आमच्या विरोधात असतानाही त्यांनी ही कामगिरी पार पाडली होती. वकिली पेशातली त्यांची हुशारी, त्यांचा विनम्र स्वभाव आणि मैत्री यांची एक वेगळीच छाप माझ्यावर पडली होती. मी फोनवर जे काही ऐकलं

होतं, त्यावर विश्वास बसणं आणि ते पचवणं एवढं सोपं नव्हतं.

***

गुरचरण सिंग यांच्या दुर्दैवी हत्येला कारणीभूत ठरलेल्या गोष्टींचा घटनाक्रम काही दिवसांनी मला समजला. उत्तर प्रदेश आणि दिल्ली या दोन राज्यांमध्ये धुडगूस घालणाऱ्या ब्रिजमोहन शर्मा या गुन्हेगाराविरोधातील हत्येचा एक खटला गुरचरण सिंग राज्य सरकारतर्फे लढत होते. या आरोपीविरोधात गुरचरण करत असलेले युक्तिवाद बिनतोड होते. त्यात काहीच नवीन नव्हतं. हा वकील अशाप्रकारे युक्तिवाद करत राहिला, तर आपली शिक्षा पक्की आहे, हे ब्रिजमोहनला कळून चुकलं. त्याने त्याची ही भीती आग्र्यातल्या त्याच्याच एका मित्राजवळ म्हणजे मनजित सिंहजवळ बोलून दाखवली. मनजित स्वत: आग्रा भागातला एक कुख्यात गुंड होता. एक दिवस न्यायालयीन सुनावणीनंतर मनजित आणि ब्रिजमोहन या दोघांनीही गुरचरण यांना धमकावलं. या खटल्याचं काम त्यांनी थांबवावं, नाहीतर परिणाम वाईट होतील, अशी धमकी त्यांनी गुरचरण यांना दिली. त्यावर गुरचरण यांनी त्या दोघांनाही, 'तुमच्यासारख्या गुंडांच्या धमक्यांना भीक घालून मी खटल्यांमधून अशी माघार घ्यायला लागलो, तर मग मला वकिलीच सोडावी लागेल,' असं उत्तर दिलं. हे उत्तर ऐकून संतापलेल्या गुंडांनी गुरचरण यांच्या पत्नीला फोन करून 'तुमच्या नवऱ्याने या खटल्यातून माघार घेतली नाही, तर परिणाम वाईट होतील,' अशी धमकी दिली. गुरचरण यांच्या पत्नीने त्यांना या धमकीबद्दल सांगितलं, तर त्यांनी तिची समजूत काढून गोष्ट तशीच सोडली. हा वकील आपलं काही ऐकायला तयार नाही, हे लक्षात आल्यानंतर ब्रिजमोहन याने गुरचरण यांचं तोंड कायमचं बंद करायचं ठरवलं.

६ जून १९९१च्या संध्याकाळी पावणे नऊच्या सुमारास गुरचरण सिंग आपल्या घरातल्याच ऑफिसमध्ये काम करत होते. त्यांच्याबरोबर त्यांचा सहकारी कृष्णा त्यागी हादेखील होता. ते त्यांच्या स्टेनोग्राफरला, जे. एस. ओबेरॉय यांना, टंकलिखित करण्यासाठी काही मजकूर सांगत होते. हा मजकूर ज्या अशिलासाठी सांगितला जात होता, तो अशीलही तिथेच उपस्थित होता. नेमकं त्याच वेळी एक तरुण त्यांच्या कार्यालयाच्या काचेच्या दरवाज्याबाहेरून आत डोकावताना त्यांना दिसला. त्यांनी खुणेने त्या तरुणाला आत बोलावलं.

तो तरुण तर गुरचरण यांच्या कार्यालयात आलाच, पण त्याच्या पाठोपाठ दोन माणसंही आत घुसली. आपल्या फायलीत डोकं खुपसून काम करणाऱ्या गुरचरण यांनी त्या तरुणाला काहीतरी विचारायला म्हणून डोकं वर काढलं, तर त्यांना त्या तरुणाबरोबर आत आलेली दोन माणसंही दिसली. त्या दोघांना ओळखायला

गुरचरण यांना फार वेळ लागला नाही, कारण त्याच दोघांनी गुरचरण यांना न्यायालयाच्या आवारात धमकावलं होतं. गुरचरण काही करणार, तेवढ्यात त्या दोघांनी आपली पिस्तुलं काढली आणि गुरचरण यांच्यावर अगदी जवळून गोळ्या झाडल्या. या हल्ल्यात गुरचरण जागीच ठार झाले.

त्यानंतर एकच हाहाकार उडाला. कृष्णा त्यागी त्या खोलीतून बाहेर पडले आणि त्यांनी पोलिसांना फोन केला. पोलीस तातडीने घटनास्थळी पोहोचले. तपासाअंती पोलिसांना हे खुनी दुसरेतिसरे कोणी नसून ब्रिजमोहन शर्मा, मनजित सिंह आणि जेरार्ड इन्निस ऊर्फ जेरी असल्याचं समजलं. मनजित आणि जेरी या दोघांनाही दिल्ली पोलिसांनी त्यानंतर लगेचच अटक केली. ब्रिजमोहन मात्र फरार झाला. त्याने दुसरी टोळी बनवली आणि खंडणी वसूल करण्यासाठी अपहरणासारखे गुन्हे करत तो उत्तर प्रदेशात सक्रिय झाला.

बावा गुरचरण सिंग यांच्या हत्येला दोन महिने उलटत नाहीत, तोच ३० जुलै १९९१ रोजी ब्रिजमोहन आणि त्याच्या टोळीतल्या तिघांनी मिळून झाशीतल्या एका जमिनीच्या दलालाचं अपहरण केलं. त्यांनी या दलालाच्या कुटुंबाकडून प्रचंड मोठी खंडणी मागितली. ५ ऑगस्ट रोजी मथुरेतल्या एका हॉटेलमध्ये खंडणीची रक्कम घेऊन यावं, असा निरोप त्यांनी कुटुंबीयांना दिला. याच हॉटेलमध्ये झाशीचे पोलीस अधीक्षक यांच्या नेतृत्वाखाली पोलिसांची आणि ब्रिजमोहन शर्माची चकमक झाली. गोळीबारात ब्रिजमोहन शर्मा मारला गेला. तसंच ज्याचं अपहरण झालं होतं, त्याला सुखरूप वाचवण्यात पोलिसांना यश आलं. या चकमकीच्या आठ वर्षांनंतर १४ मे १९९९ रोजी दिल्लीच्या सत्र न्यायालयाने मनजित सिंग याला आजन्म कारावासाची शिक्षा सुनावली. तर तिसरा आरोपी जेरी याची निर्दोष मुक्तता केली.

***

आणि आता १९ वर्षांनी तिहारच्या कारागृहात मनजित सिंह माझ्यासमोर उभा होता. माझ्या खूप चांगल्या मित्राला मारण्यात मुख्य हात असल्याचा दावा करत होता.

मनजितने आपल्या गुन्ह्याची कबुली एवढ्या प्रांजळपणे दिल्यानंतर मी त्याच्याकडे बघतच राहिलो. त्याने केलेल्या भयानक गुन्ह्याचा अर्थ त्याला पूर्णपणे कळला आहे की नाही, याबाबत मी साशंकच होतो. बंदुकीचा चाप ओढल्याने एक जीव गेला होता, एक कुटुंब पोरकं झालं होतं आणि गुरचरण सिंग यांना ओळखणाऱ्यांच्या आयुष्यात कायमची एक पोकळी निर्माण झाली होती. मनजितला यापैकी कशाचाच पत्ता नव्हता.

मी त्याला लगेचच विचारलं, "एवढ्या उमद्या माणसाला तू का मारलंस?"

"ब्रिजमोहनशी असलेल्या माझ्या मैत्रीखातर," तो डोळ्यांची पापणीही लवू न देता थंडपणे बोलला.

त्यानंतर त्याने त्या खुनाचा घटनाक्रमही मला सांगितला. त्याने सांगितलेले तपशील कमी अधिक प्रमाणात मला माहीत होते. मी मनजितचं म्हणणं ऐकलं आणि त्याच्याकडे अत्यंत रागाने आणि तिरस्काराने बघितलं. त्याने हे असं केलंच कसं? माझ्या मित्राला गोळ्या घालणारं दुसरंतिसरं कोणीच नसून आपणच होतो, हे माझ्यासमोर उभं राहून सांगण्याचं धैर्य त्याच्यात आलं तरी कुठून? आपण उठून त्याला काहीतरी करावं, अशी प्रबळ इच्छा माझ्या मनात दाटली होती. पण मनजित मात्र अगदी नम्रपणे आणि स्वच्छ नजरेने माझ्याकडे बघत उभा होता. त्या नजरेनेच माझं अवसान गळालं. मी त्याच्यावर ओरडूही शकलो नाही. मी फक्त त्याला तिथून निघून जायला सांगितलं आणि माझ्या कार्यालयात परतलो. त्या एका भेटीने मी मानसिकदृष्ट्या प्रचंड थकलो होतो.

***

त्यानंतरचे अनेक दिवस मी कारागृहातील माझ्या कामात व्यग्र झालो. जेव्हा जेव्हा मी कारागृह क्रमांक दोनला भेट द्यायचो, तेव्हा मला मनजित शांतपणे आणि अत्यंत निष्ठेने त्याचं काम करताना दिसायचा. दोन-तीन वेळा पॅरोलसाठी त्याने केलेला अर्जही माझ्यासमोर आला होता. त्याच्या कारागृहाचे अधीक्षक त्याच्या पॅरोलच्या अर्जाची शिफारस नेहमीच करायचे. त्याची तुरुंगातील वागणूक उत्तम होती. तसंच तो जेव्हा जेव्हा पॅरोलवर बाहेर गेला होता, तेव्हा त्याच्याबद्दल बाहेरून कधीच कोणतीही तक्रार आली नव्हती. त्याचप्रमाणे पॅरोलची मुदत संपायच्या वेळेत तो तुरुंगात परत आला होता.

त्याने तोपर्यंत १९ वर्षं शिक्षा भोगली होती. त्या १९ वर्षांमध्ये तो अनेकदा पॅरोलवर बाहेर गेला होता. इतर कैद्यांप्रमाणे त्याने एकदाही पॅरोलच्या मुदतीचा भंग केला नव्हता किंवा पळून जाण्याचा प्रयत्नही केला नव्हता. तिहार कारागृहात आल्या दिवसापासून त्याची वागणूक अत्यंत उत्तम होती आणि कैदी व इतर कर्मचारी यांना त्याच्याबद्दल आदर होता.

भारतीय कायद्याप्रमाणे जन्मठेपेची शिक्षा मिळालेल्या कैद्यांच्या शिक्षेतील १४ वर्षांचा कालावधी झाल्यानंतर या शिक्षेचा पुनर्विचार करण्याची तरतूद आहे. शिक्षेचं पुनरवलोकन करणारं मंडळ या कैद्यांच्या शिक्षेतील उर्वरित वर्षं माफ करू शकतं किंवा काही वर्षं कमी करू शकतं. या मंडळातील सदस्यांची नेमणूक दिल्ली सरकारकडून केली जाते. मनजितचं प्रकरण या मंडळासमोर याआधी पाच

वेळा आलं होतं आणि पाचही वेळा मंडळाने फेटाळून लावलं होतं. या मंडळाची पुढली बैठक २० एप्रिल २०११ रोजी होणार होती. तिहार कारागृहाचा प्रमुख म्हणून मी या मंडळाचा पदसिद्ध चिटणीस होतो. त्यामुळे मला या मंडळाच्या बैठकीला उपस्थित राहावं लागणार होतं.

महासंचालक, कारागृह या पदाचा कार्यभार स्वीकारून मला पाच महिने झाले होते. कैद्यांची शिक्षा, सुधारणा आणि पुनर्वसन याबाबत या पाच महिन्यांमध्ये मी खूप काही शिकलो होतो. आतापर्यंत मी गुन्हेगाराला गजाआड पोहोचवणं, हेच ध्येय घेऊन पोलीस दलात निष्ठेने काम करत होतो. पण गेल्या पाच महिन्यांमध्ये मला त्या गजांआडची बाजूही लक्षात आली होती. एवढंच नाही, त्या बाजूचे अनेक पैलूही मला उलगडले होते. गुन्हेगारांना तुरुंगात पाठवण्यापलीकडेही अनेक गोष्टी आहेत, ज्या केल्या जाऊ शकतात, हे मला जाणवलं होतं. आपल्याला त्यांच्यात सुधारणा घडवून त्यांना आयुष्य जगण्याची आणखी एक संधी दिली पाहिजे. काहीही झालं, तरी तीदेखील माणसंच आहेत. त्यांच्यापैकी अनेकांना परिस्थितीने कायदा हातात घ्यायला भाग पाडलं असतं. कारागृहातील त्यांच्या शिक्षेच्या काळात त्यांना आपल्या कृत्याचा पश्चाताप होत असेल आणि ते स्वत:ला बदलायला तयार असतील, तर त्यांना समाजाच्या मुख्य प्रवाहात परत जाण्याची संधी दिलीच पाहिजे.

पुन्हा एकदा मी कारागृह अधीक्षक आणि इतर कर्मचाऱ्यांना बोलावून घेतलं. मनजित सिंहची शिक्षा कमी करण्याबद्दल किंवा उर्वरित शिक्षा माफ करण्याबद्दल त्यांचं मत काय आहे, असं मी त्यांना विचारलं. त्या सर्वांच्या मते मनजित सिंहच्या शिक्षेची उरलेली वर्षं माफ करायला हरकत नव्हती. पण आतापर्यंत शिक्षा पुनरवलोकन मंडळाने मनजितचं प्रकरण पाच वेळा फेटाळून लावलं होतं आणि त्यामुळे त्या सर्वांना मनजितची शिक्षा माफ होईल का, याबद्दल शंका होती.

२० एप्रिल २०११ रोजी दिल्लीच्या तत्कालीन मुख्यमंत्री आणि शिक्षा पुनरवलोकन मंडळाच्या पदसिद्ध अध्यक्ष शीला दीक्षित यांच्या नेतृत्वाखाली मंडळाची बैठक सुरू झाली. तिहारच्या कारागृहात जन्मठेपेची शिक्षा भोगणाऱ्या कैद्यांची प्रकरणं पुनरवलोकनासाठी पुढे आली होती. या मंडळात मुख्य गृहसचिव, न्याय विभागाचे सचिव, जिल्हा आणि सत्र न्यायालयाचे न्यायाधीश, मुख्य परिवीक्षा अधिकारी (Probation Officer), गुन्हे शाखेचे अतिरिक्त आयुक्त आणि इतर काही अधिकारी यांचा समावेश होता. दोन तीन प्रकरणानंतर मंडळासमोर मनजित सिंगचं प्रकरण आलं. याआधी पाच वेळा हेच प्रकरण चर्चेला आलं होतं आणि नाकारलं गेलं होतं. या वेळीही मनजितसारख्या भयंकर गुन्हेगाराला अजिबात दया

दाखवायची नाही, असंच सगळ्यांचं एकमत झालं. काहीही झालं तरी, त्याने एका प्रख्यात वकिलाचा खून केला होता. या प्रकरणी वकिलाचा खून झाला असल्याने न्याय विभागाचे सचिव आणि सत्र न्यायालयाचे न्यायाधीश हे हिरिरीने मनजितच्या विरोधात मुद्दे मांडत होते. मनजितची हयात गजांआड जावी, यावर मंडळाचं एकमत होतं. त्याच्यासारख्या निर्दयी गुन्हेगाराला जन्मठेप पूर्णच भोगायला लागली पाहिजे, यावर काहीच दुमत नव्हतं.

सगळ्यांचं मत ऐकल्यानंतर शेवटी मुख्यमंत्र्यांनी माझं मत जाणून घेण्यासाठी माझ्याकडे बघितलं. मी खोलीत बसलेल्या सगळ्यांनाच गुरचरण सिंग आणि मी आमच्यातील संबंध थोडक्यात उलगडून सांगितला. सगळीकडे अंधार असताना गुरचरण आमच्या मदतीला कसे धावून आले, त्यांनी आम्हाला त्या अग्निदिव्यातून कसं सहीसलामत बाहेर काढलं आणि आजही त्यांचे ते उपकार मला कसे विसरता येणार नाहीत, हे मी नमूद केलं. त्यामुळे मनजितची शिक्षा कमी होऊ नये, यासाठी या खोलीत सर्वांत जास्त मीच उत्सुक असायला हवं, हेदेखील मी स्पष्ट केलं. पण तरीही मला वाचवणाऱ्या गुरचरण सिंग यांना जिवानिशी मारणाऱ्याची शिक्षा माफ करावी, हे मीच म्हणत आहे.

गेल्या पाच महिन्यांमध्ये मी मनजितला जवळून बघितलं होतं. त्याची वागणूक अत्यंत शिस्तीची आणि व्यवस्थित होती. सर्वांत महत्त्वाचं म्हणजे तो स्वत: खूप शांत होता. गेल्या १९ वर्षांच्या त्याच्या कारागृहातल्या कार्यकाळात त्याच्या विरोधात एकही तक्रार नव्हती. आपल्या सततच्या चांगल्या वागणुकीने त्याने कारागृहातील कर्मचाऱ्यांचा विश्वासही संपादन केला होता. इतका की, कारागृहाचं कामकाज चालवण्यासाठी ते मनजितची मदत घेत होते. त्याने तुरुंगातच शिक्षण पूर्ण करून पदवी संपादन केली होती. आता तो तुरुंगात इतरांना शिकवत होता. तो पॅरोल आणि फर्लोवर अनेकदा बाहेर गेला होता आणि कोणत्याही तक्रारीविना दिलेल्या मुदतीत परतला होता. पॅरोलवर बाहेर असताना बाहेरच्या जगातही त्याच्याविरुद्ध काहीही तक्रारी नव्हत्या. त्याने केलेल्या गुन्ह्यासाठी गेली १९ वर्षं त्याने शिक्षा भोगली होती. आता आणखी काळ त्याला तुरुंगात ठेवण्यात काहीच मतलब नसल्याचंही मी स्पष्ट केलं. मनजित पूर्णपणे बदलला आहे आणि इतर कोणत्याही सामान्य नागरिकासारखं त्याला त्याच्या कुटुंबाबरोबर राहण्याची संधी परत मिळायला काहीच हरकत नाही, असंही मी सांगितलं.

मी काही कुशल वक्ता नाही आणि चारचौघांसमोर बोलणं, ही गोष्ट मला कधीच जमली नाही. पण त्या दिवशी त्या शिक्षा पुनरवलोकन मंडळासमोर मनजितचं प्रकरण मांडताना मला जाणवत होतं की, हे माझ्या तोंडून कोणीतरी दुसरंच बोलत आहे. कदाचित गुरचरण सिंग यांनीच त्यांच्या खुन्याला माफ केलं

होतं आणि तेच त्याची बाजू माझ्या तोंडून मांडत होते.

त्या मंडळातील सगळ्या सदस्यांना माझी बाजू पटली होती की नाही, हे मला माहीत नाही. पण प्रत्येकाने माझं म्हणणं अगदी शांतपणे ऐकून घेतलं. माझं बोलणं झाल्यानंतर मुख्यमंत्री म्हणाल्या, ''मनजित सिंह या अपराध्याबद्दल आज आपण एक नवीनच पैलू ऐकला आहे. कारागृहाच्या महासंचालकांनाच तो आरोपी सुधारला आहे, असं वाटत असेल, तर आपण त्यांच्या मताचा सन्मान केला पाहिजे. त्या आरोपीवर दया दाखवून त्याच्या शिक्षेचा उर्वरित काळ आपण माफ केला पाहिजे.''

खुद्द मुख्यमंत्र्यांनीच हा निर्णय दिल्यानंतर इतर कोणीही त्या निर्णयाला विरोध केला नाही. मरेपर्यंत कैदेतच राहणं नशिबी असलेला एक आरोपी माझ्या युक्तिवादामुळे निदान मोकळा श्वास घेऊ शकणार होता, याचा मला आनंद होता.

मनजित सिंगची शिक्षा माफ केल्याचा सरकारी आदेश काही दिवसांनी तुरुंग प्रशासनाला प्राप्त झाला. एके दिवशी सकाळी सकाळी कारागृह क्रमांक दोनच्या अधीक्षकांनी मला कळवलं की, तुरुंगाबाहेर जाण्याआधी मनजितला मला एकदा भेटायचं आहे. तो दुसऱ्या दिवशीच तुरुंगाबाहेर जाणार होता. मी एकदा शेवटचं त्याला भेटण्याची तयारी दर्शवली.

दुसऱ्याच दिवशी अधीक्षकांच्या कार्यालयात आमची ही भेट झाली. या वेळी तो पहिल्यांदा माझ्यासमोर त्याच्या कपड्यांमध्ये उभा होता. कैद्याच्या कपड्यांपेक्षा तो या कपड्यांमध्ये जास्त नीटनेटका दिसत होता. त्याच्या कपड्यांमध्ये तसं काही खास नव्हतं. निळ्या रंगाचा शर्ट आणि गडद निळ्या रंगाची पॅन्ट हा साधा पोशाखही त्याच्या अंगावर अगदी खुलून दिसत होता. हॉलिवूडमधल्या एखाद्या उतारवयात असलेल्या अभिनेत्यासारखा तो दिसत होता. जणू कॅमेऱ्यासमोर पुढलं दृश्यं चित्रित करण्यासाठीच तो थांबला असावा, असं वाटत होतं. त्याने या भेटीची तयारी खूप दिवसांपासून केली होती, असं वाटत होतं. तो हात जोडून अगदी कृतज्ञतेने माझ्याकडे बघत होता. त्याच्या डोळ्यात पाणी होतं.

पाच वेळा त्याच्या प्रकरणावर नकारात्मक निर्णय आल्यानंतर त्याने शिक्षा माफ होण्याची आशा सोडून दिली होती, असं त्यानेच मला सांगितलं. घरी परतण्याची आणि कुटुंबाबरोबर एखाद्या सामान्य माणसासारखं आयुष्य जगण्याची आशा त्याने सोडून दिली होती. आपलं आयुष्य हे असं गजांआडच जाणार आहे, हे त्याने स्वीकारलं होतं. पण का कोणास ठाऊक, त्या पाहणीदरम्यान तो मला पहिल्यांदा भेटला आणि माझ्याशी बोलला, त्यानंतर त्याच्या मुक्त होण्याच्या आशा पुन्हा पल्लवित झाल्या होत्या. गुरचरण सिंग यांच्या खुनाची कबुली माझ्यासमोर दिल्यानंतर माझ्या डोळ्यातला राग त्याला स्पष्ट दिसला होता. पण त्याचबरोबर

त्याला माझ्या डोळ्यांमध्ये क्षमा आणि करुणाही दिसली होती. त्याच्या शिक्षेमधून त्याला कोणी मुक्त करू शकत असेल, तर ती रदबदली माझ्याशिवाय इतर कोणीच उत्तमप्रकारे करू शकणार नाही, असा भरवसा कारागृहातील कर्मचाऱ्यांनी त्याला वारंवार दिला होता.

त्याचं हे बोलणं ऐकून मीदेखील भारावून गेलो होतो. त्याने स्वत:मध्ये खूप सुधारणा केली आहे आणि म्हणूनच त्याला एका सामान्य माणसासारखं आयुष्य जगण्याचा अधिकार आहे, हे मी त्याला सांगितलं. मी त्याला त्याच्या पुढल्या वाटचालीसाठी शुभेच्छा दिल्या, तसंच माझ्या संपर्कात राहायला सांगितलं. त्याने पुन्हा मला हात जोडून नमस्कार केला. पुन्हा त्याच्या डोळ्यातून कृतज्ञतेने अश्रू वाहू लागले. तो निघाला तेव्हा त्याला निरोप द्यायला मी उभा राहिलो. त्याच्या आयुष्यात एका नव्या पर्वाची सुरुवात होत होती. तो पुन्हा मागे वळला, एक दोन क्षण अडखळला आणि न राहवून त्याने मला मिठी मारली. दोन क्षणांनी मागे होऊन तो पुन्हा चालायला लागला आणि कारागृहाच्या पोलादी दरवाजांबाहेर गेला. या कारागृहात त्याने आयुष्याची १९ वर्षं ६ महिने आणि दहा दिवस घालवले होते.

गुन्हेगारांचा माग काढणं, तो काढताना शरीरातील रक्त सळसळणं, गुन्हेगारांच्या अगदी जवळ पोहोचून पुन्हा ते गुन्हेगार आपल्या हातातून निसटणं, मग नैराश्य येणं, मग पुन्हा माग काढायला सुरुवात करून अखेर त्या गुन्हेगाराला पकडणं, अशा एखाद्या प्रदीर्घ कारवाईनंतर त्या गुन्हेगाराला शिक्षा झाली की, पोलीस अधिकाऱ्यांना एक समाधान मिळतं. ती भावना शब्दात पकडणं कठीण आहे. इतर कोणत्याही व्यवसायात हे समाधान मिळणं शक्य नाही. माझ्या पोलीस दलातील कारकिर्दीत हे असं समाधान मला अनेकदा मिळण्याचं भाग्य लाभलं. पण मनजित सिंग याला तुरुंगातून मुक्त होऊन ताठ मानेने बाहेर जाताना बघणं आणि त्यात माझा मोलाचा वाटा असणं, या भावनेने मला वेगळीच धुंदी दिली. ही एक वेगळीच कारवाई होती. त्या कारवाईत मला यश आल्यानंतर मिळालेलं समाधान अवर्णनीय होतं. अनेक कुख्यात गुंडांना पकडल्यानंतरही कदाचित हे समाधान मिळालं नसेल.

मनजित सिंगची मुक्तता होऊन आता सात वर्षं उलटली आहेत. आजही कधीतरी माझा फोन खणखणतो आणि समोरून मनजित माझी विचारपूस करतो. कधीतरी टपालातून त्याचं ख्यालीखुशाली विचारणारं पत्र येतं. एके काळी बावा गुरचरण सिंग यांची हत्या करणारा मनजित सिंग आता आग्रा जिल्ह्यातील त्याच्या गावात शेती करतो. गुन्हे आणि गुन्हेगार यांच्या जगापासून तो आता खूप लांब आहे. ◆

५

गोष्ट एका न झालेल्या खुनाची

साल १९९६! भारतीय राजकारणातील एक अस्थिर वर्ष! भारतीय जनता पक्षाचे ज्येष्ठ नेते अटलबिहारी वाजपेयी यांनी भारताचे दहावे पंतप्रधान म्हणून शपथ घेतली. पण पंतप्रधान म्हणून त्यांचा पहिला कार्यकाळ जेमतेम १३ दिवसच चालला. पुढे १९९८मध्ये त्यांनी काही प्रादेशिक पक्षांना सोबतीला घेत राष्ट्रीय लोकशाही आघाडीचा (NDA) प्रयोग केला. त्याच वर्षी NDA ने लोकसभा निवडणूक लढवली आणि अटलबिहारी वाजपेयी पुन्हा पंतप्रधान झाले. पण पुन्हा एकदा वर्षभरातच त्यांचं सरकार कोसळलं. या वेळी तामिळनाडूमधल्या त्यांच्या घटक पक्षाने या सरकारला असलेला पाठिंबा काढून घेतला होता. पण पुढल्या वर्षी पुन्हा झालेल्या लोकसभा निवडणुकीत आणखी काही प्रादेशिक पक्षांच्या पाठिंब्याच्या जोरावर राष्ट्रीय लोकशाही आघाडी पुन्हा सत्तेत आली. या वेळी त्यांना निर्णायक आघाडी मिळाली होती. शेवटी हे सरकार अटलबिहारी वाजपेयी यांच्या नेतृत्वाखाली पाच वर्षं म्हणजे २००४पर्यंत टिकलं.

१३ ऑक्टोबर १९९९ रोजी सत्ताग्रहण केल्यावर लगेचच NDA सरकारला अनेक संकटांना सामोरं जावं लागलं. पंतप्रधानपदाची शपथ घेऊन दोन महिने उलटतात, तोच २४ डिसेंबर १९९९ रोजी इंडियन एअरलाइन्सच्या काठमांडूवरून नवी दिल्ली येथे येणाऱ्या IC 814 या विमानाचं अपहरण झालं. अल्-कायदाशी संबंध असलेल्या पाच दहशतवाद्यांनी हे विमान तालिबानच्या आधिपत्याखाली असलेल्या अफगाणिस्तानमध्ये कंदहार येथे नेलं. विमानातील प्रवाशांची सुटका करण्यासाठी खंडणीपोटी या दहशतवाद्यांनी भारताच्या ताब्यात असलेल्या काही कट्टर दहशतवाद्यांच्या सुटकेची मागणी केली. या यादीत अनेक दहशतवादी हल्ल्यांचा सूत्रधार असलेल्या मौलाना मसूद अजहर, ओमर सईद शेख आणि मुश्ताक अहमद झार्गर या कट्टर दहशतवाद्यांचा समावेश होता. हे सगळे भारतातील विविध तुरुंगांमध्ये बंदी होते. दहशतवादी आणि सरकार यांच्यादरम्यान जवळपास

आठवडाभर वाटाघाटी सुरू होत्या. अखेर प्रसारमाध्यमं आणि जनता यांच्या दबावाला बळी पडून भारत सरकारने दहशतवाद्यांच्या मागण्या मान्य केल्यावर नव्या वर्षाच्या पूर्वसंध्येला या वाटाघाटींवर पडदा पडला. तत्कालीन परराष्ट्रमंत्री जसवंत सिंह अक्षरश: खाली मान घालून त्या तीन दहशतवाद्यांना खास विमानाने कंदहारला घेऊन गेले आणि अपहरणकर्त्यांच्या ताब्यात दिलं. IC 814 विमानातील प्रवाशांची सुटका झाली आणि ३१ डिसेंबर १९९९ रोजी ते भारताकडे रवाना झाले. या सगळ्या अपहरणनाट्यात फक्त एक दुर्घटना घडली. हे विमान अमृतसरमध्ये इंधन भरण्यासाठी थांबलं असता विमानातील २५ वर्षांच्या रुपीन कटियार या तरुणाला दहशतवाद्यांनी मारहाण केली होती. या मारहाणीमुळे जखमी झालेल्या रुपीनचा मृत्यू झाला. दुर्दैवाची गोष्ट म्हणजे रुपीन मधुचंद्रासाठी गेला असता ही घटना घडली.

या अपहरणनाट्यानंतर एका वर्षाने म्हणजे २२ डिसेंबर २००० रोजी भारताच्या विविधतेचं आणि एकात्मतेचं प्रतीक असलेल्या लाल किल्ल्यावर लष्कर ए तोयबाच्या दहशतवाद्यांनी हल्ला केला. या हल्ल्यात लष्कराचे तीन जवान आणि एक नागरिक मारला गेला. एका ऐतिहासिक वास्तूवरील दहशतवादी हल्ला, यापेक्षा या हल्ल्याचं महत्त्व खूप जास्त होतं. पुढे होणाऱ्या एकापेक्षा एक भयानक हल्ल्यांची ती नांदी होती. यातलाच एक हल्ला होता, त्याच्या पुढल्या वर्षी १३ डिसेंबर २००१ रोजी झालेला संसद भवनावरील हल्ला! या हल्ल्यानंतर भारत-पाकिस्तान हे दोन्ही देश अक्षरश: युद्धाच्या पावित्र्यात एकमेकांसमोर उभे ठाकले होते.

हा दहशतवादी हल्ला होण्याच्या सात महिने आधी वाजपेयी सरकारवर आणखी एक 'हल्ला' झाला होता. या 'हल्ल्या'ने सरकारवर मोठी नामुष्की ओढवली होती. हा हल्ला झाला होता लोकशाहीच्या चौथ्या स्तंभाकडून! तरुण तेजपाल आणि अनिरुद्ध बहल या दोन धडाडीच्या तरुण पत्रकारांनी २००० साली तेहलका नावाचं एक संकेतस्थळ सुरू केलं होतं. १४ मार्च २००१ला या संकेतस्थळाने केलेल्या ऑपरेशन वेस्ट एंड नावाच्या एका छुप्या शोधमोहिमेचे काही व्हिडीओ टीव्हीवर दाखवण्यात आले. भाजपचे तत्कालीन अध्यक्ष, काही वरिष्ठ लष्करी अधिकारी आणि NDA सरकारमधील काही नेते दलाल आणि व्यावसायिक असल्याचं भासवणाऱ्या पत्रकारांकडून लाच घेत असल्याचं त्या व्हिडीओमध्ये स्पष्ट दिसत होतं. या व्हिडीओनंतर भाजपच्या तत्कालीन राष्ट्रीय अध्यक्षाला आणि नंतर तत्कालीन संरक्षणमंत्र्यांना राजीनामे द्यावे लागले होते. यामुळे भाजपची खूप नाचक्की तर झालीच, पण NDA मध्ये असलेल्या अनेक घटक पक्षांनी सरकारचा पाठिंबा काढून घेण्याची भीती दाखवल्याने सरकार कोसळेल

की काय, अशीही परिस्थिती निर्माण झाली.

तेहलकाच्या या ऑपरेशन वेस्ट एंड आणि त्यानंतर घडलेल्या या सगळ्या घडामोडींचा फायदा उचलण्याची संधी पाकिस्तानच्या ISI या गुप्तचर संघटनेने सोडली असती, तरच नवल! त्यांनी भारताला पुन्हा अस्थिर करण्यासाठी एक कुटिल डाव आखला. ISI भारतातल्या या घडामोडींकडे लक्ष ठेवून होती. त्यांच्या अंदाजाप्रमाणे ऑपरेशन वेस्ट एंड यशस्वीपणे पार पाडणाऱ्या तरुण तेजपाल आणि अनिरुद्ध बहल या दोघांची हत्या केल्यास त्यांचा डाव साध्य होणार होता. कारण या तेहलका ऑपरेशननंतर या दोघांच्या हत्येचं खापर भाजपच्या माथी फुटलं असतं. पक्षाच्या राष्ट्रीय अध्यक्षाचे कारस्थान चव्हाट्यावर आणणाऱ्या या दोन पत्रकारांचा काटा भाजपनेच काढला असावा, असाच तर्क झाला असता. या दोघांच्या हत्येमुळे जनमत नक्कीच सरकारच्या विरोधात गेलं असतं. तसंच या घटनेमुळे उडणाऱ्या गोंधळाचा परिणाम सरकारवर झाला असता. लोकसभेत असलेलं निसटतं बहुमत टिकवणं सरकारला कठीण गेलं असतं आणि NDA सरकार कोसळलं असतं. पुन्हा एकदा भारतात राजकीय अस्थिरता निर्माण झाली असती. हे एवढं कपटी कारस्थान ISI सोडून इतर कोणाच्याही सुपीक डोक्यातून येणं शक्य नव्हतं.

पण ISIसाठी ही मोहीम कोण फत्ते करणार होतं? तेजपाल आणि बहल यांच्यावर गोळ्या कोण झाडणार होतं? ISIच्या पूर्वानुभवावरून त्यांना एक गोष्ट कळून चुकली होती. या अशा प्रकारच्या कामांसाठी सीमेपलीकडून दहशतवादी पाठवण्याऐवजी हे काम स्थानिक गुंडांच्या टोळ्यांकडून करून घेणं जास्त फायद्याचं होतं. या अशा गुंडांच्या हाताशी या कामांसाठी योग्य माणसं असतात, त्यांची हत्यारंही भारतातील असतात आणि मुख्य म्हणजे त्यांना इथल्या भागाची पूर्ण माहिती असते. याचं उत्तम उदाहरण म्हणजे १९९३मध्ये मुंबईत झालेले बॉम्बस्फोट! या स्फोटांसाठी ISIने मुंबई आणि गुजरात येथील गुन्हेगारी जगतातील प्रमुख गुंडांना हाताशी धरलं होतं. ISIच्या कच्छपी लागलेल्या या गुंडांच्या मदतीने घडवलेल्या या स्फोटांमध्ये जवळपास ३०० लोकांनी आपला जीव गमावला होता आणि कोट्यवधी रुपयांच्या मालमत्तेचं नुकसान झालं होतं. पण या बॉम्बस्फोटात कार्यरत असलेले दाऊद इब्राहिम, टायगर मेमन, मोहम्मद डोसा, अबू सालेम आणि अब्दुल लतीफ यांच्यासारखे कुख्यात गुंड एकतर तुरुंगाची हवा तरी खात होते किंवा पाकिस्तानमध्ये लपले होते. त्यामुळे ISIला दुसऱ्या कोणाची तरी मदत घ्यावी लागणार होती. असं कोणीतरी जे या सगळ्यांएवढंच उपयुक्त आहे आणि जे अजूनही भारतीय पोलीस किंवा तपास यंत्रणांच्या नजरेत आलेलं नाही.

या योग्य व्यक्तीच्या शोधासाठी ISI ने आपला मोर्चा उत्तरेकडील काही

राज्यांकडे वळवला. अखेर त्यांचा शोध थांबला तो बिहारमध्ये! बिहारमधला हा कुख्यात गुंड एखाद्या सैतानापेक्षा अजिबातच कमी नव्हता. तो या अशाप्रकारचं काम लीलया पार पाडू शकत होता. अजूनही अशी कामं तो करू शकतो. त्याची पात्रता एवढ्यावर थांबत नाही. तो भारतीय संसदेतील एक खासदार होता. त्याचं नाव मोहम्मद शहाबुद्दीन!

शहाबुद्दीनने गुन्हेगारी जगतातून राजकारणात चंचुप्रवेश केला. गुन्ह्याच्या इतिहासात त्याच्यासारखा दुसरा कोणी सापडणं कठीण आहे. कदाचित तुम्हाला शहाबुद्दीनपेक्षा गंभीर गुन्हे केलेले, त्याच्यापेक्षा जास्त क्रूर गुन्हेगार सापडतील. पण माझ्या चार दशकांच्या विस्तृत कारकिर्दीत गुन्हेगारीबरोबरच राजकारणातही यशस्वी कारकीर्द घडवणारा शहाबुद्दीनसारखा दुसरा कोणीच माणूस मलातरी आढळलेला नाही. १९९०च्या दशकात तो बिहारमध्ये दोन वेळा आमदार म्हणून निवडून आला. त्याची राजकारणातील गाडी एवढ्यावरच थांबली नाही. तो सलग चार वेळा खासदार म्हणूनही निवडून आला. कायद्याचे हात त्याच्या गळ्याशी येईपर्यंत त्याची कारकीर्द बहरतच चालली होती.

मोहम्मद शहाबुद्दीनचा जन्म १० मे १९६७ रोजी बिहारच्या सिवान जिल्ह्यातल्या प्रतापपूर गावात झाला. वयाच्या अवघ्या १९व्या वर्षी, १९८६मध्ये त्याची गुन्हेगारी कारकीर्द सुरू झाली. त्यानंतर खून, खुनाचे प्रयत्न आणि इतर अनेक गंभीर गुन्ह्यांनी त्याची कारकीर्द बहरली. त्याने केलेल्या निर्घृण गुन्ह्यांपैकी एकच उदाहरण देतो. त्यावरून हा शहाबुद्दीन किती क्रूर असेल, याची तुम्हाला कल्पना येईल. त्याने तीन भावांना ॲसिडने अंघोळ घालून मारलं होतं. पोलिसांच्या लेखी त्याची नोंद सराईत गुन्हेगार अशीच होती. तसंच त्यांच्या दफ्तरी त्याच्याविरोधात फाइलही तयार होती.

ही एवढी भक्कम गुन्हेगारी पार्श्वभूमी असूनही त्याने राजकारणात प्रवेश केला आणि १९९०मध्ये बिहारच्या विधानसभा निवडणुकीत तो निवडूनही आला. १९९५मध्ये तो पुन्हा बिहार विधानसभेत आमदार म्हणून निवडून गेला. १९९६मध्ये लालुप्रसाद यादव यांच्या राष्ट्रीय जनता दलाने त्याला लोकसभा निवडणुकीची उमेदवारी दिली आणि त्याच्या राजकीय कारकिर्दीला धुमारे फुटले. त्याच्या मतदारसंघात म्हणजेच सिवानमध्ये असलेल्या त्याच्या दहशतीमुळे तो सहज निवडून आला आणि खासदार बनला. आता तर त्याच्या गुंडगिरीला राजकीय अधिष्ठान लाभलं होतं. त्यामुळे सिवान आणि परिसरात त्याने स्वत:चे कायदे चालवायला सुरुवात केली. स्थानिक पोलीस आणि सरकारी अधिकारी यांच्यासह त्याचे खटके उडायला सुरुवात झाली. अनेक पोलीस कर्मचाऱ्यांवर त्याने डूख धरून हल्ले चढवले. तर अनेकांवर त्याने बडतर्फीची कारवाई करायला लावली.

मार्च २००१मध्ये संजीव कुमार नावाचा एक पोलीस अधिकारी शहाबुद्दीनच्या मनोजकुमार पप्पू नावाच्या एका कार्यकर्त्याला अटक करण्यासाठी गेला. त्या वेळी शहाबद्दीनने त्याच्या कानाखाली मारली. शहाबुद्दीनच्या गुंडांनी त्या अधिकाऱ्यासह असलेल्या पोलिसांना बेदम मारलं. पोलिसांना स्वसंरक्षणासाठी माघार घ्यावी लागली, पण थोडे मागे जाऊन ते सगळे पुन्हा एकत्र आले. संजीव कुमार यांनी शेजारच्या उत्तर प्रदेशसह बिहारमधील जवळच्या पोलीस ठाण्यांमधून जादा कुमक मागवली. सिवान पोलिसांनी या अतिरिक्त दलासह शहाबुद्दीनच्या गढीसारख्या घराला घेराव घातला. या घेरावानंतर पोलीस आणि गुंडांमध्ये भीषण चकमक उडाली. या चकमकीत दोन पोलिसांना जीव गमावावा लागला, तर शहाबुद्दीनचे आठ गुंड ठार झाले. शहाबुद्दीनच्या गुंडांच्या मृतदेहाजवळ तीन एके ४७ रायफली आणि काही स्वयंचलित पिस्तुलं सापडली. शहाबुद्दीन त्याच्या इतर माणसांसह तिथून पळून गेला. जाता जाता त्यांनी पोलिसांच्या तीन गाड्या पेटवून दिल्या. तसंच पोलिसांचं लक्ष हटवण्यासाठी गोळीबार करत ते पळून गेले. शहाबुद्दीन किंवा मनोजकुमार यांच्यापैकी कोणालाही पकडण्यात पोलिसांना यश आलं नाही. या प्रकरणानंतर शहाबुद्दीनच्या विरोधात आणखी काही गुन्हे दाखल झाले. पण तो फरार होण्यात नेहमीच यशस्वी होत होता.

शहाबुद्दीन अटक टाळण्यासाठी पळत असताना ISI ने त्याच्याशी संपर्क साधण्याचा निर्णय घेतला होता. तेहलकाच्या दोन्ही पत्रकारांची सुपारी ISI ने शहाबुद्दीनला दिली. शहाबुद्दीन त्याआधी काश्मीरमधील फुटीरतावादी आणि ISI च्या काही हेरांच्या संपर्कात होता. ही माहिती बिहारच्या तत्कालीन पोलीस महासंचालकांनी भर पत्रकार परिषदेत दिली होती. या पत्रकार परिषदेनंतर लगेचच या पोलीस महासंचालकांची बदली अत्यंत दुर्गम भागात करण्यात आली. शहाबुद्दीनचे हात किती वरपर्यंत पोहोचले होते, याचं हे एक उदाहरण!

बांगलादेशमध्ये असलेला जैन साहेब नावाचा ISIचा हेर नेपाळमधल्या सलीम मियाँ अन्सारी या हस्तकाच्या संपर्कात होता. अन्सारी हा स्वत: गुन्हेगारी क्षेत्रातील माफिया होता. तसंच तो नेपाळ सरकारमध्ये मंत्री म्हणूनही काम करत होता. नेपाळमधल्या कम्युनिस्ट पक्षाशी त्याचे लागेबांधे होते. जानेवारी-फेब्रुवारी २००१च्या काळात सलीम मियाँ अन्सारीच्या नेपाळच्या घरातच दोन गुप्त बैठका झाल्या. शहाबुद्दीन आणि जैन साहेब यांनाही या बैठकांसाठी आमंत्रित केलं होतं. ही बैठक कोणत्या कारणासाठी आहे, याची पूर्ण कल्पना शहाबुद्दीनला होती. म्हणूनच त्याने भूपेंदर त्यागी नावाच्या त्याच्या एका खास गुंडालाही त्याच्यासोबत घेतलं होतं. त्यागी उत्तर प्रदेशचा होता. या कामासाठी आणि आपल्या संरक्षणासाठीही त्यागी हा उत्तम माणूस आहे, हे लक्षात घेत शहाबुद्दीनने त्यागीला बरोबर घेतलं होतं.

आपल्या मुख्य कथेत पुढे सरकण्याआधी वाचकांना हा त्यागी कोण, ते थोडंसं सांगितलं पाहिजे. उत्तर प्रदेशातल्या बुलंदशहर जिल्ह्यातील किसोला गावात त्यागी राहायचा. त्याच्या वडिलांचा कापड व्यवसाय होता. हा व्यवसाय खूप यशस्वीही झाला होता. एक स्थानिक गुंड त्यागीच्या वडिलांकडून 'रंगदारी कर' (संरक्षणापोटीची खंडणी) मागत होता. पण त्यागीच्या वडिलांनी ही खंडणी देण्यास नकार दिला. त्या गुंडाने हा नकार ऐकून त्यागीसमोरच त्याच्या वडिलांना मारहाण करायला सुरुवात केली. त्याने त्यागीच्या वडिलांना बेदम मारहाण केली. १८ वर्षांच्या त्यागीला आपल्या वडिलांना होणारी ही मारहाण सहन होत नव्हती. त्याने कपडे मापायला वापरतात ती लोखंडी पट्टी उचलली आणि सगळा जोर लावून त्या गुंडाच्या डोक्यात आपटली. त्या गुंडाच्या कवटीचे दोन तुकडे झाले आणि तो जागीच मेला. आता पोलीस आपल्याला पकडणार, या भीतीपोटी त्यागी घरातून पळाला. त्याच्याकडे ना धड पैसे होते ना कोणतीही गोष्ट! तो एका ठिकाणाहून दुसऱ्या ठिकाणी भटकत राहिला. रात्रीच्या वेळी तो नातेवाइकांकडे आसरा मागायचा. पण त्याला लक्षात आलं की, कोणीही आपल्याला कायमचा निवारा देणार नाही. नेमक्या याच काळात तो काही स्थानिक गुंडांच्या जाळ्यात ओढला गेला आणि त्यांच्यासाठी कामं करायला लागला. या लायनीत आपलं बस्तान बसू शकतं, हे त्याच्या लवकरच लक्षात आलं. त्याला गुन्हेगारी जगतात खूप चांगलं भवितव्य दिसत होतं.

याच काळात त्याची भेट त्याच्या एका मित्राशी झाली. त्याचा हा मित्र अंबाल्याच्या कारागृहातून नुकताच सुटून बाहेर आला होता. बोलता बोलता त्याने त्यागीला कारागृहातील एका कर्मचाऱ्याबद्दल सांगितलं. हा कर्मचारी त्यागीच्या मित्राला फार काही बरी वागणूक देत नव्हता. त्याने त्यागीच्या मित्रावर लैंगिक अत्याचारही केले होते. हे ऐकल्यावर त्यागीचं पित्त चांगलंच खवळलं. त्या जेलरला धडा शिकवण्याचा निर्णय त्यागीने परस्पर घेऊन टाकला. एके दिवशी संध्याकाळी तो जेलर आपलं काम आटोपून घरी जाण्याच्या वाटेवर होता. त्या वेळी त्यागीने आपल्या दोन्ही हातांनी त्या जेलरचा खून केला.

गुन्हेगारी जगतात त्यागीची ख्याती पसरू लागली. त्याच्या मित्रांनीही त्याचे कारनामे लोकांपर्यंत पोहोचवायला सुरुवात केली. त्यागी गुन्हेगारी जगतात प्रसिद्ध होत होता. त्याला पुढली कामगिरीही अंबाला जिल्ह्यातलीच मिळाली. एका साखर कारखानदाराच्या स्पर्धकांनी त्या कारखानदाराचा काटा काढण्याची कामगिरी त्यागीवर सोपवली होती. त्या स्पर्धकाला त्या कारखानदाराचा अडसर कायमचा दूर करायचा होता आणि कामासाठी तो तीन लाख रुपयांपर्यंत पैसे द्यायलाही तयार होता. त्यागीने भाड्याने आणलेल्या हत्याराने अक्षरश: डोळ्याचं पातं लवतं न लवतं

तोच त्या साखर कारखानदाराचा मुडदा पाडला. मिळालेल्या पैशातून त्यागीने चिनी बनावटीची दोन पिस्तुलं घेतली. त्यानंतर त्यागी शस्त्रास्त्रांच्या बाबतीत आत्मनिर्भर झाला.

या काही गुन्ह्यांनंतर त्यागीने त्याची स्वत:ची टोळी तयार केली. त्याच्या आयुष्यात तोपर्यंत जे गुन्हेगार आले होते, त्यांच्यावर त्याचा विश्वास नव्हता. त्याने त्याच्या नात्यातल्या तरुणांना प्रोत्साहन द्यायला सुरुवात केली. त्यापैकी काही जण बेरोजगार होते आणि त्यांना गुन्हेगारी जगताची भुरळ पडली होती. याच टप्प्यावर त्याला हरे राम संत हा गुंड भेटला. बिहारच्या गोपालगंज जिल्ह्यातला हा कुख्यात गुंड त्याच्या नातेवाइकांना भेटायला म्हणून बुलंदशहर जिल्ह्यात आला होता. या दोन्ही गुंडांचं आपापसात पटलं आणि त्यांनी एकमेकांबरोबर काम करायला सुरुवात केली. पण नियतीच्या मनात काही वेगळंच होतं.

१९९५मध्ये उत्तर प्रदेश पोलिसांनी त्यागीला अटक केली. त्यानंतर त्याला रुरकी इथल्या कारागृहात ठेवण्यात आलं. कारागृहातून बाहेर पडण्यासाठी उतावीळ झालेल्या त्यागीने संतला त्याच्या सुटकेसाठी प्रयत्न करण्याची विनंती केली. १९९७च्या अखेरीस संतच्या मदतीने त्यागी पोलिसांच्या तावडीतून फरार होण्यात यशस्वी झाला. रुरकी न्यायालयातून पोलीस त्याला मुजफ्फरनगर कारागृहात नेत असताना त्याने स्वत:ची सुटका करून घेतली. तो पळून थेट गोपालगंजला संतकडे गेला. संतने त्याच्या टोळीत त्यागीचं अगदी खुल्या दिलाने स्वागत केलं. त्यागी हा अशा छोट्यामोठ्या गुन्ह्यांसाठी बनला नसून गुन्हेगारी जगातील खूप मोठ्या गुन्ह्यांसाठी त्याचा जन्म झालाय, हे संतला कळून चुकलं. संतने त्यागीची भेट मुकुल राय या गुंडाशी घालून दिली. मुकुल राय हा तिथला स्थानिक गुंड होता, पण त्याचे लागेबांधे राजकीय नेत्यांशी होते. राय त्यागीला घेऊन सूरज भानकडे गेला. एकेकाळचा हा कुप्रसिद्ध गुंड आता बिहारच्या राजकारणातील यशस्वी नेता बनला होता. त्या वेळी भान आमदार होता. त्याने त्यागीला मोकामा इथल्या त्याच्या घरात लपायला जागा दिली. त्यागीला ९ एमएमचं पिस्तूल देण्यात आलं. तसंच एके ४७ आणि इतर काही स्वयंचलित शस्त्रं चालवण्याचं प्रशिक्षणही त्याला इथेच मिळालं. भानच्या हाताखालचा गुंड म्हणून त्याने दोन डझनांपेक्षा जास्त खून पाडले. एखाद्या व्यावसायिकाला त्याच्या प्रतिस्पर्ध्याचा काटा काढायचा असेल, तर तशी कामंही पैशासाठी त्यागी करू लागला. याच खूनसत्रातील एक प्रकरण होतं बिहारच्या मोतिहारी जिल्ह्यातील खंडणीखोर व्यावसायिक म्हणून प्रसिद्ध असलेल्या टुणटुण सिंह याच्या खुनाचं! या खुनामुळे बिहारमध्ये खळबळ उडाली होती.

त्यागीचे हे पराक्रम बघून भानलाही त्याचं मूल्य लक्षात आलं. गुन्हेगारी

विश्वातल्या या हिऱ्याला पैलू पाडणं हे आपल्यासारख्याचं काम नाही, अशी जाणीव त्याला झाली. त्यागीची भेट आणखी मोठ्या गुंडाशी घालून देण्याची विनंती भानने रायकडे केली. रायने त्यागीला मोहम्मद शहाबुद्दीनच्या चरणाशी घातलं. त्यागी जिवावर उदार होणारा होता, थंड डोक्याने खून पाडण्याचं कसब त्याच्याकडे होतं आणि त्याच्या अंगी धाडस होतं. शहाबुद्दीन अशाच कोणाच्या तरी शोधात होता. त्यानंतर त्यागीने शहाबुद्दीनसाठी अनेक भयानक गुन्हे केले. त्यापैकी एक गाजलेलं प्रकरण म्हणजे २००० सालातलं अधिवक्ता खून प्रकरण! त्यागीने शहाबुद्दीनचा साथीदार असलेल्या मनोजकुमार पप्पूच्या विरोधात साक्ष देणारा साक्षीदार आणि आणखी एक वकील रघुबीर शरण या दोघांचा खून केला. शरणचा खून केला, त्या वेळी तिथे त्याची बायको आणि दहा वर्षांचा मुलगाही होता. त्यागीने थंड डोक्याने या दोघांनाही मारलं. त्यानंतर काही महिन्यांनी, १५ जानेवारी २००१ रोजी त्यागीने आणखी एक भयानक हत्याकांड केलं. त्यागीच्या टोळीतल्या एका सदस्याच्या बहिणीबरोबर प्रेमसंबंध ठेवणारा मुरारी नावाचा एक छोटा गुंड त्यागीचं लक्ष्य होता. पण प्रत्यक्षात मात्र त्याने सात जणांना मारलं आणि १९ जणांना जखमी केलं. हे प्रकरण रोशेरा नरसंहार या नावाने ओळखलं जातं.

गुन्हेगारी विश्वातील त्यागीचा हा मुक्त वावर अगदी बिनधास्त सुरू होता. त्याने अनेक बँका लुटल्या, खंडणीसाठी लोकांचं अपहरण केलं, सुपाऱ्या घेऊन लोकांचे खून पाडले. पैशांसाठी तो कोणाचाही खून करायला तयार व्हायचा. त्याला त्याचा पश्चात्ताप वगैरे अजिबातच वाटायचा नाही. बिहारच्या उत्तर भागात त्यागीची प्रचंड दहशत पसरली होती.

***

ISI साठी तेजपाल आणि बहल यांना मारण्याची सुपारी घेतल्यानंतर शहाबुद्दीनने त्यागीला दिल्लीला पाठवलं. त्यागी आणि त्याचे साथीदार ही कामगिरी फत्ते करण्यासाठी तयार झाले की, दिल्लीतच त्यांना शस्त्रं पुरवली जातील, असं आश्वासनही त्यांना दिलं गेलं. त्यागी दिल्लीत आला आणि त्याने त्याच्या ओळखीतल्या स्थानिक गुंडांना हाताशी धरलं. पोलिसांच्या दफ्तरी या गुंडांची काहीच नोंद नव्हती. त्यानंतर त्यागी आणि त्याच्या या साथीदारांनी तेजपाल आणि बहल यांचं कार्यालय आणि त्यांच्या घराची बारकाईने पाहणी करण्यास सुरुवात केली. या दोघांचा दिनक्रम कसा असतो, ते कोणत्या ठिकाणांना भेट देतात, कुठल्या वेळी कुठे असतात, अशी माहिती गोळा करण्यासाठी त्यागी आणि त्याचे साथीदार या दोघांवर पाळत ठेवू लागले. काठमांडूतून ISIचे हस्तक

त्यागीच्या नियमित संपर्कात होते. त्याने दिल्लीतून नेपाळमधल्या एका दूरध्वनी क्रमांकावर केलेला एक फोन सुदैवाने केंद्र सरकारच्या एका गुप्तचर यंत्रणेने रेकॉर्ड केला. हे रेकॉर्डिंग दिल्ली पोलिसांच्या विशेष शाखेकडे पाठवण्यात आलं. दिल्ली पोलिसांच्या विशेष शाखेने तातडीने नेपाळमधल्या त्या दूरध्वनी क्रमांकावर येणारे फोन आणि त्या क्रमांकावरून केले जाणारे फोन यांच्यावर लक्ष ठेवायला सुरुवात केली.

***

मे २००१ची सुरुवात होती. केंद्रीय गुन्हे अन्वेषण विभागाच्या म्हणजेच सीबीआयच्या आर्थिक गुन्हे शाखेचा अतिरिक्त संचालक म्हणून माझी नियुक्ती झाली होती. तोपर्यंत सीबीआयमध्ये नियुक्ती होऊन मला आठ वर्षं झाली होती. पण या आठ वर्षांच्या काळात माझ्या मूळ पोलीस दलाशी म्हणजे दिल्ली पोलिसांशी आणि त्यांच्या दहशतवाद विरोधी विशेष कक्षाशी मी खूप चांगले संबंध ठेवले होते. सीबीआयमधील माझ्या हाताखाली असलेली टीम आणि विशेष कक्षाने अनेक कारवाया एकत्र केल्या होत्या. आम्ही अगदी खुलेपणे आमच्या कामाचे तपशील एकमेकांना देत होतो आणि काही प्रकरणांमध्ये एकमेकांची मदत लागली, तर तीदेखील बिनदिक्कत घेत होतो. त्यामुळेच तेहलकाच्या दोन पत्रकारांच्या हत्येच्या कटाचे आणि पोलिसांकडून या कटात सहभागी झालेल्यांना अटक करण्यासाठी सुरू असलेल्या प्रयत्नाचे तपशील मला वारंवार मिळत होते.

दिल्ली पोलिसांच्या विशेष कक्षाची वेळेबरोबरची स्पर्धा सुरूच होती आणि या स्पर्धेत दोन चांगल्या पत्रकारांचा जीव वेठीला होता. त्याचबरोबर राष्ट्रीय लोकशाही आघाडी सरकारचं भवितव्यही टांगणीला होतं. आम्ही पाळत ठेवलेल्या जवळपास २० मोबाइल फोनमध्ये सुरू असलेल्या संवादावर आमची आशा होती. पण या दूरध्वनी क्रमांकावर ग्राम्य हरयाणवी भाषेत सुरू असलेले जागेचे सौदे, दिल्लीबाहेरील जागा हडपण्यासाठी सुरू असलेली बोलणी, बेकायदेशीर बांधकाम या व्यतिरिक्त आम्हाला काहीच ऐकू येत नव्हतं. या फोनवर बोलणारे लोक जमीन हडपणे, जबरदस्तीने जमीन बळकावणे यात मुरलेले होते, यात काही शंकाच नव्हती. हे असं वाट बघणं खूपच तापदायक होतं. या अत्यंत महत्त्वाच्या प्रकरणात काहीच प्रगती होत नव्हती आणि काहीतरी होण्याची वाट बघत बसण्याला काहीच अर्थ नव्हता.

या दरम्यान आमच्यासमोर एक यक्षप्रश्न उभा होता. तेहलकाच्या या दोन पत्रकारांना त्यांच्याविरोधात त्यांच्या जिवावर उठलेल्या या कटाची माहिती द्यायची की नाही? आम्ही त्यांना काही सांगितलं, तर ती माहिती ते त्यांच्यापर्यंतच

ठेवतील, ही शक्यता कमीच होती. दिल्ली पोलिसांवर विश्वास नसल्याने ते नक्कीच केंद्र सरकारमधील वरिष्ठांकडे सुरक्षा देण्याची मागणी करतील. त्याच बरोबर त्यांच्या जिवाला धोका असल्याची माहिती ते संपूर्ण जगाला ओरडून सांगतील. हे असं झालं, तर प्रसारमाध्यमांना आयतं खाद्यं मिळेल. त्यामुळे या पत्रकारांना विश्वासात न घेता आम्ही त्यांच्याभोवती त्यांच्याही नकळत सुरक्षेचं कडं उभारायला सुरुवात केली.

काहीतरी घडेल, याची वाट बघत बसणं मूर्खपणाचं होतं. त्यामुळे आम्ही सगळ्या संशयितांना ताब्यात घ्यायला सुरुवात केली. या कटाबाबतची प्राथमिक माहिती केंद्रीय गुप्तचर यंत्रणेकडून प्राप्त झाली होती, ही बाब संशयितांना ताब्यात घेताना जास्त आवश्यक ठरली. पण एक चुकीचं पाऊल, किंवा एखादा चुकलेला निर्णय आमच्या सगळ्या प्रयत्नांवर बोळा फिरवायला पुरेसा होता. एक-दोन गुंडांची धरपकड केली असती, तर इतर गुंड निसटले असते आणि हा कट अमलात येण्याआधीच उधळून लावण्यासाठी सुरू असलेली आमची कारवाई निष्फळ ठरली असती. त्यामुळे आम्हाला आमच्या यादीत असलेल्या सगळ्या गुंडांना शक्य तितक्या लवकर एकाच वेळी ताब्यात घ्यायचं होतं.

शेवटी आम्ही पाळत ठेवलेल्या दूरध्वनी क्रमांकावर आम्हाला हवं ते संभाषण ऐकू आलं. या कटात सहभागी असलेले बहुतांश गुंड वायव्य दिल्लीतील भालस्वा डेअरीजवळ भेटणार होते. आम्ही तिथे सापळा लावला आणि त्यांची वाट बघत बसलो.

५ मे २००१ रोजी DL 8CF 5xx5 असा नंबर असलेली टाटा सफारी गाडी दिल्ली-कर्नाल महामार्गावर असलेल्या त्या भेटीच्या ठिकाणी आम्हाला दिसली. आम्ही त्या गाडीवर धाड टाकून अनिलकुमार शेहरावत, राजकुमार, राकेश, दिनेशकुमार, ओमवीर आणि भूपेंद्र त्यागी ऊर्फ मोदी अशा सहा गुंडांना अटक केली. त्यांच्याकडून एके ४७ रायफल, दोन मॅगझिन, २०० काडतुसं, एक पिस्तूल, दोन मॅगिझन आणि ५० काडतुसं अशा शस्त्रांसह २५ हजार रुपयांच्या बनावट नोटा सापडल्या. त्याचबरोबर तेजपाल आणि बहल यांच्या घराचे नकाशे, दिल्लीतील स्वामीनगर परिसरातील डी-१ इमारतीतील त्यांच्या कार्यालयाचे नकाशेदेखील आम्हाला या गुंडांकडे सापडले. दुसऱ्या दिवशी अनिलकुमार शेहरावतच्या घरून आणखी एक एके ४७ रायफल, दोन मॅगझिन्स आणि १०० काडतुसं आम्ही हस्तगत केली. गुन्हेगारी विश्वात त्यागीचे कारनामे आपण याआधीच बघितले आहेत. त्याच्यासह त्याच्या पाच सहकाऱ्यांना अटक केल्यामुळे तेजपाल आणि बहल यांच्या हत्येचा कट उधळला. लोधी कॉलनीतील पोलीस ठाण्यात या सहा जणांविरोधात आणि मोहम्मद शहाबुद्दीनविरोधात खुनाचा कट आखल्याबद्दल

गुन्हा नोंदवण्यात आला. शहाबुद्दीन फरार असल्याची नोंद करण्यात आली.

***

साधारण याच सुमारास मी पटण्यातील माझ्या घरी माझ्या आईवडिलांना भेटायला गेलो होतो. दिल्लीला परतण्यासाठी मी पटणा विमानतळाच्या स्वागतकक्षात बसून माझ्या विमानाची वाट बघत होतो. मी शांतपणे वर्तमानपत्र वाचत असताना अचानक काहीतरी गोंधळ माझ्या कानावर पडला म्हणून मी वर बघितलं आणि मी अवाक् झालो. मोहम्मद शहाबुद्दीन अगदी आरामात स्वागतकक्षात चालत येत होता. त्याच्याबरोबर त्याची ब्रीफकेस घेऊन त्याचा मदतनीसही येत होता. विमान कंपनीचा एक कर्मचारी त्यांना सोबत करत होता. विमानाची वेळ झाली की तुम्हाला बोलवायला येऊ, असं सांगून तो निघून गेला. ते अगदी आरामात बाजूच्या सोफ्यावर बसले.

शहाबुद्दीन त्या स्वागतकक्षात शिरला, तेव्हाच मी त्याला ओळखलं होतं. त्याची उंची, कोरलेल्या मिश्या आणि भेदक नजर त्याची ओळख पटवण्यासाठी पुरेशी होती. पण प्रत्यक्षात मी त्याला पहिल्यांदाच बघत होतो. त्यामुळे माझ्यासमोर बसलेली व्यक्ती शहाबुद्दीनच आहे, याची खातरजमा करून घेणं आवश्यक होतं. अनेक गंभीर गुन्ह्यांमध्ये पोलिसांना हवा असलेला, पोलिसांच्या नोंदी फरार असलेला एक खतरनाक गुंड माझ्या समोर बसला होता. मला तातडीने काहीतरी करणं गरजेचं होतं. अगदी काही मिनिटांमध्ये आम्ही दोघंही आपापल्या वाटेने जाणार होतो. आम्ही एकाच विमानात असू, याची काही खात्री नव्हती. मी प्रचंड अस्वस्थ होतो आणि तो तेवढाच शांत आणि बिनधास्त बसला होता. सीबीआयच्या एका अधिकाऱ्याने आपल्याला ओळखलं आहे, याची त्याला जराही कल्पना नव्हती. ती असती, तरी काहीही फरक पडणार नव्हता. कारण सरतेशेवटी तो खासदार होता आणि त्या पदावरील माणसाशी पंगा घेण्याची हिंमत पोलीस अधिकारी सहसा करत नाहीत. मी स्वागतकक्षाच्या बाहेर आलो. बिहार पोलिसांच्या विशेष कक्षाचे अधिकारी नीलू बाबू विमानतळावर होते. ते मला निरोप द्यायलाच आले होते.

"आत्ता स्वागतकक्षात आला, तो माणूस कोण होता?" मी त्यांना विचारलं.

"साहेब, तुम्हाला जे वाटतंय तो तोच माणूस आहे," नीलू बाबूंनी उत्तर दिलं.

आता मला प्रचंड उत्तेजित झाल्यासारखं होत होतं. त्या वेळी सुटणाऱ्या दुसऱ्या विमानाची उद्घोषणा झाली होती आणि प्रवासी विमानाच्या दिशेने चालायला लागले होते. पण शहाबुद्दीन आणि त्याचे सहकारी मात्र अजूनही स्वागतकक्षात शांतपणे बसले होते. त्याचा अर्थ आम्ही दोघंही एकाच विमानाने दिल्लीपर्यंत

प्रवास करणार होतो.

मला STD फोन करता येईल का, असं मी नीलू यांना विचारलं. त्यांनी मला तातडीने जवळच असलेल्या टेलिफोन बूथजवळ नेलं. तो फोन अगदीच उघड्यावर होता. पण काहीही करून मला दिल्ली पोलिसांच्या विशेष कक्षातील अधिकाऱ्यांना शहाबुद्दीनबद्दल माहिती देणं भाग होतं. ते ज्या खटल्याचा तपास करत होते, त्या खटल्यात फरारी आरोपी म्हणून शहाहबुद्दीन हवा होता. मी विशेष कक्षातील साहाय्यक पोलीस आयुक्त राजबीर सिंग यांना फोन केला. मी त्यांना सांगितलं की, मी पटण्यावरून इंडियन एअरलाइन्सच्या विमानाने दिल्लीला येत आहे आणि राजबीरने पोलिसांच्या एका छोट्या तुकडीसह माझ्या स्वागतासाठी विमानतळावर हजर राहावं. तो फोन उघड्यावर असल्याने मी शहाबुद्दीनचं नाव घेणं टाळत होतो. न जाणो, माझ्या डोक्यात जे काही चाललं आहे, त्याची खबर कोणाला लागली असती, तर सगळा बेत फिस्कटला असता. राजबीर यांना दिलेला संदेश गोपनीय असला, तरी विमानतळावर काहीतरी घडणार असून त्या तयारीने तिथे पोहोचायचं, हा नेमका अर्थ त्यांना नक्की कळला असता.

दरम्यान, आमच्या विमानाची उद्घोषणा झाली. मीदेखील सुरक्षा तपासणीसाठी पुढे निघालो. शहाबुद्दीन त्या स्वागत कक्षातच बसला होता. विमान कंपनीचे कर्मचारी नंतर त्याला नेण्यासाठी येणार होते. सुदैवाने विमानात माझं ७-सी हे आसन सामान्य श्रेणीत पहिल्याच रांगेत खिडकीच्या दुसऱ्या टोकाला होतं. खास श्रेणीत काय चाललं आहे, हे मला अगदी सहज दिसू शकत होतं. मी शहाबुद्दीनला विमानात चढताना बघितलं. तो १-एफ या आसनावर बसला होता. त्याचे सहकारी सामान्य श्रेणीच्या मागच्या रांगेतल्या आसनांकडे वळले. मी जिथे बसलो होतो तिथून मी शहाबुद्दीनला आरामात बघू शकत होतो. तोपर्यंत माझी उत्सुकता शिगेला पोहोचली होती. पोलिसांच्या नोंदीत फरार असलेला एक अट्टल गुन्हेगार माझ्याच बरोबर एकाच विमानातून प्रवास करत होता.

विमानाचे दरवाजे बंद झाले आणि हवाई सुंदरीने रांचीमार्गे दिल्लीला जाणाऱ्या त्या विमानातील प्रवाशांचं स्वागत केलं. रांचीमार्गे? अरे बाप रे! ती उद्घोषणा ऐकून मी जागच्या जागी थिजलो. माझ्या उत्सुकतेवर पाणी पडलं होतं. मी तिथे दिल्लीत विशेष कक्षाच्या पथकाला एका कारवाईसाठी तयार राहण्याची सूचना देऊन बसलो होतो. पण आम्हाला ज्या व्यक्तीला अटक करायची होती, ती रांचीला उतरली तर काय? पटणा ते रांची हा प्रवास जेमतेम अर्ध्या तासाचा होता. पण त्या अर्ध्या तासात माझी चुळबुळ सुरू होती. रांचीला काय होणार, या विचाराने मी अस्वस्थ झालो होतो. शहाबुद्दीन रांचीला उतरेल की, तो दिल्लीपर्यंत प्रवास करेल, हा प्रश्न मी स्वत:लाच त्या अर्ध्या तासात लाखो वेळा विचारून

झाला होता. त्या अनिश्चिततेने माझा जीव कोंडला होता. समजा शहाबुद्दीन दिल्लीपर्यंत प्रवास करणार असेल, तर मी काय केलं पाहिजे, हा विचार पुढे माझ्या डोक्यात आला. माझी ही अस्वस्थता आणि चुळबुळ माझ्या शेजारी बसलेल्या प्रवाशाला जाणवणार नाही, यासाठी मला खूप मेहनत करावी लागत होती.

विमान रांचीच्या धावपट्टीवर उतरलं आणि माझ्या मनातली भीतीही नाहीशी झाली. शहाबुद्दीन किंवा त्याचे साथीदार कोणीही विमानातून खाली उतरलं नाही. रांचीहून दिल्लीला जाणारे प्रवासी विमानात चढल्यानंतर मी सहज म्हणून विमानाच्या मागच्या टोकाला जाऊन आलो. शहाबुद्दीनचा सहकारी २७-ई या आसनावर बसला होता, ही नोंदही मी मनाशी करून ठेवली. आता माझ्याबरोबर प्रवास करणारी व्यक्ती दुसरीतिसरी कोणी नसून कुख्यात गुंड मोहम्मद शहाबुद्दीन आहे, तो विमानात १-एफ या आसनावर बसला आहे आणि त्याचा सहकारी २७-ई या आसनावर बसून प्रवास करत आहे, ही माहिती दिल्लीतील विशेष कक्षाला द्यायलाच हवी होती.

मी त्या हवाईसुंदरीला माझी ओळख दिली. एका महत्त्वाच्या कामासाठी मला एक फोन करणं अत्यावश्यक आहे आणि त्यासाठी मला खाली उतरावं लागेल, असंही मी तिला सांगितलं. तिने नियमानुसार मला मनाई केली. दिल्लीला जाणाऱ्या प्रवाशांना रांचीला विमानातून उतरण्याची परवानगी नव्हती. त्यावर मी तिला सांगितलं की, मला मुख्य वैमानिकाला भेटायचं आहे. मी तिच्या हाती माझं सीबीआयचं कार्डही दिलं. दोन मिनिटांतच ती माझ्याकडे आली आणि तिने मला सांगितलं की, वैमानिकांनी मला त्यांच्या कॉकपिटमध्ये बोलावलं आहे. मला दिल्लीतील माझ्या सहकाऱ्यांपर्यंत एक तातडीचा निरोप पोहोचवायचा आहे आणि त्यासाठी मला एक फोन करणं अत्यावश्यक आहे, असं मी विमानाच्या कप्तानाला सांगितलं. आम्हा दोघांकडेही त्या वेळी मोबाइल फोन होते, पण रांचीला मोबाइल फोनसाठीची यंत्रणा तोपर्यंत आली नव्हती. त्यामुळे आमच्या फोनचा काहीच उपयोग होणार नव्हता. त्याने मला विमानातून खाली उतरण्याची परवानगी दिली. एवढंच नाही, तर मी येईपर्यंत विमान सुटणार नाही, याची ग्वाहीदेखील दिली. मी घाईघाईत विमानातून उतरलो आणि विमानतळाच्या मुख्य इमारतीकडे निघालो. विमानतळावर एकाही प्रवाशाचीच काय, पण एकाही माणसाची चाहूल नव्हती. रांचीवरून त्या दिवशी सुटणारं आमचं शेवटचं विमान होतं आणि एकदा त्या विमानातील सर्व प्रवासी विमानात चढल्यानंतर विमानतळावरील कर्मचारीही निघून गेले होते.

त्या रिकाम्या विमानतळावर मी वेड्यासारखा धावत होतो. सुदैवाने मला केंद्रीय राखीव पोलीस दलातील एक जवान दिसला. तोपर्यंत केंद्रीय औद्योगिक

सुरक्षा दलाकडे रांची विमानतळाची सुरक्षा सोपवली नव्हती. मी धावतच त्याच्याकडे गेलो. माझं कार्ड दाखवून मी कोण आहे, ते त्याला सांगितलं. तसंच मला तातडीने दिल्लीला एक फोन करायचा आहे, असंही मी त्याला म्हटलं. त्याने मला त्या इमारतीतच असलेल्या केंद्रीय राखीव पोलीस दलाच्या कार्यालयात नेलं. तिथून मी पुन्हा राजबीर सिंगला फोन करून माझ्या विमानात शहाबुद्दीन आणि त्याचा सहकारी असल्याची माहिती दिली. मी त्यांना त्या दोघांचे आसन क्रमांकही सांगितले.

कोणत्याही सुरक्षा दलाला एखाद्या व्यक्तीला विमानातून ताब्यात घ्यायचं असेल, तर त्यासाठी एक ठरावीक कार्यपद्धती आहे. त्या सुरक्षा दलाचे अधिकारी विमानात येऊन त्यांना हव्या त्या माणसाला घेऊन खाली उतरत नाहीत, तोपर्यंत इतर प्रवाशांना खाली उतरू द्यायंच नाही, अशा सूचना हवाई वाहतूक नियंत्रण कक्षातून वैमानिकाला दिल्या जातात. शहाबुद्दीनला ताब्यात घेण्यासाठी आवश्यक असणारी सगळी माहिती मी योग्य त्या अधिकाऱ्यांना दिली होती, याचं मला समाधान वाटलं. आता मी दिल्लीसाठीचा माझा पुढील प्रवास पूर्ण करण्यासाठी विमानात जाऊ शकत होतो. त्या काळातल्या एका कुख्यात गुन्हेगाराला ताब्यात घेण्याची सगळी तयारी झाली होती. निदान विमानात चढताना माझा तरी तसाच समज होता.

रांची विमानतळाच्या इमारतीतून मी विमानाच्या दिशेने चालायला लागलो, तेव्हा ते विमान माझ्यासाठी उभं असल्याचं मला दिसलं. विमानात चढण्यासाठी लावलेली शिडी तशीच होती. रांचीला चढणारे सर्व प्रवासी आधीच विमानात गेले होते. बाकी विमानतळावर सामसूम होती. संपूर्ण वातावरणात एक भयानक शांतता दाटून राहिली होती. मी धावतच जिने चढलो. विमानात शिरलो, तेव्हा मला धाप लागली होती. माझ्याकडे बघणाऱ्या प्रवाशांच्या तिखट नजरा मला जाणवत होत्या. ते कधीच या विमानात बसले होते आणि त्यांचं विमान माझ्यामुळे उशिरा सुटणार होतं. हवाई सुंदरीने मात्र हसून माझं स्वागत केलं आणि माझ्या कानांशी कुजबुजत मला वैमानिकांच्या कक्षात जायला सांगितलं.

विमानाचा कप्तान उमद्या मनाचा होता. तो मला म्हणाला, ‘‘सर, तुम्ही खूपच काळजीत दिसता. आता काळजी करू नका. तुम्ही असं का नाही करत, पुढला प्रवास तुम्ही इथेच आमच्यासोबत बसून करा.’’

त्या वेळी माझ्यासाठी याच्यापेक्षा चांगला प्रस्ताव दुसरा असूच शकत नव्हता. मी कप्तानाच्या बरोबर मागे असलेल्या एका आसनावर बसलो आणि माझ्या हृदयाची धडधड आता नेहमीसारखी होत असल्याचं मला जाणवलं. मी काही अंशी शांत झालो होतो. हवाई सुंदरीने मला सरबत दिलं. तेवढ्यात मी बघितलं

की, सहवैमानिक एक महिला होती.

लवकरच ते विमान हवेत झेपावलं आणि दिल्लीच्या दिशेने मार्गस्थ झालं. खुर्च्यांचे पट्टे आवळण्याची खूण बंद झाली आणि दोघंही वैमानिक माझ्याशी गप्पा मारायला लागले.

"सर, तुम्ही एवढे उत्साही कशामुळे झालात, आम्हाला कळू शकेल का?" मुख्य कप्तानाने मला विचारलं.

त्या कप्तानाने माझ्यासाठी अख्खं विमान थांबवून ठेवलं होतं. त्यामुळे त्याच्यापासून काही लपवण्याची गरज मला तरी वाटली नाही. "कॅप्टन, या विमानात आत्ता पोलिसांच्या नोंदी फरार असलेला आणि पोलीस शोधत असलेला एक गुंड आहे."

"तुम्ही १-एफ या आसनावर बसलेल्या महाशयांबद्दल तर नाही ना बोलत?"

चकित होऊन मी होकार दिला, पण हे त्या वैमानिकाला कसं कळलं, असं विचारल्यावाचून मला राहवलं नाही.

"मी या मार्गावर अनेकदा विमान चालवतो. या मार्गावरून नेहमी प्रवास करणारे आणि खासकरून अतिमहत्त्वाचे प्रवासी आता मला माहीत झाले आहेत," हसून त्याने उत्तर दिलं.

एक फरार गुन्हेगार हा अतिमहत्त्वाचा प्रवासी आहे, यातील विरोधाभास माझ्या नजरेतून सुटला नाही.

त्यानंतर काही काळ कोणीच काहीच बोललं नाही.

त्यानंतर ती सहवैमानिक म्हणाली, "सर, सीबीआय अधिकारी, पोलीस एखाद्या गुंडाचा पाठलाग करतात, हे आम्ही आतापर्यंत फक्त ऐकलं होतं. पण हे असं काहीतरी घडताना मी पहिल्यांदाच बघत आहे." ती कौतुकानेच माझ्याकडे बघत होती.

रांची आणि दिल्ली यांच्यातील उड्डाणाचा काळ अगदी झट्कन संपला. दोन्ही वैमानिक आणि हवाई सुंदरी यांनी या प्रवासात माझी खूपच चांगली बडदास्त ठेवली होती. लवकरच विमान दिल्लीत पोहोचणार होतं. विमान दिल्लीत उतरल्यानंतर मला काही संदेश माझ्या सहकाऱ्यांपर्यंत पोहोचवायचा असेल, तर वैमानिकाने तो हवाई वाहतूक नियंत्रण कक्षामार्फत पोहोचवण्याची तयारी दाखवली. तसंच त्याने विमान उतरल्या उतरल्या माझा मोबाइल फोन सुरू करण्याची परवानगीही मला दिली. मी त्याचे आभार मानले आणि त्याला सांगितलं की, सगळी महत्त्वाची माहिती अधिकाऱ्यांपर्यंत पोहोचवण्यात आली आहे.

विमान दिल्ली विमानतळावर अगदी अलगद उतरलं आणि विमानतळाच्या इमारतीच्या जवळ जायला लागलं. मी राजबीरना फोन केला, पण त्यांचा मोबाइल

आणि ऑफिसमधील असे दोन्ही फोन फक्त वाजले. त्यांनी फोन उचललेच नाहीत. हे काहीसं विचित्र होतं. मी राजबीर यांचे सहकारी पोलीस निरीक्षक मोहन चंद शर्मा यांनाही फोन लावला. त्यांनीही काहीच उत्तर दिलं नाही. हे नुसतं विचित्रच नाही, तर पचायलाही जड होतं.

दरम्यान, विमान थांबलं होतं. आता विशेष कक्षाचं पथक विमानात येणार आणि शहाबुद्दीन आणि त्याच्या साथीदाराला पकडणार, या क्षणासाठी मी आतुरतेने थांबलो होतो. पण माझ्या दृष्टिपथात कोणीच नव्हतं. वैमानिक आणि सहवैमानिक माझ्याकडे जरा प्रश्नार्थक नजरेनेच बघत होते. कोणीच आलं नाही, हे बघून त्यांनी प्रवाशांना विमानातून खाली उतरवण्याची परवानगी मागितली. रांची ते दिल्ली या प्रवासात सीबीआयच्या कारवायांबद्दल बढाया मारणारा मी त्या क्षणी त्यांच्या नजरेत अत्यंत हास्यास्पद ठरलो होतो. तोपर्यंत शरमेनं माझी मान खाली गेली होती. एकदा शेवटचं म्हणून मी राजबीरला फोन लावला, पण काहीच प्रतिसाद मिळाला नाही. मी मोहन शर्मालाही परत फोन केला. त्यानेही फोन उचलला नाही. राजबीर आणि त्याच्या या साहाय्यकाने माझे फोन उचलले नाहीत किंवा माझ्याशी पुन्हा संपर्क साधला नाही, असं याआधी कधी झालं नव्हतं.

काहीतरी चुकलं आहे, हे मला माहीत होतं, पण नेमकं काय चुकलंय, हे मला समजत नव्हतं. प्रवाशांना खाली उतरण्यास परवानगी द्या, असं कॅप्टनला सांगण्याखेरीज माझ्याकडे काहीच पर्याय नव्हता. मला विशेष दर्जाच्या प्रवाशांबरोबर उतरण्याची परवानगी देण्यात आली. मी त्या प्रवाशांबरोबर त्यांच्याच बसने विमानतळाच्या इमारतीपर्यंत आलो. बसमध्येही शहाबुद्दीन मला खेटूनच उभा होता. त्याला माझ्याबद्दल काहीच माहीत नव्हतं. विमानतळ इमारतीत पोहोचल्यावर तो शांतपणे माझ्या डोळ्यांसमोरून बाहेर पडला. आगमन परिसरातून विशेष कक्षाचं पथक त्याला अटक करेल, ही माझी शेवटची आशाही धुळीला मिळाली.

***

माझं सामान गोळा करून मी त्या विमानतळ इमारतीच्या बाहेर पडलो आणि थेट विशेष कक्षाचं कार्यालय गाठलं. एवढ्या निरगट्टपणे माझा अपमान झाला होता, त्यामुळे मी मनातून धुमसत होतो. मी राजबीरच्या कक्षात अक्षरशः घुसलो. तिथे तो आणि मोहन शर्मा दोघंही बसले होते. त्यांच्या या विचित्र वागण्याबद्दल मी त्यांच्या अंगावर ओरडत होतो. त्यांनी असं वागण्यामागे काय कारण होतं, असा जाब मी त्यांना विचारत होतो. मी सीबीआयमध्ये होतो आणि ते दिल्ली पोलीस दलाचा भाग होते. त्यामुळे ते काही माझे कनिष्ठ सहकारी नव्हते. पण आम्ही त्याआधी अनेकदा एक टीम म्हणून काम केलं होतं. त्या नैतिक अधिकारातूनच

मी त्यांना हे प्रश्न विचारत होतो. काहीही झालं, तरी पोलीस दलात मी त्यांचा वरिष्ठ होतो. माझ्या मनात खदखदणारा राग, अपमान सगळं बाहेर निघाल्यानंतर राजबीरने मला शांत केलं. त्यानंतर मी शांतपणे एका जागी बसलो आणि राजबीरने मला त्याची बाजू सांगायला सुरुवात केली.

मोहम्मद शहाबुद्दीनबद्दल मी दिलेली माहिती मिळाल्यावर राजबीरने ती त्याच्या वरिष्ठांच्या कानी घातली. शहाबुद्दीन खासदार असल्याने ही कारवाई करण्यासाठी काही राजकीय नेत्यांची परवानगी घ्यावी, असा धोरणी विचार त्या वरिष्ठांनी केला. ही परवानगी फेटाळण्यात आली. माझ्याशी काही काळ कोणताही संपर्क न ठेवण्याचे आदेशही वरिष्ठांनी राजबीर आणि मोहन शर्मा यांना दिले. म्हणूनच ते माझे फोन उचलत नव्हते.

काही काळाने मला समजलं की, मोहम्मद शहाबुद्दीन आणि बिहारमधील काही इतर राजकीय नेत्यांशी संगनमत करून बिहारमध्ये सत्तेवर असलेल्या पक्षाला खाली खेचण्यासाठी दिल्लीतून प्रयत्न सुरू होते. दिल्लीतील हेच सरकार अस्थिर करण्यासाठी आखलेल्या कटातील मुख्य आरोपी हा शहाबुद्दीनच होता, याचाही विसर शहाबुद्दीनच्या अटकेची परवानगी नाकारणाऱ्या या नेत्यांना पडला होता. शहाबुद्दीन ISI आणि काश्मिरी फुटीरतावादी नेत्यांच्या संपर्कात असतो, यांच्याशीही दिल्लीतील सत्ताधाऱ्यांना देणंघेणं नव्हतं.

विमानतळावरील एका कक्षात अपघाताने किंवा योगायोगाने दिसलेल्या एका कुख्यात गुंडाला पकडून देण्यासाठी मी केलेले प्रयत्न हे अशा हास्यास्पद पद्धतीने धुळीला मिळाले. तेजपाल आणि बहल यांच्या खुनाच्या कटाच्या प्रकरणातही दिल्ली पोलिसांनी त्याला अटक केली नाही. या प्रकरणाच्या आरोपपत्रातील दुसऱ्या रकान्यात त्याचं नाव आरोपी या सदराखालीच लिहिलं गेलं. त्याच्याविरोधात पुरेसे पुरावे सापडले नाहीत, अशी नोंद करण्यात आली.

***

या प्रकरणी पोलिसांच्या ताब्यात असलेल्या त्यागी आणि त्याच्या इतर पाच साथीदारांवर तरुण तेजपाल-अनिरुद्ध बहल यांच्या खुनाच्या प्रयत्नासाठी तीस हजारी न्यायालयात खटला चालवण्यात आला. रुरकी, बुलंदशहर आणि हरिद्वार येथील न्यायालयांमध्येही त्याच्या विरोधात खटले प्रलंबित होते. त्यामुळे उत्तर प्रदेश पोलीस त्याला त्या न्यायालयांमध्ये हजेरी लावण्यासाठी घेऊन जात होते. जसजसे दिवस पुढे सरकत होते, त्यागीच्या नावाला असलेलं वलय पुसलं जात होतं. त्याला तिहार येथील कारागृहात ठेवण्यात आलं. त्याच्याविरुद्धच्या खटल्यांची सुनावणी असेल, त्या वेळी त्याला दिल्ली आणि इतर न्यायालयांमध्ये पोलिसांच्या

निगराणीखाली नेलं जात असे. हळूहळू त्याच्याबरोबर न्यायालयात जाणाऱ्या पोलिसांची संख्याही कमी होत गेली. हीच पळून जाण्याची योग्य वेळ आहे, याची जाणीव त्यागीला झाली.

भारतातील महामार्गांवर गाडी चालवणाऱ्यांना या महामार्गांच्या आसपास झपाट्याने उभ्या राहिलेल्या अनेक बांधकामांची माहिती असते. ही बांधकामं महामार्गांवरील वाहतुकीत अडथळे आणत असतात. रस्त्याच्या दुतर्फा गरमागरम आणि चमचमीत खाद्यपदार्थ पुरवणारे ढाबे, पेट्रोल पंप, मोटार दुरुस्ती करणारी गॅरेजेस, विविध वस्तूंची दुकानं यांची दाटी झालेली असते. पादचारीही रस्त्यावर असे चालतात जणू ते आत्महत्या करायलाच घराबाहेर पडले आहेत. मोठ्या शहरांमधील बसस्थानकं हादेखील एक अभूतपूर्व गोंधळ असतो. हजारो प्रवासी, त्यांच्या अंगाखांद्यांवर आणि डोक्यावर असणारी भलीमोठी बोचकी, छोट्यामोठ्या वस्तू विकणारे विक्रेते यांच्या गोंधळातून 'भारत' नावाचं एक चित्रं तयार होतं. प्रवासी आणि सामानाने खच्चाखच भरलेल्या आणि खिळखिळ्या झालेल्या व मोडकळीस आलेल्या बसगाड्या धुरळा सोडत बसस्थानकांमधून ये-जा करत असतात. त्यातच सांडपाण्याची डबकी या सगळ्या चित्राला एक वेगळंच परिमाण देतात. हे सगळं खरं असलं, तरी बस आणि रेल्वे स्थानकं ही या देशातील ऊर्जेचं प्रतीक आहे.

१३ सप्टेंबर २००३ या दिवशी मुख्य हवालदार बाबुराम, हवालदार रामचंदर आणि हवालदार नीरज कुमार उत्तराखंडच्या हरिद्वार जिल्ह्यातील रुरकी या शहरातील एका बसस्थानकावर थांबले होते. उत्तर प्रदेश पोलीस दलात असलेल्या या पोलिसांच्या ताब्यात त्या वेळी दुसरंतिसरं कोणी नसून त्यागी होता. दिल्ली पोलिसांच्या विशेष कक्षाने त्याला अटक करून दोन वर्षं उलटून गेली होती. तिहारच्या कारागृहातून त्याची रवानगी उत्तर प्रदेशातील मुजफ्फरनगरच्या जिल्हा तुरुंगात झाली होती. त्या भागातील अनेक न्यायालयांमध्ये त्याच्यावर खटले सुरू असल्याने हा बदल करण्यात आला होता. १४ सप्टेंबर रोजी त्याला हरिद्वार जिल्ह्यातील रोशनाबाद न्यायालयात हजर करायचं होतं. त्यासाठी पोलीस त्याला रोशनाबाद जिल्हा मध्यवर्ती कारागृहात घेऊन जात होते.

पावसाळा संपल्यानंतर उत्तर भारतात जसं गरम आणि अत्यंत दमट वातावरण असतं, तसंच त्या दिवशी दुपारी होतं. खांद्याला .३०३ रायफल लावलेले ते तीनही पोलीस घामाने निथळत होते. जसजसा वेळ जात होता, तसतसं त्यांच्या कृतीमध्ये एक शिथिलता येत होती. त्यांच्या ताब्यात असलेला भूपेंद्र त्यागी हादेखील तेवढाच वैतागला होता. पण त्याच्या वैतागण्यामागे उन्हाळा किंवा दमटपणा हे कारण नव्हतं. तो वाट बघत होता. कारागृहातून आणि पोलिसांच्या तावडीतून मुक्त होण्यासाठी तो आतुर झाला होता.

साधारण चारच्या सुमारास UP 07C 78X1 या नंबरची एक लाल मोटारसायकल या पोलीस पार्टीच्या जवळून गेली आणि पुढे जाऊन थांबली. त्या मोटरसायकलवरून दोघे उतरले आणि मागे येऊन पोलिसांशी हुज्जत घालायला लागले. अचानक झालेल्या या प्रसंगातून पोलीस सावरतात, तोच त्या दोघांनी पोलिसांना धक्का देऊन खाली पाडलं. त्या धक्क्यामुळे पोलिसांच्या तावडीतून सुटलेल्या त्यागीने क्षणाचाही विलंब न करता मोटारसायकलीकडे धाव घेतली. त्याच्या सुटकेसाठी आलेल्या त्या दोघांनीही त्यागीचं अनुकरण केलं. त्यागीला मधे बसवून त्यांनी मोटारसायकल सुरू केली आणि पळून जायला लागले. त्यांच्यापैकी एकाला हवालदार नीरज कुमार त्यांच्या मागे धावत येताना दिसला. त्याने हवालदार नीरजला थांबवण्यासाठी गोळीबार केला. दुर्दैवाने एक गोळी कुमारच्या छातीत लागली आणि तो कोलमडला. पण कोलमडताना प्रतिक्षिप्त क्रियेने त्याच्या हाती असलेल्या .३०३ रायफलचा चाप ओढला गेला आणि गोळी सुटली. नीरजच्या बंदुकीतून सुटलेल्या या एकमेव गोळीने मोटारसायकलीवर सर्वांत मागे बसलेल्या गुंडाचा वेध घेतला. ही गोळी खूप कमी अंतरावरून झाडली गेली होती. त्यामुळे ती पहिल्या गुंडाच्या आरपार जाऊन त्यागीला भेदून सर्वांत पुढे बसलेल्या मोटारसायकल चालकालाही लागली. ते तिघंही मोटारसायकलीसह रस्त्यावर कोलमडले. या तिघांच्या भोवती रक्ताचं थारोळं पसरलं होतं. दुसऱ्या बाजूला हवालदार नीरज कुमार हेदेखील जखमी अवस्थेत थोड्याच अंतरावर पडून होते. त्यांना तातडीने रुग्णालयात दाखल करण्यात आलं. सुदैवाने ते बचावले. पण तीनही आरोपींचं दैव एवढं बलवत्तर नव्हतं. त्या तिघांनाही रुग्णालयात नेण्यात आलं खरं, पण तिथे पोहोचण्याआधीच त्या तिघांचाही मृत्यू झाला होता.

उत्तर भारतात आपल्या गुन्हेगारी कारवायांनी एक रक्तरंजित अध्याय लिहिणाऱ्या त्यागीचा मृत्यूही असाच रक्तरंजित व्हावा, हा काव्यगत न्यायच म्हणायला हवा!

कायद्याची पकड शहाबुद्दीनपर्यंत पोहोचायला २०१६ उजाडावं लागलं. त्या वर्षी सप्टेंबर महिन्यात पटणा उच्च न्यायालयाने दिलेल्या आदेशानुसार त्याला अटक करण्यात आली. बिहारमधील कोणताही तुरुंग शहाबुद्दीनला ठेवण्यात असमर्थता दाखवत होता. कारण प्रत्येक तुरुंगातील कर्मचाऱ्यांना एक तर धाकदपटशा दाखवून किंवा त्यांना लाच देऊन शहाबुद्दीन त्यांना आपल्या बाजूने वळवत होता. अखेर २०१७मध्ये बिहार सरकारने केलेल्या विनंतीची दखल घेत सर्वोच्च न्यायालयाने शहाबुद्दीनची रवानगी तिहार येथील मध्यवर्ती कारागृहात करण्याचे आदेश दिले.

काही वर्षांपूर्वीच्या तुलनेत शहाबुद्दीन आता निवळला आहे. सध्या त्याला तिहार येथील मध्यवर्ती कारागृहात इतर कैद्यांपासून वेगळं ठेवण्यात आलं आहे. या एकांतवासातून आपल्याला सामान्य वॉर्डात हलवावं, अशी याचिका नुकतीच

त्याने सर्वोच्च न्यायालयात दाखल केली होती. ही विनंती तिहार कारागृहाच्या महासंचालकांकडे करा, असं सांगत सर्वोच्च न्यायालयाने ही याचिका फेटाळून लावली. त्यानंतर मात्र त्याच्याबद्दल काही ऐकण्यात आलेलं नाही.

सिवानचा गुंड किंवा साहेबच शेकडो किलोमीटर दूर असलेल्या तुरुंगात खितपत पडला असल्याने आणि त्या तुरुंगात त्याचं काहीच चालत नसल्याने सिवान आता शांत झोप घेतं. अपहरण, दरोडे आणि खून यांचं प्रमाण हळूहळू कमी होत चाललं आहे आणि इथे कायदा व सुव्यवस्थेचं राज्य प्रस्थापित होत आहे. पण या गुंडाला त्याच्या सिवानपासून आणखी किती काळ लांब ठेवलं जाईल, हे आपल्या राजकीय व्यवस्थेचा आणि न्यायव्यवस्थेचा लहरीपणाच ठरवेल.

◆

६

माझ्या गोव्याच्या भूमीत

गोवा म्हटलं की, कोणाच्याही डोळ्यांसमोर सूर्यास्त, समुद्र, वाळू, मासे आणि मसाले असा धमाल आठवणींचा कॅलिडोस्कोप सरकायला लागतो. या छोट्याशा राज्याला जवळपास १०० किलोमीटर लांबीची समुद्राची संगत लाभली आहे. इथले अनेक समुद्रकिनारे अत्यंत सुंदर आहेत. समुद्रातील खेळ, सूर्यस्नान, समुद्रस्नान, डॉल्फिन सफारी अशा अनेक गोष्टींसाठी हे समुद्रकिनारे अत्यंत योग्य आहेत. त्यामुळे पश्चिम किनारपट्टीवरील कोकण भागातील हे राज्य देशातील लोकप्रिय पर्यटनस्थळांपैकी एक आहे. अत्यंत स्वस्तात प्रवास करण्यासाठी बॅगा खांद्यावर टाकून प्रवासाला बाहेर पडणाऱ्या अनेक प्रवाशांना पोटात घेऊन अनेक विमानं गोव्याच्या दाबोलीम विमानतळावर रोज उतरतात. थंडीच्या मोसमात आणि खास करून नाताळ आणि नवीन वर्षाच्या वेळी गोवा पर्यटकांनी भरलेलं असतं. यात भारतातील पर्यटकांप्रमाणेच परदेशातील पर्यटकही इथे एका वेगळ्याच वातावरणात मजा करायला एकत्र येतात.

पण एक लोकप्रिय पर्यटन स्थळ या पलीकडेही गोव्याची एक ओळख आहे. इथले समुद्रकिनारे, त्यावर चालणाऱ्या पार्ट्या यांच्याबरोबरच गोव्याला एक समृद्ध इतिहासाचा आणि अत्यंत सुंदर संस्कृतीचा वारसा लाभला आहे. किनारपट्टी वगळता गोव्यातील आतील भाग हिरवागार आणि नयनरम्य आहे. जुन्या पद्धतीची टुमदार आणि नीटनेटकी घरं, आसपासच्या माडांशी स्पर्धा करणारे मंदिरांचे आणि चर्चचे घुमट, पोर्तुगीज आणि भारतीय संस्कृतीची सरमिसळ असा खूप सुंदर ठेवा घेऊन गोवा उभं आहे. या भागात पोर्तुगिजांनी साडेचारशेपेक्षा जास्त वर्षं राज्य केलं. त्यामुळे भारतातील ब्रिटिशांच्या आधिपत्याखाली असलेल्या इतर कोणत्याही राज्यापेक्षा या राज्यात वेगळंच वाटतं. या समृद्ध ऐतिहासिक वारशाबरोबरच थक्क करणाऱ्या निसर्गाच्या सौंदर्यामुळे गोवा हे भारतात येणाऱ्या कोणत्याही पर्यटकांच्या यादीत अगदी वरच्या स्थानी असतं.

दुर्दैवाने या अलौकिक सौंदर्याला एक शाप आहे. या नितांतसुंदर राज्याला फक्त भेट देऊन लोकांचं भागत नाही. त्यांना या राज्याचा एक तुकडा स्वत:च्या मालकीचा करून हवा असतो. म्हणजे उत्तर भारतातील प्रत्येक बड्या माणसाला त्याचं दुसरं घर गोव्यात असावं अशी अभिलाषा असते. थंडीच्या काळात दिल्ली आणि आसपासच्या परिसरातील बोचऱ्या थंडीपासून आणि प्रदूषणापासून दूर पळण्यासाठी त्यांना गोव्यात एक घर हवं असतं. परिणामी गोवा आता एक सिमेंटचं जंगल बनत चाललं आहे.

अनेक भारतीयांप्रमाणे मीदेखील गोव्याला गेलो. पण फक्त पर्यटक म्हणूनच नाही, तर एका वेगळ्याच भूमिकेत! गोव्याच्या पोलीस दलाचा प्रमुख ही जबाबदारी माझ्यावर होती. गोव्यात एक पर्यटक म्हणून येणं आणि या राज्याच्या पोलीस दलाचा प्रमुख म्हणून गोव्यात काही काळ घालवणं, हे दोन्ही अत्यंत परस्परभिन्न अनुभव होते. मला दुसऱ्या प्रकारचे अनुभव तुम्हाला सांगण्याची इच्छा आहे. हे अनुभव वाचून तुम्हाला लक्षात येईल की, गोव्यासारख्या राज्यात पोलीस दलात काम करण्याचा अनुभव कसा असतो.

पण माझे हे अनुभव सांगण्याआधी गोव्याच्या राजकीय परिस्थितीबद्दल, इतिहासाबद्दल आणि गोव्यात माझी नियुक्ती कशी झाली, याबद्दलही जाणून घेणं गरजेचं आहे.

१९६१मध्ये गोवा मुक्तिसंग्रामाच्या लढ्यानंतर गोवा पोर्तुगिजांच्या ताब्यातून स्वतंत्र झालं. म्हणजेच ब्रिटिशांच्या आधिपत्याखाली असलेल्या भारताला स्वातंत्र्य मिळाल्यानंतर तब्बल १४ वर्षांनी गोव्यात स्वातंत्र्याची पहाट उगवली. पोर्तुगिजांपासून स्वतंत्र झाल्यानंतर गोव्याला केंद्रशासित प्रदेशाचा दर्जा मिळाला आणि या केंद्रशासित प्रदेशाचा कारभार केंद्र सरकारमार्फत चालवला जाऊ लागला. खास केंद्रशासित प्रदेशांसाठी असलेल्या सनदी सेवांच्या अखत्यारीत हा प्रदेश होता. दिल्ली, पाँडिचेरी, अंदमान-निकोबार बेटं, लक्षद्वीप, दीव-दमण, चंदीगढ, अरुणाचल प्रदेश आणि मिझोराम हे प्रदेशही याच सेवांच्या अखत्यारीत होते. गोवा, अरुणाचल प्रदेश आणि मिझोराम या तीनही केंद्रशासित प्रदेशांना १९८७मध्ये राज्याचा दर्जा मिळाला. केंद्रशासित प्रदेशांच्या गटाचं नामकरण AGMUT (अरुणाचल, गोवा, मिझोराम केंद्रशासित प्रदेश कॅडर) असं करण्यात आलं. या गटात मी भारतीय पोलीस सेवेतील एक अधिकारी म्हणून सामील झालो.

माझ्या कारकिर्दीच्या सुरुवातीला म्हणजे १९८०-८२ या काळात मी अरुणाचल प्रदेशात कामेंग जिल्ह्याचा पोलीस अधीक्षक म्हणून काम केलं होतं. त्या वेळी माझं मुख्यालय बोमदिला इथे होतं. त्यानंतर जानेवारी २००४ मध्ये मिझोरामचा पोलीस महासंचालक म्हणूनही माझी नियुक्ती झाली. त्यानंतर नोव्हेंबर २००५मध्ये

गोव्याचा पोलीस महासंचालक या पदाचा कार्यभार स्वीकारण्यासाठी मी गोव्यात आलो. माझा गोव्यातील कार्यकाळ जेमतेम ११ महिन्यांचा होता. या ११ महिन्यांमध्ये स्थानिक राजकीय नेत्यांबरोबर अनेकदा माझ्या शाब्दिक चकमकी उडाल्या. त्यामुळे त्यांचा माझ्यावरचा राग वाढला. गोवा पोलिसांचा प्रमुख म्हणून काम करताना काही नेत्यांबरोबर झालेल्या माझ्या चकमकींबद्दल मी तुम्हाला सांगणार आहे.

मी माझ्या कारकिर्दीतील बहुतांश काळ दिल्ली पोलीस आणि सीबीआय या दलांमध्ये व्यतीत केला होता. पण गोव्यासारख्या राज्यात, जिथे पोलीस हे थेट राज्यातील राजकारण्यांच्या हाताखाली काम करत होते, तिथे काम करणं मला कठीणच नाही, तर जडही जात होतं. जवळपास दर दिवशी पोलिसांच्या प्रत्येक कामात राजकारण्यांची ढवळाढवळ ही नित्याची बाब होती. हवालदार, पोलीस उपनिरीक्षकांच्या भरतीपासून त्यांच्या पोस्टिंगपर्यंत, त्यांना दर दिवशी कोणती कामं द्यायची यापासून कोणती कामं द्यायची नाहीत, इथपर्यंत अनेक गोष्टींमध्ये राजकीय हस्तक्षेप व्हायचा. या राजकारण्यांच्या मागण्या पोलिसांनी किंवा कोणत्याही सरकारी अधिकाऱ्याने पूर्ण केल्या नाहीत, तर तो त्यांना स्वत:चा वैयक्तिक अपमान वाटायचा.

मी २००५च्या नोव्हेंबर महिन्यात गोवा पोलिसांच्या प्रमुखपदाची सूत्रं हाती घेतली. याच महिन्यात गोव्यातील पर्यटनाचा हंगाम सुरू झाला होता. लवकरच देशविदेशातील पर्यटकांनी गोवा गजबजणार होतं. त्यामुळे वाहतूक व्यवस्थेसाठी आणि कायदा सुव्यवस्थेचा प्रश्न निर्माण होऊ नये, यासाठी जादा पोलिसांची कुमक अत्यावश्यक होती. मी परिस्थितीचा आढावा घेण्याचा आणि नाताळ व नवीन वर्षासाठी पोलिसांचं नियोजन करण्याचा निर्णय घेतला. गोव्यात या पर्यटनाच्या हंगामात बागा आणि कलंगुट या दोन भागांमध्ये सर्वाधिक गर्दी असते. त्यामुळे या दोन ठिकाणांना भेट देण्यापासून माझ्या कामाची सुरुवात करण्याचा सल्ला माझ्या कनिष्ठ अधिकाऱ्यांनी मला दिला.

त्यांच्या सल्ल्यानुसार मी या दोन ठिकाणांना अनेकदा भेट दिली. अशाच एका भेटीत तेथील स्थानिक आमदार मला भेटायला आले. आमदारांनी स्वत: येऊन माझी भेट घेण्याचा संकेत माझ्या दृष्टीने खूपच सन्मानाचा होता. पण त्या भेटीमागे दडलेलं कारण लक्षात आल्यानंतर मला धक्काच बसला. सुरुवातीच्या नमस्कार-चमत्कारानंतर त्यांनी मला जे काही सांगायला सुरुवात केली, ते ऐकून गोव्यात पुढल्या काळात मला काय काय अनुभव येणार आहेत, त्याची चुणूक दिसायला सुरुवात झाली.

"साहेब, सगळ्यात आधी तुम्ही कलंगुट पोलीस ठाण्याचा मुख्य पोलीस निरीक्षक आहे ना, त्याची बदली करायला हवी," ते मला सांगत होते.

त्यांनी अचानक केलेल्या या मागणीने मी दोन क्षण स्तब्ध झाल्यासारखा झालो. मी गोव्यात येऊन अगदी काहीच दिवस झाले होते. प्रत्यक्ष कामाला सुरुवात करूनही फार काळ लोटला नव्हता. या आमदाराबरोबर ही माझी पहिलीच भेट होती आणि या पहिल्याच भेटीत ते माझ्याकडे ही मागणी करत होते. मी त्यांना त्या अधिकाऱ्याची बदली करण्याच्या मागणीमागचं कारण विचारलं. त्यावर त्या आमदार महाशयांनी तक्रारवजा सुरात मला हे उत्तर दिलं.

ते म्हणाले, "साहेब तुमचा अधिकारी मला तो कबाना नाइटक्लब बंद करण्यासाठी मदत करत नाही."

त्या आमदारांना तो नाइटक्लब का बंद करायचा आहे, असं मी त्यांना विचारलं.

त्यांनी अत्यंत कोडगेपणाने उत्तर दिलं, "साहेब, आपला 'व्हिटो' (नाव बदललं आहे) क्लब आहे ना. हा कबाना क्लब आणि आपला क्लब यात प्रचंड स्पर्धा आहे. 'कबाना' सुरू झाल्यापासून आपल्या क्लबमधे येणाऱ्या माणसांची संख्या कमी झाली ना."

मला त्या आमदार महाशयांच्या बेफिकिरीवर विश्वासच बसत नव्हता. आमच्या पहिल्याच भेटीत ही अशी विचित्र मागणी करून त्या मागणीच्या समर्थनार्थ हे असं काहीतरी कारण मला दिलं होतं. मी त्यांच्याकडे गोंधळून बघितलं. पण त्याच वेळी मी निर्णय घेतला होता की, तो अधिकारी आहे तिथेच राहणार आणि या आमदाराला काय करायचं ते करू दे. हे आमदार ज्या पोलीस अधिकाऱ्याच्या बदलीची मागणी घेऊन माझ्यासमोर आले होते, तो नक्कीच निरुपद्रवी आणि प्रामाणिक असणार. या अशा राजकारण्यांच्या विरोधात उभं राहण्याची ताकद त्याच्यात असणार, हे माझ्या लगेच लक्षात आलं. नंतर मी त्या अधिकाऱ्याबद्दल अधिक चौकशी केली. मला जे समजलं, ते ऐकून मला अजिबातच धक्का बसला नाही. तो अधिकारी आमच्या पोलीस दलातील एक उत्तम अधिकारी होता. त्याच्या अधिकाराखाली असलेल्या भागात त्याने खूप छान कामगिरी केली होती. त्या भागातून त्याची बदली करण्याचं काहीच कारण नव्हतं.

या प्रकरणाबद्दल आणि गोव्यातील माझ्या पुढल्या दिवसांबद्दल सांगण्याआधी गोव्यातील राजकारण आणि सत्तेचं गणित कसं जुळतं ते बघू या.

गोवा विधानसभा ही अत्यंत छोटी आणि खूप कमी आमदारसंख्या असलेली विधानसभा आहे. विधानसभेची सदस्य संख्या ४० एवढीच आहे. आतापर्यंत झालेल्या कोणत्याही विधानसभा निवडणुकीत एकाही पक्षाला पूर्ण बहुमत मिळालेलं नाही. सरकार स्थापन करणाऱ्या पक्षाला इतर छोट्या पक्षांच्या आणि अपक्ष आमदारांच्या मदतीचा टेकू लागतोच. अगदी एका आमदाराने जरी सत्ताधाऱ्यांमधून

फुटून विरोधकांना पाठिंबा दिला, तरी सभागृहात असलेल्या अत्यल्प बहुमताला सुरुंग लागतो. त्यामुळे कसाबसा सांभाळलेला सत्तेचा समतोल एका आमदारामुळे धोक्यात येऊन सरकारही गडगडू शकतं. त्यामुळे आपल्या छोट्या छोट्या मागण्या मान्य झाल्या नाहीत किंवा थोडा जरी अहंकार दुखावला, तरी इथले आमदार आपली ताकद दाखवण्यासाठी फुरफुरत असतात. ते विरोधी पक्षांना आपला पाठिंबा देत सरकार पाडण्याच्या धमक्या थेट मुख्यमंत्र्यांना देतात.

या प्रकरणातही या आमदाराची डाळ माझ्यापुढे शिजली नाही आणि त्याने थेट मुख्यमंत्र्यांकडे माझ्या विरोधात तक्रार केली. कलंगुट पोलीस ठाण्यातील त्या अधिकाऱ्याची बदली करण्याची मागणी पूर्ण झाली नाही, तर आपण विरोधी पक्षाला पाठिंबा देऊन सरकार पाडू, असा गर्भित इशाराही त्यांनी मुख्यमंत्र्यांना दिला. मुख्यमंत्र्यांनी मला फोन करून या आमदारांची सदर मागणी पूर्ण करणं शक्य आहे का, याबद्दल विचारलं. मी त्यांना आमदारांना ही बदली का करून हवी आहे, त्याचं कारण सांगितलं. तसंच अशी बदली केली, तर त्याचा विपरीत परिणाम पोलिसांच्या मनोबलावर होईल, असंही स्पष्ट केलं. मुख्यमंत्र्यांनाही माझ्या मुद्द्यात तथ्य असल्याचं जाणवलं आणि त्यांनी माझ्यावर अधिक दबाव टाकला नाही.

पण त्या आमदारसाहेबांनी हा मुद्दा एवढा सहजासहजी सोडला नाही. त्यांच्या मागणीमागचं कारण कळल्यानंतर ही मागणी मान्य करण्यास मीदेखील तयार नव्हतो. आमच्यातील हा संघर्ष तब्बल दोन महिने सुरू होता. याच दरम्यान मी दिल्लीला एका कामासाठी आलो असता एक दिवस माझ्या पोलीस उपमहासंचालकांचा फोन आला. ते चिडले होते. त्यांनी मला सांगितलं की, गोव्यातील सत्ताधारी पक्षाच्या दिल्लीतील वरिष्ठ सदस्यांचं एक शिष्टमंडळ गोव्यातील राजकीय परिस्थितीची पाहणी करण्यासाठी आलं होतं. आपल्या मतदारसंघातील पोलीस अधिकाऱ्यांची बदली करावी, अशा किरकोळ विनंत्यांची दखलही मुख्यमंत्री घेत नाहीत, अशी तक्रार या आमदारसाहेबांनी शिष्टमंडळाकडे केली. या शिष्टमंडळाच्या प्रमुख वरिष्ठ नेत्याने मुख्यमंत्र्यांना या आमदाराच्या विनंतीचा विचार करण्याची सूचना केली. माझ्या अनुपस्थितीत मुख्यमंत्र्यांनी माझ्या पोलीस उपमहासंचालकांना बोलावून संबंधित अधिकाऱ्याची बदली तातडीने करण्याचे आदेश दिले होते. उपमहासंचालकांना या प्रकरणातील माझं मत माहीत होतं. त्यामुळे त्यांनी काय करावं, हे विचारण्यासाठी मला फोन केला होता. मी येईपर्यंत काहीही करू नये आणि त्या अधिकाऱ्याच्या बदलीचे आदेश काढू नयेत, असं मी स्पष्ट सांगितलं.

मी गोव्याला परतलो तेव्हा विमानतळावरून थेट मुख्यमंत्र्यांच्या निवासस्थानी गेलो. मुख्यमंत्र्यांनी मला सांगितलं की, तुम्हीदेखील या अधिकाऱ्याची बदली व्हावी, या मताचे नाहीत. पण त्यांच्यावर त्यांच्याच पक्षातून प्रचंड राजकीय दबाव

असल्याने हे करावंच लागेल. त्यामुळे त्यांनी मला यातून काही मार्ग काढण्यास सांगितलं.

"सर, त्या अधिकाऱ्याची बदली करायचीच असेल, तर मग त्याच्या पसंतीचं पोलीस ठाणं निवडण्याची मुभा आपण त्याला द्यायला हवी," आवाजात शक्य तेवढा नम्रपणा आणून मी सांगितलं.

मुख्यमंत्र्यांनी या प्रस्तावाला तातडीने मान्यता दिली.

दुसऱ्या दिवशी त्या अधिकाऱ्याला माझ्या कार्यालयात बोलावून घेतलं आणि त्याला परिस्थितीची माहिती दिली. त्या स्थानिक आमदाराने त्याचं जगणं कठीण करून सोडलं होतं. त्यामुळे कलंगुटमधून बाहेर पडायला त्याला आवडणारच होतं, असं त्याने मला सांगितलं. मी त्याला कोणत्या पोलीस स्टेशनला जायला आवडेल, असं विचारलं. त्याने दक्षिण गोव्यातल्या वेर्णे पोलीस ठाण्यामध्ये जाण्याची इच्छा माझ्याकडे व्यक्त केली. त्याची पत्नी गरोदर होती आणि तिची काळजी घेणारं कोणीतरी जवळ असणं त्याला गरजेचं वाटत होतं. वेर्णे पोलीस स्टेशन त्याच्या घराजवळ होतं. त्यामुळे त्याला तिच्याकडे लक्ष द्यायला जास्त वेळ मिळणार होता.

त्या अधिकाऱ्याची बदली वेर्णे पोलीस स्टेशनमध्ये करण्याचे आदेश निघाले. मला वाटलं की, मी ही समस्या चांगल्या पद्धतीने सोडवली आहे. पण काही दिवसांतच माझा भ्रमनिरास झाला. त्या अधिकाऱ्याने पदभार स्वीकारला तेव्हा वेर्णेच्या आमदाराने त्याला पोलीस स्टेशनचा ताबा घेण्यास विरोध केला. कारण त्याच्या मतदारसंघातील पोलीस ठाण्यात त्याला न विचारता एका अधिकाऱ्याची नेमणूक झाली होती. काहीही झालं तरी, कोणत्या आमदाराला स्पष्टवक्ता, इमानदार आणि प्रामाणिक अधिकारी त्याच्या मतदारसंघात हवा असतो? असे अधिकारी राजकीय नेत्यांच्या वळचणीला जात नाहीत आणि म्हणूनच त्यांना ते आपल्या क्षेत्रात नकोसे होतात. हे कळल्यानंतर मला प्रचंड राग आला. हे प्रकरण घेऊन मी मुख्यमंत्र्यांकडे जाण्याची तयारी केली. दरम्यान मला असं कळलं की, त्या अधिकाऱ्याने वेर्णे पोलीस ठाण्याचा पदभार स्वीकारला आहे आणि सगळं व्यवस्थित आहे. काही काळाने मला कळलं की, दर वेळी स्थानिक आमदाराशी पंगा घेण्यात काहीच हशील नाही, हे त्या अधिकाऱ्याला कळून चुकलं होतं. त्याने स्वत:हून वेर्ण्यातल्या त्या आमदाराला फोन करून या मतदारसंघासाठी काय करता येईल, याबाबत सल्ला घेतला होता. त्यामुळे त्या आमदाराचा अहंकार सुखावला होता. त्यामुळे त्या आमदाराने पुढे काहीच त्रास दिला नाही.

***

माझ्या या नव्या पदाचा आणि त्या पदावर बसून कराव्या लागणाऱ्या कामांचा अंदाज आता मला येत होता. याच दरम्यान मला गोव्यातील रेव्ह पार्ट्यांबद्दल माहिती मिळाली. या पार्ट्यांमध्ये अमली पदार्थांची विक्री आणि इतरही बेकायदेशीर कामं सर्रास व्हायची. व्यसनाधीन झालेले तरुण आणि अमली पदार्थांचा व्यापार करणारे असे दोन्ही गट सुट्यांच्या मोसमात जोमात असायचे. अशा पार्ट्या कुठे होणार आहेत आणि कधी होणार आहेत, याचे तपशील ते अगदीच मोकळेपणे एकमेकांना द्यायचे. पोलिसांचा काहीच धाक त्यांच्यावर नव्हता. ते सर्रास या पार्ट्यांची माहिती देणारी पत्रकं वाटायचे किंवा भिंतीवर चिकटवायचे. या पार्ट्या लोकांच्या नजरेपासून दूर सुनसान बेटांवर किंवा खासगी जागांमध्ये रंगायच्या. रेव्ह पार्ट्यांचे हे तपशील आणि गोवा पोलिसांची निष्क्रियता पाहून मला संताप आला. या पार्ट्या, अमली पदार्थांची सर्रास चालणारी विक्री आणि इतर बेकायदेशीर कामं बंद करण्याचा निर्णय मी घेतला. या पार्ट्यांविरोधात धडक मोहीम राबवून त्या बंद करण्याचे आदेश मी माझ्या कनिष्ठ सहकाऱ्यांना दिले. कोणत्याही अधिकाऱ्याच्या हाताखाली असलेल्या भागात अशा पार्ट्या झाल्याची माहिती पोलीस मुख्यालयात माझ्यापर्यंत पोहोचली, तर त्या अधिकाऱ्यांवर कठोर कारवाई केली जाईल, असा इशारा मी त्यांना दिला.

त्यानंतर सुरू झाला उंदीर-मांजराचा खेळ! पोलीस मांजरीसारखे या रेव्ह पार्टीचं आयोजन करणाऱ्यांच्या मागे लागले. आम्हाला या पार्ट्यांची ठिकाणं कळली की, आम्ही तिथे पोलिसांचं एक पथक तैनात करायचो. मग त्या पार्टीचं ठिकाण बदलायचं. पण आमचे खबरी एवढे चांगले होते की, आम्ही त्या नव्या ठिकाणीही पोहोचायचो. हळूहळू पार्ट्यांची माहिती देणारी पत्रकं वाटण्याचे आणि सर्रास भिंतींवर चिकटवण्याचे प्रकार कमी झाले. पार्ट्यांचं आयोजन करणारे आणि तिथे जाणारे गर्दुल्ले यांच्यातील निरोपानिरोपी आता थेट बोलण्यातूनच व्हायला लागली. पण आमच्या खबऱ्यांचं जाळंही आम्ही खूप भक्कम केलं होतं. त्यामुळे आम्ही या आयोजकांच्या नेहमीच एक पाऊल पुढे असायचो. त्यांनी पार्टी आयोजित केली की, आम्ही तिथे धाड टाकायचो. अमली पदार्थांचा व्यवसाय करणाऱ्या अनेकांना आम्ही रंगेहाथ पकडलं आणि अमली पदार्थ बाळगण्याच्या आणि विक्री करण्याच्या कायद्याखाली त्यांना अटक केली.

या पार्ट्या आयोजित करणाऱ्यांच्या मनात दहशत निर्माण झाली होती आणि काही काळ त्यांनी या पार्ट्यांचं आयोजन बंद केलं. गोव्यात रेव्ह पार्टी आयोजित होत आहे, अशी कोणतीही खबर आमच्यापर्यंत पोहोचत नव्हती. पण आम्ही ढिलाई दाखवणं हे मूर्खपणाचं आहे, हे मी माझ्या अधिकाऱ्यांना स्पष्ट बजावून सांगितलं. त्यामुळे आम्ही तयारीत होतो. एक दिवस आम्हाला खबर मिळाली

की, कर्नाटक सीमेजवळ दक्षिण गोव्यात असलेल्या काणकोण बेटावर एका रेव्ह पार्टीचं आयोजन करण्यात आलं आहे. या बेटावर जाण्यासाठी जिथून बोटी सुटायच्या त्या ठिकाणीच मी पोलीस पहारा कडक करण्याचे आदेश दिले. बोट पकडण्यासाठी येणाऱ्या प्रत्येकाला त्यांची ओळखपत्रं दाखवण्याची सक्ती केली होती. रेव्ह पार्टीत मजामस्ती करायला जाणाऱ्या कोणालाही त्यांची ओळख आणि नोंद पोलिसांच्या दफ्तरी जाणं परवडणारं नव्हतं. ही अशी तपासणी पोलीस करतील, याची कल्पनाही आयोजकांना नव्हती. त्यामुळे या धक्क्यावरची गर्दी हळूहळू कमी झाली आणि धक्क्यावर सामसूम झाली. आणखी एक मोठी रेव्ह पार्टी उधळून लावण्यात आम्ही यशस्वी झालो होतो. गोव्यात रेव्ह पार्टी आयोजित करण्याचा हा आयोजकांचा कदाचित शेवटचा प्रयत्न होता. पण खरंच तसं होतं का? गोव्यात तुम्हाला एकापेक्षा एक धक्के मिळू शकतात आणि मीदेखील त्याला अपवाद नव्हतो.

काणकोण प्रकरणानंतर अगदी थोड्याच दिवसात एक आमदार माझ्या कार्यालयात आला. आम्ही गप्पा मारत होतो. एवढ्यात तो मला जे काही म्हणाला, ते ऐकून मी हादरलो.

तो म्हणाला, ''महासंचालक साहेब, तुम्ही रेव्ह पार्ट्यांची नाकाबंदी केल्यापासून पर्यटन स्थळ म्हणून आमच्या गोव्याची किंमतच कमी झाली. तुम्ही इथे पोलिसी कायदे लागू केलेत, तर कोणता प्रवासी इथे यायला उत्सुक असेल?''

मी काही उत्तर देण्याआधी त्यानेच मला प्रश्न विचारला, ''मी माझ्याच फार्महाउसवर एका रेव्ह पार्टीचं आयोजन केलं तर तुम्ही काय कराल? तिथेही धाड टाकाल?''

मी एवढा अवाक् झालो होतो की, मला उत्तर द्यायला थोडा वेळ लागला. मी ठामपणे म्हणालो, 'प्रयत्न तर करून बघा!'

तो संतापून माझ्या कार्यालयाबाहेर चालता झाला. त्याने त्याच्या कपातला चहादेखील तसाच ठेवला होता.

तो आमदार मला चिथावण्यासाठी त्याच्या फार्महाउसवर रेव्ह पार्टीचं आयोजन करण्याबाबत ठाम होता. त्यासाठी त्याने काही रेव्ह पार्टी आयोजकांशी संधान साधल्याची कुणकुण मला लागली. ही पार्टी आयोजित करण्याच्या बदल्यात त्याला प्रचंड मोठा वाटा मिळणार होता. एका आमदाराच्या फार्महाउसवर धाड टाकण्याआधी पोलीस दहा वेळा विचार करतील, याची त्याला खात्री होती.

पण आम्हीदेखील ही रेव्ह पार्टी हाणून पाडण्याचा निर्धार केला. आम्ही सर्वांत आधी त्या आमदाराचं फार्महाउस कुठे आहे, ते शोधून काढलं. मोर्जीम-तेरेखोल रस्त्यावर अश्वेम गावाच्या जवळ एक कच्चा रस्ता आत जात होता.

त्या रस्त्यावरून मुख्य रस्त्यापासून तीन किलोमीटर आत गेल्यानंतर त्या आमदाराचं फार्महाउस होतं. आम्ही त्या भागातल्या आमच्या खबऱ्यांचं जाळं सक्रिय केलं. त्या भागात होणाऱ्या कोणत्याही रेव्ह पार्टीची खबर लागली, तर त्याची माहिती तातडीने आम्हाला कळवण्याच्या सूचना आम्ही आमच्या खबऱ्यांना दिल्या. तो आमदार धुसफुसत माझ्या कार्यालयातून बाहेर पडल्यानंतर सातच दिवसांच्या आत आम्हाला खबर मिळाली की, लवकरच त्याच्या फार्महाउसवर रेव्ह पार्टी होणार आहे. आम्हाला पार्टीची वेळ आणि तारीख दोन्ही समजली. या पार्टीच्या आयोजनात थेट आमदार साहेबांचाच हात आहे, एवढंच नाही, तर ही पार्टी त्यांच्याच फार्महाउसवर होणार आहे, हे कळल्यानंतर पार्टीचे आयोजकही बेफिकीर होते. आमदाराच्या घरात होणाऱ्या पार्टीला पोलीस काहीच आडकाठी करू धजावणार नाहीत, अशी त्यांची अटकळ होती.

आम्ही काहीच केलं नाही. आम्ही फक्त मोर्जीम-तेरेखोल रस्त्यावरून त्या कच्च्या रस्त्यासाठी जिथे फाटा फुटत होता तिथेच पोलिसांची नाकाबंदी लावली. नाकाबंदीच्या जवळ येणारं प्रत्येक वाहन थांबवून आतील प्रवाशांची झाडाझडती घ्यायच्या आणि त्यांची कागदपत्रं तपासून त्याची नोंद करण्याच्या सूचना आम्ही बंदोबस्तावर असलेल्या पोलिसांना दिल्या होत्या. आमची तपासणी सुरू झाली आणि या भागात पोलिसांचा बंदोबस्त असल्याची खबर या रेव्ह पार्टीला येणाऱ्या सगळ्यांमध्येच संपूर्ण गोव्यात पसरली. या पार्टीसाठी येणाऱ्या गर्दुल्ल्यांच्या गाड्या उलट्या वळून जाताना आम्ही नाकाबंदीवरून पाहत होतो. शेवटी ती पार्टी रद्द करावी लागली आणि त्या आमदाराचा चांगलाच हिरमोड झाला.

त्याने मला फोन केला आणि दुखावलेल्या स्वरात तो मला म्हणाला, "तुम्ही हे असं कसं करू शकता? मी तुमची तक्रार मुख्यमंत्र्यांकडे करेन."

"साहेब, आम्ही तर तुमच्या फार्महाउसच्या एक किलोमीटर अंतरावरही नव्हतो. आम्ही फक्त दिलेल्या मुदतीपेक्षा जास्त काळ गोव्यात बेकायदेशीरपणे राहणाऱ्या परदेशी नागरिकांचा छडा लावण्यासाठी परदेशी नागरिकांची पारपत्रं तपासत होतो," मी शांतपणे उत्तर दिलं.

त्यानंतर मी गोव्यात असेपर्यंत त्या आमदाराची भेट कधीच झाली नाही.

***

मार्च २००६ मध्ये मला आणखी विचित्र अनुभव आला. केंद्रीय गुप्तचर यंत्रणेकडून आम्हाला एक माहिती मिळाली. बालीमध्ये नुकत्याच झालेल्या दहशतवादी हल्ल्यांसारखाच एक हल्ला गोव्यातील गजबजलेल्या नाइटक्लबमध्ये घडवून आणण्यासाठी एक दहशतवादी मुंबईहून रेल्वे मार्गाने गोव्याकडे निघाल्याची माहिती

आम्हाला दिली होती. तुमच्या माहितीसाठी बालीमध्ये काय घडलं होतं, हे सांगणं आवश्यक आहे. अगदी सहा महिने आधी, ऑक्टोबर २००५ मध्ये इंडोनेशियातल्या बाली या नितांतसुंदर पर्यटन स्थळी दोन ठिकाणी बॉम्बस्फोट झाले होते. या दोन स्फोटांमध्ये २० जणांचा जीव गेला होता आणि विविध देशांमधून बालीला सुट्या साजऱ्या करण्यासाठी गेलेले शंभराहून अधिक पर्यटक जखमी झाले. आम्हाला मिळालेल्या माहितीनुसार गोव्यातही बालीच्या धर्तीवर स्फोट घडवण्याचा कट दहशतवाद्यांनी आखला होता. त्यामुळे भारतात येणाऱ्या पर्यटकांच्या आणि भारतीयांच्या मनातही दहशत निर्माण झाली असती.

ही माहिती मिळाल्यानंतर गोवा पोलिसांच्या आघाडी दलाची (Crack team of Goa police) एक तुकडी मत्स्यगंधा एक्सप्रेसमध्ये चढण्यासाठी रस्ते मार्गे मडगावच्या आधीच्या स्टेशनकडे रवाना झाली होती. मुंबईहून केरळमधल्या एर्नाकुलमकडे जाणारी ही गाडी मडगाववरून पुढे जाते. मडगाव हे स्टेशन गोव्याची राजधानी असलेल्या पणजीपासून साधारण ३५ किलोमीटर अंतरावर आहे. गाडीत चढल्यानंतर आमच्या टीमला हा दहशतवादी दिसला. साधारण तिशीतल्या त्या दहशतवाद्यावर आमचं पथक नजर ठेवून होतं. दुसरं पथक मडगाव स्थानकात त्याची वाट बघत थांबलं होतं. हा दहशतवादी गाडीतून उतरल्या उतरल्या आमच्या पथकाने त्याला ताब्यात घेतलं आणि एका सुरक्षित ठिकाणी नेलं. त्याच्या ताब्यातून जवळपास एक किलो स्फोटकं, रशियन बनावटीचे दोन हॅन्ड ग्रेनेड्स आणि इतर स्फोटकं सापडली. त्याला ताब्यात घेतल्याची बातमी कुठेही बाहेर पडू द्यायची नाही. त्या दहशतवाद्याला त्याच्या हस्तकाशी ई-मेलद्वारे संपर्क साधायला सांगायचा, असा निर्णय आम्ही घेतला. गोव्यात सुखरूप पोहोचल्याचा निरोप या दहशतवाद्याने त्याच्या वरिष्ठांना पोहोचवला की, ते त्यांचा कट मार्गी लावण्यासाठी आणखी माणसं आणि आणखी शस्त्रास्त्रं पाठवतील, अशी आमची अटकळ होती. ही चाल खेळून आम्ही आणखी दहशतवाद्यांना अटक करून त्यांच्याकडून शस्त्रास्त्रांचा साठा जप्त करू शकत होतो.

या दहशतवाद्याचं नाव होतं तारिक अहमद बाटलो आणि तो लष्कर ए तोयबाचा दहशतवादी होता. त्याला पकडल्याच्या दुसऱ्या दिवशी म्हणजे १२ मार्च २००६ रोजी काही पत्रकार माझ्या ऑफिसमध्ये आले. एका दहशतवाद्याला पकडून एक मोठा कट हाणून पाडल्याबद्दल त्यांनी माझ्यावर अभिनंदनाचा वर्षाव करायला सुरुवात केली. मला धक्काच बसला. कारण आम्ही या दहशतवाद्याच्या अटकेची माहिती जाहीर केली नव्हती. मी अगदी साळसूदपणाचा आणि काहीच न घडल्याचा आव आणत त्यांना ते नेमकं कशाबद्दल बोलत आहेत, वगैरे विचारायला सुरुवात केली. मी हे असे प्रश्न विचारताच त्यांच्यापैकी काही जण माझ्या

तोंडावर हसायला लागले. एका पत्रकाराने तर अगदी खोडकरपणेच मला सांगितलं की, अगदी अर्ध्या तासापूर्वी मुख्यमंत्र्यांनीच मडगावमध्ये पत्रकार परिषद घेऊन या अटकेची माहिती जाहीर केली होती. मी तातडीने मडगावमध्ये असलेल्या दक्षिण गोव्याच्या माझ्या पोलीस अधीक्षकाला फोन लावून पत्रकार म्हणत असलेल्या गोष्टीची खातरजमा करून घेतली. त्या अधिकाऱ्याने मला सांगितलं की, खरंच मुख्यमंत्र्यांनी अगदी अभिमानाने ही 'गोड बातमी' लोकांसमोर जाहीर केली होती. आता मी आणखी कोड्यात पडलो. मी किंवा माझ्या कोणत्याही अधिकाऱ्याने मुख्यमंत्र्यांना या अटकेबद्दल काहीच माहिती दिली नव्हती. मग त्यांना या अटकेबद्दल कुठून कळलं? अधिक तपास केल्यानंतर कळलं की, त्या दहशतवाद्याबरोबर एक सशस्त्र पोलीस पहाऱ्याला होता. त्याने ही माहिती मुख्यमंत्र्यांना दिली होती. थोडं खोदून चौकशी केल्यानंतर आणखी माहिती मिळाली. हा हवालदार मुख्यमंत्र्यांच्याच मतदारसंघातला होता. साहजिकच त्याच्या निष्ठा त्याच्या पोलीस प्रमुखापेक्षा मुख्यमंत्र्यांच्या चरणी वाहिलेल्या होत्या.

***

गोव्याचा पोलीस महासंचालक या नात्याने मी गोव्यात अनेक लोकांना भेटलो. त्यांच्यापैकी काही जणांना मी अगदी अनपेक्षितपणे भेटलो होतो. पण त्यानंतर आमच्यात निर्माण झालेले बंध काळाच्या कसोटीवरही पुरेपूर उतरले होते. अशाच एका जोडप्याच्या घरी आम्ही डिसेंबर २००५ मध्ये एके दिवशी जेवायला गेलो होतो. त्या वेळी त्या जोडप्यातली महिला अगदी सहज बोलता बोलता म्हणाली की, उत्तर गोव्यातील मोर्जीममध्ये दोन रशियन अमली पदार्थांचा एक अड्डा चालवतात. या अड्ड्यावर झिंग आणणारं संगीत आणि सेवेसाठी आकर्षक तरुणी असतात. मोर्जीमच्या एका दुर्गम कोपऱ्यात असलेल्या या खासगी जागेत जीवाचा गोवा करण्यासाठी मुंबई, दिल्ली आणि देशातील इतर प्रमुख शहरांमधून अनेक लोक येतात. या अड्ड्यावर जाण्यासाठी प्रवेश शुल्कापोटी या लोकांकडून प्रचंड पैसा उकळला जातो. तसंच आत गेल्यानंतर अमली पदार्थांची नशा करणं आणि इतर मौजमजा करणं हे खुले आम चालतं. या महिलेने दिलेल्या माहितीची खातरजमा करण्यासाठी मी माझ्या परीने चौकशी केली. माझ्या खबऱ्यांकडून कळलं की, आमच्या ओळखीच्या महिलेने दिलेली माहिती शंभर टक्के खरी होती.

आम्ही अत्यंत गोपनीयपणे एक कारवाई करण्याचं ठरवलं. त्या रशियन लोकांच्या खासगी अड्ड्यावर जाणारे सगळे रस्ते आणि तिथून बाहेर पडण्याच्या सगळ्या वाटा आम्ही बंद केल्या. आम्ही त्या ठिकाणी धाड टाकली, तेव्हा आम्हाला तिथे रेव्ह पार्टी चालू असल्याचं दिसलं. तिथे असलेले तरुण-तरुणी

ड्रग्जच्या नशेत होते आणि कानठळ्या बसवणाऱ्या संगीताच्या दणदणाटात त्यांना कसलंही भान उरलं नव्हतं. काही जण तर त्या अमली पदार्थांच्या नशेत एवढे गुंग झाले होते की, ते जमिनीवर निपचित पडून होते. त्या जागेची झाडाझडती घेतल्यानंतर आम्हाला अनेक ठिकाणी लपवलेला अमली पदार्थांचा मोठा साठाच सापडला. आम्ही ती रेव्ह पार्टी हाणून पाडली होती. त्या संगीताचा दणदणाट अचानक थांबला होता. पार्टीसाठी आलेले आणि नशेच्या पार अधीन झालेले लोक बिळातून उंदीर बाहेर पडावेत, तसे पटापटा त्या ठिकाणाहून पळून जाण्यासाठी धडपडत होते. पण प्रत्येक कोपऱ्यात आमचे पोलीस त्यांना पकडण्यासाठी तयारच होते. त्या दोन्ही रशियन लोकांना आम्ही अमली पदार्थ विक्री, साठा आणि सेवन या गुन्ह्यांखाली ताब्यात घेतलं होतं. त्यांच्या व्हिसाची मुदत कधीच संपली होती आणि ते गोव्यातच नाही, तर भारतातही बेकायदेशीरपणे राहत होते. एवढंच नाही, तर ते एक बेकायदेशीर धंदा चालवून रग्गड पैसेही कमावत होते.

हे प्रकरण समोर आल्यानंतर मी माझ्या अधिकाऱ्यांना कामाला लावलं. गोव्यात व्हिसाशिवाय किती परदेशी लोक राहतात आणि ते कोणते व्यवसाय करतात, याची माहिती मी त्यांना गोळा करायला सांगितली. त्यांनी जमवलेली माहिती बघून माझे डोळे पांढरे व्हायची वेळ आली. तो आकडा शंभराहूनही अधिक होता.

गोव्यात येणाऱ्या पर्यटकांना महागड्या हॉटेलांमध्ये फ्रेंच, इटालियन, ग्रीक किंवा इतर कोणत्याही आंतरराष्ट्रीय खाद्यसंस्कृतीतील पदार्थ आरामात मिळू शकतात. पर्यटनासाठी येणारे पण खादाडीवर जास्त प्रेम असणारे अनेक पर्यटक त्या पदार्थांचा आस्वादही घेतात. मला हळूहळू कळलं की, या महागड्या हॉटेलांचे मालक हे परदेशी नागरिकच होते. त्या त्या देशातील पदार्थ तयार करण्यात त्यांचा हातखंडा होता.

केवळ उत्सुकतेपोटी आम्ही त्यांची कागदपत्रं तपासण्याची मोहीम हाती घेतली. त्यांच्यापैकी एकाही व्यक्तीकडे गोव्यात किंवा भारतात व्यवसाय करण्यासाठी आवश्यक असलेला बिझनेस व्हिसा नव्हता. ते सगळेच सहा महिन्यांच्या पर्यटक व्हिसावर आले होते. ते येण्याचा काळ हा नेमका गोव्यातील पर्यटनासाठीचा मोसमाशी जोडूनच आला होता. याच काळात तेही रेस्तराँ अगदी बिनधास्त चालवायचे. त्यांच्यापैकी काही जण तर गोव्यातच स्थायिक झाले होते. त्यांनी गोव्यात जमिनी विकत घेतल्या होत्या, त्यांचे व्यवसाय फोफावले होते आणि त्यांना कोणी काही विचारणारं नव्हतं. या परदेशी नागरिकांचा शोध घेऊन त्यांची कागदपत्रं तपासण्यासाठी ही मोहीम होती. समजा त्यांच्याकडे कोणतीही कायदेशीर कागदपत्रं सापडली नाहीत, तर त्यांना भारताबाहेर पाठवलं जायचं.

ही मोहीम सुरू झाल्यानंतर असे अनेक अड्डे बंद पडले आणि त्यांचे परदेशी 'मालक' देश सोडून पळून गेले. पण या मोहिमेमुळे मी काही शक्तिशाली स्थानिक लोकांच्या शेपटावर पाय ठेवला असून ते त्याचा बदला घेतील, हे खूप काळानंतर माझ्या लक्षात आलं.

आमच्या या मोहिमेचा फटका बसलेल्या अनेक परदेशी लोकांच्या यादीत इंगो ग्रील या एका जर्मन व्यक्तीचंही नाव होतं. हा इंगो गोव्यात खूप प्रसिद्ध असलेला इंगोज सॅटर्डे बझार चालवत होता. यात एका बड्या स्थानिक राजकारण्याच्या बायकोचीही भागीदारी होती. २००२ पासून इंगो गोव्याच्या वेगवेगळ्या भागांमध्ये इंगोज सॅटर्डे मार्केट या नावाने हा चोरबाजार भरवायचा, असं आम्हाला अधिक चौकशीअंती कळलं. त्याने एका स्थानिक कंपनी निबंधकाला म्हणजे रजिस्ट्रारला हाताशी घेऊन एक निनावी कंपनीही स्थापन केली होती. तसंच पणजीचा पत्ता असलेल्या गोवा अडव्हेंचर कंपनी या नावाने आलेलं रिझर्व्ह बँकेचं पत्रही त्याच्याकडे होतं. या पत्राद्वारे त्याला एक परदेशी नागरिक म्हणून समभाग विकत घेण्याची परवानगी देण्यात आली होती.

या प्रकरणी आमचा तपास सुरू असताना गोव्यातील अनेक बड्या लोकांनी या प्रकरणात कमालीचा रस घेण्यास सुरुवात केली. इंगोच्या व्यवसायात मला एवढा रस का, असे प्रश्न मला विचारले जाऊ लागले. फक्त इंगोच नाही, तर गोव्यात व्यवसाय करणाऱ्या सगळ्या परदेशी नागरिकांची चौकशी केली जात आहे, असं उत्तर मी त्यांना दिलं होतं. त्यानंतर मला इंगोपासून लांब राहण्याबद्दल आडून आडून सुचवलं जाऊ लागलं. पण आम्ही आमचा तपास चालूच ठेवल्यानंतर सर्वप्रथम माझ्या काही कनिष्ठ सहकारी अधिकाऱ्यांना धमकावलं गेलं. आम्ही फक्त दिलेल्या हुकुमाची ताबेदारी करत आहोत, असं सांगून या अधिकाऱ्यांनी आपला योग्य बचाव केला. त्यानंतर मग मला धमक्या यायला सुरुवात झाली. पण या धमक्यांना भीक न घालता मी माझा तपास सुरूच ठेवला.

आम्ही आणखी खोलात शिरल्यानंतर आम्हाला समजलं की, या इंगोने रिझर्व्ह बँक ऑफ इंडियाला दिलेला पणजीतील पत्ता बनवाट आहे. आम्ही मग या प्रकरणाबद्दल रिझर्व्ह बँकेच्या मुंबईतील मुख्यालयात पुढील चौकशी केली. रिझर्व्ह बँकेची मंजुरी मिळवण्यासाठी खोटा पत्ता देऊन इंगोने विदेशी विनिमय कायद्याचा भंग केला होता. आम्ही इंगोला परत पाठवण्यासाठी स्थानिक प्रशासनाकडे अर्ज दिला होता. त्यानंतर इंगोने या कारवाईपासून दिलासा मिळावा, यासाठी गोव्याच्या उच्च न्यायालयात धाव घेतली. पण अटक होण्याच्या आणि तडीपार करण्याच्या भीतीने तो भारतातून पळून गेला. आम्ही त्याचं नाव काळ्या यादीत टाकून त्याच्या विरोधात लुक आउट नोटीस जाहीर केली. त्याने पुन्हा भारतात शिरकाव

करण्याचा प्रयत्न केला, तर तपासणी केंद्रावरच त्याला अटक केली जाईल.

इंगो गोव्यात पुन्हा कोणालाच कधीच दिसला नाही. पण मी शेवटचा गोव्याला गेलो, तेव्हा मला मिकीज नाइट बझार या नावाचा आणखी एक चोर बाजार दिसला, ती गोष्ट वेगळी! योगायोग म्हणजे इंगो त्याचा बाजार जिथे लावायचा, तिथून हा नवा चोर बाजार काही फार लांब नव्हता.

***

एप्रिल २००६ मध्ये मडगावजवळ असलेल्या फातोर्डा स्टेडिअममध्ये भारत आणि इंग्लंड यांचा आंतरराष्ट्रीय एकदिवसीय क्रिकेट सामना होणार होता. महानगरांमध्ये या अशा घडामोडी अगदी नेहमीच्या असतात. अशा कार्यक्रमांसाठी पोलीस बंदोबस्त करणं, ही मोठ्या शहरांमधील पोलीस विभागासाठी अगदी नेहमीची बाब असते. सहसा बंदोबस्ताचा एक आराखडा कायम असतो. त्याच्याच आधारावर दर वेळी नियोजन केलं जातं. पण गोवा या नित्याच्या बाबीसाठी प्रचंड अपवाद होतं. या अशा पद्धतीचा आणि एवढा मोठा कार्यक्रम गोव्यात याआधी पार पडला, त्या गोष्टीला पाच वर्षं उलटून गेली होती. २००१ मध्ये भारत आणि ऑस्ट्रेलिया यांच्यात याच ठिकाणी एक आंतरराष्ट्रीय एकदिवसीय क्रिकेट सामना खेळवला गेला होता. त्या वेळी घडलेल्या एका विपरीत प्रसंगाचं सावट पाच वर्षांनंतर होणाऱ्या या सामन्यावर होतं. झालं असं होतं की, या स्टेडिअमची क्षमता १९ हजार प्रेक्षकांची होती. पण प्रत्यक्षात मात्र ७५ हजार प्रेक्षकांनी हा सामना पाहायला गर्दी केली होती. खरी गंमत पुढे आहे. या सगळ्या प्रेक्षकांकडे सामन्याची अधिकृत आणि वैध तिकिटं होती. गंमत इथे संपत नाही; ही सगळी तिकिटं या सामन्याचे स्थानिक आयोजक असलेल्या गोवा क्रिकेट संघटनेने छापली होती. असं करताना त्यांनी ना स्टेडिअमची प्रेक्षक क्षमता लक्षात घेतली ना ७५ हजार तिकिटं विकली गेल्यानंतर होणाऱ्या परिणामांची तीव्रता त्यांच्या ध्यानात आली. शेवटी व्हायचं तेच झालं. सगळ्यांकडेच वैध तिकिटं असल्याने प्रेक्षकांमध्ये स्टेडिअममध्ये शिरण्यावरून एकच गोंधळ उडाला. परिस्थिती नियंत्रणात आणण्यासाठी पोलिसांना लाठीमार करावा लागला. त्यामुळे जमावाची चेंगराचेंगरी झाली. कसाबसा तो सामना खेळवला गेला. पण गोवा पोलिसांची काहीच चूक नसताना प्रसारमाध्यमांनी मात्र त्यांना लक्ष्य केलं. उच्च न्यायालयाचे निवृत्त न्यायाधीश न्यायमूर्ती पेंडसे यांच्या अध्यक्षतेखाली एक चौकशी समिती नेमण्यात आली. पेंडसे समितीने केलेल्या चौकशीत स्टेडिअमच्या क्षमतेपेक्षा जास्त तिकिटं छापून ती विकल्याबद्दल गोवा क्रिकेट संघटनेवर ठपका ठेवण्यात आला.* संघटनेचे तत्कालीन अध्यक्ष

---

* पेंडसे समितीची चौकशी

आणि इतर पदाधिकारी यांना बनावट तिकिटं छापणे आणि इतर गुन्ह्यांखाली अटक झाली.

पाच वर्षांपूर्वी घडलेल्या प्रसंगासारखा प्रसंग यंदा घडू नये, ही चिंता मला सतावत होती. तसं होऊ द्यायचं नाही, असा निश्चय मी स्वत:शीच केला होता. त्याच वेळी मला माहिती मिळाली की, पाच वर्षांपूर्वी घडलेल्या या प्रसंगावेळी गोवा क्रिकेट संघटनेचा अध्यक्ष असलेला माणूस आता गोव्याचा आरोग्यमंत्री आहे. एवढंच नाही, तर तोच क्रिकेट संघटनेच्या अध्यक्षपदी आहे. आम्ही क्रिकेट संघटनेच्या पदाधिकाऱ्यांना या सामन्याच्या नियोजनाबाबत चर्चा करण्यासाठी बोलावून घेतलं. पण त्यांनी आमच्या आमंत्रणाला काडीची किंमत दिली नाही. आम्ही वारंवार विनंती करूनही त्या विनंतीकडे दुर्लक्ष होत होतं. अखेर या प्रकरणाची माहिती भारतीय क्रिकेट नियामक मंडळाच्या (BCCI) कानावर घालण्याचा निर्णय मी घेतला.

हा सामना होण्यासाठी अजूनही सहा आठवड्यांचा कालावधी होता. मी घडल्या प्रकाराची माहिती देणारी एक ई-मेल BCCIच्या सचिवाला लिहिली. मी त्यांना पाच वर्षांपूर्वी गोव्यात घडलेल्या गोंधळाची आठवण करून दिली आणि गोवा क्रिकेट संघटनेला आमच्याबरोबर सहकार्य करण्यास सांगावे, अशी विनंती केली. त्या प्रकरणाचा संपूर्ण ठपका गोवा क्रिकेट संघटनेच्या पदाधिकाऱ्यांवर ठेवणाऱ्या न्या. पेंडसे समितीच्या चौकशी अहवालाची प्रतही मी त्या ई-मेलसह जोडली.

हा ई-मेल पाठवून काही मिनिटं उलटत नाहीत, तोच मला गोव्याच्या आरोग्यमंत्र्यांच्या कार्यालयातून फोन आला. मंत्रीमहोदयांना तुम्हाला तातडीने भेटायचं आहे, असं मला त्यांच्या सचिवांनी सांगितलं.

मी BCCIच्या सचिवांना पाठवलेल्या ई-मेलची माहिती या आरोग्यमंत्र्यांना कुठून तरी मिळाली, हे जाणवायला मला थोडाही कालावधी लागला नाही. त्यांना हेदेखील कळून चुकलं होतं की, माझ्या ई-मेलमध्ये त्यांच्या नावाचा उल्लेख होता. तो अर्थातच त्यांनी केलेल्या कोणत्याही गौरवास्पद कामाचं कौतुक करणारा नव्हता. (BCCIच्या सचिवांनी मी पाठवलेल्या ई-मेलचा तपशील तातडीने BCCIच्या अध्यक्षांच्या कानांवर घातला होता. आमचे आरोग्यमंत्री गोवा क्रिकेट संघटनेचे अध्यक्ष होते. त्यांचा पाठिंबा BCCIच्या अध्यक्षांना होता. ते त्यांचे कट्टर समर्थक तर होतेच, पण त्यांनी अध्यक्षीय निवडणुकीत आपलं मत सध्याच्या अध्यक्षांच्या पारड्यात टाकलं होतं. त्यामुळे BCCIचे अध्यक्ष आमच्या गोवा क्रिकेट संघटनेच्या अध्यक्षांच्या ऋणात होते. त्यांनीच या आरोग्यमंत्र्यांना तातडीने या ई-मेलबद्दल कळवलं होतं. अर्थात ही माहिती मला खूप नंतर समजली.)

अर्थात, तोपर्यंत गोव्यातील स्थानिक राजकारण्यांच्या अहंकारी वृत्तीचा आणि एकंदरीत वर्तनाचा चांगलाच अनुभव मला आला होता. त्यामुळे मी मंत्र्यांच्या कार्यालयात येणार नाही, हे त्या मंत्र्यांच्या सचिवांना मी अगदी स्पष्टपणे सांगितलं. पुढे मी त्यांना हेदेखील सांगून टाकलं की, मी मुख्यमंत्र्यांच्या हाताखाली काम करतो. तेच गृहमंत्री म्हणजेच आमच्या पोलीस विभागाचे मंत्रीही आहेत. त्यामुळे आरोग्यमंत्र्यांशी मला काहीच देणंघेणं नाही.

अपेक्षेप्रमाणे दहा मिनिटांतच मुख्यमंत्र्यांच्या कार्यालयातून मला फोन आला. आता मुख्यमंत्र्यांनी मला त्यांच्या कार्यालयात भेटायला बोलावलं होतं. अर्थात आरोग्यमंत्र्यांनी मुख्यमंत्र्यांकडे माझी तक्रार केली, हे सांगायला मला कोणत्याही ज्योतिषाची गरज नव्हती.

मुख्यमंत्र्यांचं कार्यालय माझ्या कार्यालयापासून पाच मिनिटांच्याच अंतरावर होतं. मी तिथे जायला निघालो, तेव्हाच मी ठरवलं होतं की, आपल्या मुद्द्यावर ठाम राहून आपण शक्य तेवढ्या आक्रमकपणेच आपले मुद्दे मुख्यमंत्र्यांना सांगायचे. हा दबावाचा चेंडू मी मागे जाऊन तटवण्याचा प्रयत्न केला, तर माझी दांडी गुल व्हायला वेळ लागणार नाही, हे मला कळून चुकलं होतं.

मुख्यमंत्र्यांचं निवासस्थान-कार्यालय पणजीतल्या आल्तिनो हिल या अत्यंत प्रशस्त आणि उत्तम भागात आहे. या निवासस्थानातून पणजी शहर आणि त्या शहराच्या बाजूने वाहणारी मांडवी नदी यांचं विहंगम दृश्यं दिसतंच. पण त्याच बरोबर पोर्तुगीज शैलीतील एक देखणी वास्तू असलेल्या बिशप पॅलेसचा शेजारही या वास्तूला लाभला आहे. या बिशप पॅलेसच्या बाजूलाच एक जुना बंगला आहे. त्या बंगल्यात मुख्यमंत्र्यांचं निवासस्थान आणि कार्यालय आहे. बंगल्याच्या तळमजल्यावर मुख्यमंत्र्यांच्या खासगी कर्मचाऱ्यांची कार्यालयं होती. तर पहिल्या मजल्यावरील कार्यालयातून मुख्यमंत्री कारभार सांभाळत. त्यांच्या कार्यालयासमोरच अभ्यागतांसाठीची एक खोली होती. या दोन खोल्यांमध्ये एक चिंचोळा पॅसेज होता. दोन्ही खोल्यांना काचेची तावदानं होती. त्यातून आत काय चाललं आहे, हे स्पष्ट दिसायचं.

मी त्या दोन्ही खोल्यांमध्ये असलेल्या चिंचोळ्या पॅसेजमध्ये उभा होतो. मुख्यमंत्री अभ्यागतांच्या खोलीत होते. एक शिष्टमंडळ त्यांना भेटायला आलं होतं. तर मुख्यमंत्र्यांच्या कार्यालयात आरोग्यमंत्री खुर्चीत बसले होते. त्यांचा चेहरा रागाने लालेलाल झाला होता. काहीही झालं, तरी त्यांना शिंगावर घ्यायचं, असं ठरवूनच मी मुख्यमंत्र्यांच्या कार्यालयात प्रवेश केला. मी खुर्चीत बसण्याआधीच आरोग्यमंत्री घुश्श्यातच म्हणाले, "BCCIसारख्या राज्याबाहेरच्या संस्थेला पत्र पाठवण्याआधी तुम्ही सरकारची परवानगी घेतली होती का?"

मीसुद्धा जरा ताणातच उत्तरलो, "मी या राज्याचा पोलीस महासंचालक आहे. राज्यात कायदा आणि सुव्यवस्था अबाधित राहावी, यासाठी जे काही करावं लागेल, ते करायला मी मुखत्यार आहे. त्यासाठी मला कोणाची परवानगी घेण्याची गरज नाही."

आरोग्यमंत्र्यांनी माझ्याकडून या अशा थेट आणि आक्रमक उत्तराची अपेक्षा केली नसावी. पण माझ्या या उत्तराचा योग्य तो परिणाम झाला आणि आरोग्यमंत्री चरफडतच त्यांच्या खुर्चीत बसले.

आमची ही चकमक शांत होते, तोच मुख्यमंत्री त्या दालनात आले. त्यांची चर्या प्रफुल्लित होती. त्यांनी उत्साहानेच विचारलं, "काय मग, तुम्हा दोघांमध्ये सुरू असलेल्या या प्रकरणावर तोडगा निघाला की नाही?"

"अजिबात नाही, महासंचालक साहेब ऐकायलाच तयार नाहीत," आरोग्यमंत्री खेदाने म्हणाले.

मुख्यमंत्र्यांच्या चर्चेवरचे भाव थोडेसे पालटले. आरोग्यमंत्र्यांकडे आणि त्यांच्यासह आलेल्या त्यांच्या सहकाऱ्यांकडे बोट दाखवत ते मला उद्देशून म्हणाले, "डीजी साहेब, तुम्हाला जे हवं अगदी तेच हे करतील. हा सामना निर्वेध पार पडावा, हीच आपल्या सगळ्यांची इच्छा आहे. त्यांना तुमच्या कार्यालयात घेऊन जा. तुमच्या सगळ्या अटीशर्थींचं पालन केलं जाईल, असं लेखी आश्वासन आरोग्यमंत्री तुम्हाला देतील. पण तुम्ही BCCIला पाठवलेलं ई-मेल मागे घ्या. आमच्या आरोग्यमंत्र्यांच्या प्रतिष्ठेचा प्रश्न आहे."

आता मला जे हवं होतं, ते होत होतं. त्यामुळे मला हे प्रकरण पुढे नेण्याची अजिबात इच्छा नव्हती. आरोग्यमंत्री आणि गोवा क्रिकेट संघटनेचे सचिव माझ्यासह माझ्या कार्यालयात आले. मी त्यांना सामन्याच्या नियोजनासाठी पोलिसांना आवश्यक असलेल्या गोष्टी सांगितल्या. त्या सगळ्यांची पूर्तता होईल, अशी ग्वाही त्यांनी आम्हाला दिली. गोवा पोलीस आणि गोवा क्रिकेट संघटना यांच्यात एक सामंजस्य करार घडवून आणावा, असं त्यांनी सुचवलं. मीदेखील तातडीने त्याची अमलबजावणी केली. त्यांनी पोलिसांच्या देखरेखीखाली स्टेडिअमच्या आसनक्षमतेएवढीच तिकिटं छापण्याचं मंजूर केलं. वाहनं उभी करण्यासाठी असलेली उपलब्ध जागा लक्षात घेऊन पार्किंगसाठी अगदी मोजक्या वाहनांनाच आगाऊ परवानगी दिली जाईल, अशा अनेक गोष्टी त्या सामंजस्य करारात नमूद केल्या होत्या. संघटना गोवा पोलिसांना प्रत्येक बाबतीत सहकार्य करेल, ही अट तर सर्वांत महत्त्वाची होती. मंत्री आणि संघटनेचे सचिव या दोघांनीही कोणतीही खळखळ न करता त्या सामंजस्य करारावर सह्या केल्या आणि मी BCCIला पाठवलेला तो ई-मेल मागे घेतला.

३ एप्रिल २००६ रोजी हा सामना सुरू झाला. आम्ही नियोजन केल्याप्रमाणेच

सगळ्या गोष्टी घडत होत्या, हे बघून मी खूप समाधानी होतो. प्रेक्षकांना त्यांच्या तिकिटांवर असलेल्या आसन क्रमांकानुसार जागा मिळाल्या होत्या. वाहनंही पूर्वनियोजित जागी उभी केली गेली होती. कुठेही प्रमाणाबाहेर गर्दी होणं किंवा वाहतूककोंडी होणं, असे प्रकार घडले नव्हते. आम्ही केलेली व्यवस्था अगदी चोख होती.

सगळं सुरळीत सुरू झाल्यानंतर मीसुद्धा एका स्टॅन्डमध्ये बसून सामन्याचा आनंद लुटायचा ठरवलं. मी सामना बघत होतो आणि अचानक आरोग्यमंत्री माझ्याकडे आले. उत्तम नियोजनाबद्दल त्यांनी माझे आभार मानले. हा माझ्यासाठी सुखद धक्का होता. सुरुवातीला आम्हा दोघांमध्ये जे काही घडलं होतं, त्याचा विचार करता त्यांनी स्वत:हून येत माझी पाठ थोपटणं खरंच सुखावणारं होतं. आम्ही एकमेकांचे हात हातात घेतले आणि एकमेकांना आलिंगन दिलं. गोव्यातील राजकारण्यांबरोबरचं हे प्रकरण अत्यंत सुखासुखी पार पडलं. त्यानंतरही आम्ही दोघे एकमेकांना अनेकदा भेटलो. तेव्हाही आमच्या भेटीत आपुलकीच होती. अखेर काही महिन्यांनी म्हणजे त्याच वर्षी ऑक्टोबर महिन्यात गोव्यातील माझा कार्यकाळ अगदीच अचानकपणे संपला आणि मी पुन्हा दिल्लीत आलो. गोव्यातील माझी ११ महिन्यांची छोटीशी कारकीर्द स्थानिक राजकीय नेत्यांशी चकमकी करण्यातच गेली. कदाचित त्यामुळेच माझी तडकाफडकी बदली झाली.

***

राजकीय नेत्यांच्या थेट आज्ञेखाली इतर राज्यांमध्येही पोलीस काम करतात. पण गोवा ही त्या राज्यांमधील पोलीस-राजकीय नेते यांच्यातील चकमकींची छोटेखानी आवृत्ती आहे का, याबद्दल मी ठोस सांगू शकणार नाही. कदाचित मला आलेले हे अनुभव काही असामान्य नसतील, कदाचित इतर राज्यांमधील माझ्या सहकाऱ्यांना त्यांच्या डोक्यावर असलेल्या राजकीय नेत्यांमुळे याच्यापेक्षा विचित्र अनुभवांचा सामना करावा लागत असेल. गोव्यात येण्याआधीही माझे अनेक राजकीय नेत्यांशी कामानिमित्त संबंध आले होते. पण गोव्यात मला आलेला अनुभव हा आधीच्या अनुभवांच्या नेमका उलटा होता. म्हणूनच मी हे अनुभव वाचकांपर्यंत पोहोचवण्याचं ठरवलं.

पुढल्या वेळी तुम्ही गोव्याला जाल, तेव्हा एक गोष्ट नक्की लक्षात ठेवा. तिथले समुद्रकिनारे, हिरवागार निसर्ग या दृश्यांमागे स्थानिक पुढाऱ्यांच्या आशीर्वादाने एक बेइमान दुनियाही आहे. पण त्याच बरोबर या बेइमान दुनियेतल्या खेळाडूंना त्यांची योग्य जागा दाखवून देणारे खऱ्या आयुष्यातील ‘सिंघम’ आणि ‘सिंबा’ हेदेखील याच मातीत आहेत.

◆

७

रात्र वैऱ्याची आहे...

चंद्रदर्शन किंवा चंद्राकडे एकटक पाहणे, हा अगदी सिने कलाकारांपासून ते साधू-संन्याश्यांपर्यंत विभिन्न लोकांचा छंद आहे. त्राटक योग या प्राचीन योगपद्धतीचा हा एक भाग आहे. हजारो वर्षं लोक या पद्धतीची आराधना करतात आणि त्याचे फायदे त्यांना दिसून आले आहेत. या त्राटक योगातील चंद्रदर्शनात चंद्राकडे एकटक शांतपणे बघत राहणे या क्रियेचा समावेश असतो. यामुळे डोळ्यांना शांतता मिळते, मनातील विचार स्वच्छ होतात आणि अनेकदा मानसिक शक्तीही वाढते. केट हडसनसारखे हॉलिवूडमधील कलाकार तर चंद्रदर्शन सोहळे आयोजित करतात. या सोहळ्यांमध्ये हे लोक एकत्र येऊन १५ मिनिटं शांतपणे चंद्रदर्शन करतात. त्यानंतर मग ध्यानधारणा होते आणि मग इतर पार्ट्यांसारखी पार्टी रंगते.

माझ्या पोलिसी कारकिर्दीच्या सुरुवातीच्या टप्प्यात केवळ विचित्र योगायोगाने चंद्राकडे एकटक बघायला सुरुवात केली होती. दर दिवशी कामावरून घरी परतताना मी चंद्र कलेकलेने वाढतोय की कमी होतोय, याकडे लक्ष ठेवायचो. चंद्र कलेकलेने कमी होऊन ज्या दिवशी अजिबात दिसत नाही, अशा रात्रीला अमावस्या म्हणतात, हे तर तुम्हाला वेगळं सांगायची गरज नाही. पण अमावस्येच्या पुढच्या-मागच्या दोन तीन रात्रीही पोलिसांच्या भाषेत अंधाऱ्या रात्री म्हणून ओळखल्या जातात. या अशा अंधाऱ्या रात्री गस्तीवर असलेल्या पोलिसांना गुंगारा देणं गुन्हेगारांना सहज शक्य असतं. त्यामुळेच या रात्रीच्या पडद्याआड गुन्हे करण्याकडे गुन्हेगारांचा भर असतो. दर वेळी पौर्णिमेनंतर चंद्र हळूहळू क्षीण व्हायला लागला की, माझं मनोबलही चंद्राप्रमाणे क्षीण व्हायचं. माझ्या अखत्यारीत येणाऱ्या प्रदेशात दुसऱ्या कुठल्या तरी राज्यातील एका जमातीच्या टोळक्याने धुमाकूळ घातला होता. त्यांनी केलेले गुन्हे फक्त गुन्हे नव्हते. त्या गुन्हेगारी जगतातील अंगावर शहारा आणतील अशा भयानक कहाण्या होत्या. याच टोळीची गोष्ट मी तुम्हाला सांगणार आहे.

सन १९८९ ते सन १९९२ या काळात मी दक्षिण दिल्लीत पोलीस

उपायुक्त म्हणून काम करत होतो. गुन्हेगारांच्या टोळ्या माझ्या भागात मध्यरात्री दरोडे घालत होत्या. त्यांची काम करण्याची पद्धत सारखीच होती. ते घरफोडी करायचे, घरात घुसल्यानंतर झोपलेल्या निरपराध लोकांना जाड मूठ असलेल्या एका सोट्याने ठार मारायचे आणि नंतर घर लुटायचे. दागिने, पैसे, घड्याळं आणि इतर मौल्यवान वस्तू ते लुटून न्यायचे. पोलिसांनी त्यांना बघितलं आणि त्यांचा पाठलाग करायचा प्रयत्न केला, तर ते पोलिसांच्या दिशेने दगड मारायचे. पोलिसांना दगडफेकीत जखमी केल्यानंतर ते अंधाऱ्या रात्रीचा फायदा घेऊन पळ काढायचे.

ते हे दरोडे घालताना त्यांच्या अंतर्वस्त्रांमध्येच असायचे. म्हणून पोलीस आणि प्रसारमाध्यमे यांच्यात ते 'चड्डी-बनियान टोळी' या नावाने प्रसिद्ध होते. ते नेमके कोणत्या राज्यातील आहेत, कसे राहतात, कुठे राहतात आणि अशा अमानुष पद्धतीने हत्या करून लूटमार का करतात, याबद्दल पोलिसांकडे काहीच माहिती नव्हती. त्यांच्याबद्दल पोलिसांच्या दफ्तरातही काहीच सापडलेलं नव्हतं. या टोळीतील सदस्य पकडले गेले नव्हते, असं नाही. पण ते प्रमाण खूप कमी होतं. आणि पकडल्यानंतरही त्यांची व्यवस्थित चौकशी केली गेली नव्हती, हेदेखील तेवढंच खरं.

देशावर जेव्हा ब्रिटिशांचं राज्य होतं, तेव्हा त्यांनी काही जमातींना लुटारू जमाती म्हणूनच घोषित केलं होतं. या जमातीतील लोक जन्मजात गुन्हेगारच असतात, असा त्यांचा समज होता. या जमातींना गुन्हेगारी जमाती म्हणून घोषित करून त्यांनी १८७१ मध्ये गुन्हेगारी जमात कायदा तयार केला. या कायद्यात अनेक सुधारणा होऊन तो १९११ मध्ये गुन्हेगारी जमात कायदा म्हणून अमलात आला. या कायद्याअंतर्गत काही जाती आणि जमातींवर गुन्हेगार असा शिक्का मारला गेला. त्यांच्या हालचालींवर कठोर निर्बंध लादण्यात आले. त्यांना दर आठवड्याला पोलीस ठाण्यावर जाऊन हजेरी द्यावी लागत असे. तसंच त्यांच्या भागाबाहेर ते आढळले, तर त्यांना पकडून त्यांची झडती घेतली जायची. या जमातींवर शिक्का बसल्याने १२७ जमातींमधील जवळपास एक कोटी ३० लाख लोकांना समाजाने बहिष्कृत केलं होतं, त्यांना वाळीत टाकलं होतं आणि मुख्य प्रवाहापासून वंचित ठेवलं होतं.

भारताला स्वातंत्र्य मिळाल्यानंतर ब्रिटिश आमदनीत गुन्हेगार असा शिक्का बसलेल्या या जमातींना समाजाच्या मुख्य प्रवाहात आणण्यासाठी धडपड सुरू झाली. १९४९ मध्ये या जमातींसाठी जाचक असलेला हा कायदा रद्दबातल ठरवण्यात आला आणि १९५२पर्यंत या सर्व जमातींना गुन्हेगार यादीतून वगळण्यात आलं. ही कहाणी या अशाच पूर्वी गुन्हेगार म्हणून शिक्का असलेल्या जमातीतील गुन्हेगारांची आहे. आम्ही या जातीतील लोकांना शोधलं, त्यांना अटक केली

आणि त्यांचा अभ्यासही केला. या कहाणीत मला असं कुठेही सुचवायचं नाही की, या जातीतील सगळेच लोक गुन्हेगार असतात किंवा ते समाजाच्या मुख्य प्रवाहात मिसळलेच नाहीत. ही गोष्ट अशा गुन्हेगारांची आहे, जे इतका काळ लोटल्यानंतरही आणि सरकारने त्यांना गुन्हेगारीच्या मार्गावरून चांगल्या मार्गावर आणण्याचे एवढे प्रयत्न केले, तरीही गुन्हेगारीची कास सोडायला तयार नाहीत.

***

१२ मे १९९०! दक्षिण दिल्ली एक्स्टेन्शन-१ या पत्त्यावर राहणाऱ्या वीरावली नावाच्या एका महिलेची निर्घृण हत्या करून तिच्या घरातील मौल्यवान वस्तू लुटल्याची घटना घडली. माझ्या नियंत्रणाखाली असलेल्या भागात हा गुन्हा घडला होता. मी गुन्हा घडलेल्या ठिकाणाला भेट दिली. तिथली दृश्यं बघून मी प्रचंड अस्वस्थ झालो. त्या बिचाऱ्या म्हाताऱ्या महिलेची अक्षरशः सोट्याने ठेचून हत्या केली होती. तिची कवटी फोडली होती. रक्त आणि मांसाचे तुकडे भिंतीवर पसरले होते. तिचं उरलंसुरलं सामान विखुरलेल्या अवस्थेत पडलं होतं. तोपर्यंत नाही म्हटलं तरी १४ वर्षं मी पोलिसात काढली होती. गुन्हे घडलेल्या हजारो जागा मी पाहिल्या होत्या. माझ्यासारखा कठोर आणि तयार अधिकारी कोणत्याही गुन्ह्याच्या ठिकाणी अजिबातच डगमगणार नाही, असा विश्वास मला होता. पण त्या दिवशी मी जे काही बघितलं, त्याने माझ्या विश्वासाला तडा गेला. हे असलं काही बघायची माझी अजिबातच तयारी नव्हती. त्या ठिकाणाहून बाजूला जाऊन माझ्या कनिष्ठ सहकाऱ्यांसमोरच उलटी करणं मला शक्य नव्हतं. शिसारी येणं म्हणजे काय, याचं प्रत्यंतर मला आलं. मला अजूनही आठवतं की, मी कसोशीने स्वतःला सावरण्याचा प्रयत्न करत होतो. माझे कनिष्ठ सहकारी आणि त्या मृत महिलेचे नातेवाईक यांच्यासमोर मला माझं हसं होऊ द्यायचं नव्हतं.

प्राथमिक तपास करत असताना एक गोष्ट आम्हाला छळत होती. थोडीशी शक्ती वापरून त्या महिलेचा प्रतिकार मोडून चोरी करणं सहज शक्य होतं. तरीही तिला ठार करण्यामागे नेमकं काय कारण असावं, हे आम्हाला लक्षात येत नव्हतं. त्यामुळे आमच्या तपासाची दिशा आम्हीच ठरवलेल्या पूर्वग्रहावर आधारित होती. आणि तो पूर्वग्रह म्हणजे, त्या महिलेने घुसखोरांना ओळखलं असणार आणि त्यामुळेच तिला मारण्याशिवाय दुसरा पर्याय त्यांच्याकडे उरला नसणार. पुढे यातूनच आमच्यासमोर तयार झालेली थियरी अशी होती की, या महिलेचा खून तिची संपत्ती हडपण्यासाठीच झाला असणार. नासधूस आणि लुटालूट फक्त ही चोरीची घटना आहे, हे भासवण्यासाठी केली गेली असणार. पण या दिशेने चाललेला आमचा तपास फार पुढे गेला नाही. कारण या महिलेच्या ज्या जवळच्या

नातेवाइकांना तिच्या मृत्यूमुळे फायदा होणार होता, ते सगळेच खुनाच्या वेळी लांब होते.

आम्ही घटनास्थळावरून काही बोटांचे ठसे घेतले खरे, पण त्यातून आम्हाला फार काही मदत झाली नाही किंवा सुगावाही सापडला नाही. दिल्ली पोलिसांच्या लेखी असलेल्या कोणत्याही गुन्हेगाराच्या बोटाच्या ठशांशी ते मिळतेजुळते नव्हते. त्यामुळे आम्ही हा तपास करताना गोंधळलो होतो. आमच्या तपासाची दिशा भरकटली होती. आम्ही श्रीमती वीरावली यांच्या खुनाच्या प्रकरणात आकंठ बुडालो होतो. त्या गुन्ह्याचा छडा लावण्यासाठी जंग जंग पछाडत होतो, तेव्हा आणखी एक असाच प्रकार घडल्याची खबर आम्हाला मिळाली. ते ठिकाण वीरावली यांच्या घरापासून फार लांब नव्हतं. माझ्याच भागात असलेल्या दुसऱ्या एका पोलीस ठाण्याच्या हद्दीत तो प्रकार घडला होता.

त्याच वर्षी २२ डिसेंबर रोजी भल्या सकाळी मला माझ्या जिल्हा नियंत्रण कक्षातून फोन आला. आर-१२ ए, हौज खास या पत्त्यावर एक खून झाल्याची खबर मिळाली. मी तातडीने घटनास्थळी पोहोचलो. तिथे साहाय्यक पोलीस आयुक्त, स्टेशन हाउस ऑफिसर आणि स्थानिक पोलीस ठाण्यातील कर्मचारी आधीच पोहोचले होते. घटनास्थळी रक्ताची थारोळी पसरली होती. ते दृश्यं भयानक दिसत होतं. जेमतेम २४ वर्षांची श्रद्धा खेतरपाल ही तरुणी तिच्या पलंगावर रक्ताच्या थारोळ्यात मृतावस्थेत पडून होती. त्या संपूर्ण खोलीची उलथापालथ केली होती. त्या मुलीचे कपडे आणि खोलीतील इतर वस्तू इतस्तत: पसरल्या होत्या. साउथ एक्स्टेंशन इथे घडलेल्या खून आणि चोरीच्या प्रकरणासारखंच, हेदेखील खून आणि चोरीचं प्रकरण आहे, याबाबत आमच्या मनात अजिबात संदेह नव्हता. एका ऐसपैस बंगल्यात श्रद्धा, तिचा भाऊ आणि त्यांची आई असे तिघे राहत होते. तिची खोली बंगल्याच्या तळमजल्यावर मागच्या कोपऱ्यात होती. तिथून तिला स्वयंपाकघराबाहेरील बाग दिसत असावी. तो बंगला ज्या परिसरात होता त्या परिसरातील सुरक्षा व्यवस्थाही फार काही काटेकोर नव्हती. या मुलीच्या खोलीपर्यंत पोहोचणं बाहेरच्या कोणत्याही व्यक्तीला अगदी सहज शक्य होतं. बंगल्याच्या मागील बाजूला असलेल्या सार्वजनिक रस्त्यावरून या खोलीकडे सहज येता येणं शक्य होतं. त्या मुलीच्या झोपायच्या खोलीचा दरवाजा मागच्या बागेत उघडत होता. त्यामुळे तिच्या खोलीत शिरण्यासाठी फक्त त्या दरवाज्याचं आतून असलेलं टाळं उघडणं, एवढाच अडथळा होता.

या तरुणीच्या नातेवाइकांना मात्र तिच्या खुनामागे दरोडा हे कारण आहे, हेच पटत नव्हतं. त्यांच्या मते तिचं एका मुलाबरोबर प्रेमप्रकरण सुरू होतं. ते त्यांना मान्य नव्हतं. त्यानेच या मुलीचा खून केला असावा, याबाबत ते ठाम होते. पण

आम्ही घटनास्थळी केलेल्या तपासानंतर या खुनामागे केवळ दरोडा हेच कारण होतं, हे स्पष्ट झालं होतं. लूटमार करणं सोपं जावं, यासाठी त्या मुलीचा अडथळा दूर करावा लागणार होता. म्हणूनच दरोडेखोरांनी तिला मारलं होतं.

आम्ही घटनास्थळाची पाहणी करत असताना मला एक कृष्णधवल छायाचित्रं दिसलं. ते त्या मुलीचं होतं. त्या छायाचित्रात ती हसत होती. आम्ही जिथे जाऊ तिथे जणू काही ती आमच्याकडेच बघत शांतपणे हसत होती, असं मला वाटत होतं. ती खूप सुंदर होती. तिच्या चेहऱ्यावरचा उत्साह ओसंडून वाहत होता. त्या खोलीत एका बाजूला तिचा निष्प्राण देह पडला असताना अस्ताव्यस्त पडलेल्या तिच्या सामानाची तपासणी करणं आम्हाला खूपच जड जात होतं. तो अनुभव आमच्यासाठी खूप भयानक होता.

आम्ही घटनास्थळावरून बोटांचे ठसे गोळा केले. ते ओळख पडताळून बघण्यासाठी पाठवण्यात आले. त्या ठशांपैकी काही ठसे वीरावली यांच्या घरात मिळालेल्या ठशांशी मिळतेजुळते होते. पण दिल्ली पोलिसांच्या गुन्हे नोंदणी विभागात आधीच नोंदवलेल्या एकाही गुन्हेगाराच्या बोटाच्या ठशांशी ते जुळत नसल्याचंही स्पष्ट झालं. पण या खुनानंतर एक गोष्ट स्पष्ट झाली. माझ्या जिल्ह्यात खतरनाक गुन्हेगारांची एक टोळी सक्रिय होती आणि त्यांनी आतापर्यंत दोन ठिकाणी खून करून दरोडा टाकला होता. आज नाही तर उद्या ते पुन्हा गुन्हा करणार, हेदेखील स्पष्ट होतं. हा अशा प्रकारचा भयानक गुन्हा माझ्या नियंत्रणाखाली असलेल्या प्रदेशात बघण्याची माझी तयारी नव्हती. त्यामुळे ही टोळी पुन्हा एकदा हल्ला करण्याआधी त्यांना पकडण्याचा मी निर्धार केला. एक प्रकारची अपराधीपणाची भावना माझ्या मनात आधीच घर करायला लागली होती. डोक्याचा चेंदामेंदा झालेली वृद्ध महिला आणि रक्ताच्या थारोळ्यात गतप्राण झालेली तरुणी यांच्या प्रतिमा माझ्या डोळ्यांसमोर आधीच येऊ लागल्या होत्या.

दिल्ली पोलिसांमध्ये वरिष्ठ अधिकारी जेव्हा त्यांच्या कनिष्ठ सहकाऱ्यांना उद्देशून एखादी बैठक घेतात, तेव्हा त्या बैठकीला संपर्क सभा असं म्हणतात. अशा संपर्क सभांमध्ये मी माझ्या हाताखालच्या अधिकाऱ्यांना आणि इतर कर्मचाऱ्यांना हे अशा प्रकारचे गुन्हे पुन्हा घडण्याचं टाळण्यासाठी खबरदारी घेण्याबद्दल पुन्हापुन्हा बजावत होतो. माझ्या हाताखाली असलेल्या जिल्ह्याचा नकाशा, त्या जिल्ह्यात असलेली पोलीस ठाणी असे सगळे तपशील बरोबर घेऊन मी अधिकाऱ्यांसह अनेक बैठका केल्या. ठीकठिकाणच्या पोलीस बंदोबस्ताचा आढावा घेतला. तसंच रात्रीच्या वेळी गस्त घालणाऱ्या पथकांची संख्या वाढवणे, त्यांना जास्तीचे भाग नेमून देणे, जिल्ह्यातील निवासी भागांमध्ये येण्याजाण्याच्या वाटा अडवणे अशा अनेक गोष्टी मी केल्या. दक्षिण दिल्लीतील कॉलन्यांमध्ये असलेले रात्रपाळीचे

गुरखे आणि खासगी राखणदार यांनाही आम्ही आमच्या या गस्ती पथकात सहभागी करून घेतलं. खासकरून अमावस्या जवळ आली की, आमची गस्त अधिक कडक व्हायची. निवासी भागांमध्ये काय करावे आणि काय करू नये, हे सांगणाऱ्या जागृती मोहिमादेखील आम्ही सुरू केल्या. कोणताही गोंधळ उडू नये, या दृष्टीने आम्ही काळजी घेत होतो. श्रद्धा खेतरपाल या तरुणीच्या खुनानंतर जवळपास चार महिने तशा प्रकारचा कोणताही गुन्हा घडला नाही. आम्ही प्रयत्न करत असलो, तरी मला एका गोष्टीची दखल घेणं भाग होतं. किंबहुना मला ते माहीत होतं. माझ्या नियंत्रणाखाली असलेला दक्षिण दिल्ली हा जिल्हा मोठा होता. या जिल्ह्याच्या सीमा फरीदाबाद आणि गुरगाव या हरियानातील जिल्ह्यांना लागून होत्या. आमच्या जिल्ह्यात येण्यासाठी आणि एखादा गुन्हा करून बाहेर पडण्यासाठी असंख्य वाटा होत्या. आमच्याकडे कितीही माणसं असली, तरी जिल्ह्याची पूर्ण सुरक्षा करणं अशक्य होतं. अमावस्या जवळ आली की, एक अनामिक भीती मला ग्रासायची. त्यामुळे त्या काळात मी सतत जागरूक असायचो. अंधाऱ्या रात्रींचा काळ सुरू झाला की, मी स्वत: रस्त्यावर उतरून माझ्या सहकाऱ्यांसह गस्त घालायचो. माझे सहकारी अहोरात्र काम करत असताना मला त्यांच्यासमोर एक उदाहरण उभं करायचं होतं.

चार महिन्यांच्या अथक प्रयत्नांनंतर आम्ही ते भयानक गुन्हे थांबवण्यात आणि त्या दरोडेखोरांना आमच्या भागापासून लांब ठेवण्यात यशस्वी झालो आहोत, असं आम्हाला वाटत असतानाच त्यांनी पुन्हा हल्ला केला. १८ एप्रिल १९९१ रोजी पंचशील पार्क येथील त्यांच्या राहत्या घरी ओ. पी. मित्तल आणि त्यांच्या पत्नी या सत्तरी पार केलेल्या दांपत्याचा खून झाल्याचं आढळलं होतं. या गुन्ह्याच्या घटनास्थळीदेखील आम्हाला याआधी या टोळीने केलेल्या खुनांसारखंच विदीर्ण करणारं दृश्यं दिसलं. तपासाला कुठून सुरुवात करायची, हेच आम्हाला समजत नव्हतं. तोपर्यंत प्रसारमाध्यमांनीही माझा पिच्छा पुरवायला सुरुवात केली होती. त्यांना दोष देण्यात अर्थ नव्हता. याआधी दोन खून केलेल्या टोळीने आणखी दोन ज्येष्ठ नागरिकांचा खून केला होता. हे खून तर अगदीच लब्धप्रतिष्ठितांच्या वस्तीत झाले होते. दुसऱ्या दिवशीच्या वृत्तपत्रांमध्ये आम्हा पोलिसांवर झोड घेणारे मथळे देऊन मोठाल्या बातम्या अगदी पहिल्या पानावर छापून आल्या होत्या. सुदैवाने तेव्हा TRPच्या मागे धावणाऱ्या वृत्तवाहिन्यांची चलती सुरू झाली नव्हती. दूरचित्रवाणी अजूनही आपल्या प्रसववेदनांमधून बाहेर पडत होतं. पण वृत्तपत्रांमधून छापून येणाऱ्या आमची 'उत्तरपूजा' बांधणाऱ्या बातम्या वाचून आमचे वरिष्ठ आमच्या तपासावर नाखूश होते. त्यांनी नाराजी व्यक्त करायलाही सुरुवात केली होती. जसजसा माझ्यावरचा मानसिक ताण वाढत चालला होता, तशी माझ्या मनातील

अपराधीपणाची भावनाही वाढली होती.

आम्ही अंदाज लावला होता त्याप्रमाणे या नव्या गुन्ह्याच्या ठिकाणाहून गोळा केलेले बोटांचे ठसेही याआधी घडलेल्या गुन्ह्यांमध्ये गोळा केलेल्या ठशांशी मिळतेजुळते होते. आणखी एक ढळढळीत साम्य म्हणजे हे सगळे गुन्हे अमावस्येच्या आसपास मिट्ट काळोख्या रात्री घडले होते. आता मी खरंच चंद्राच्या कलांचं निरीक्षण करायला सुरुवात केली होती. प्रत्येक दिवशी संध्याकाळ झाली की, माझी नजर आपोआप आकाशाकडे जायची. चंद्राचा आकार केवढा आहे, चंद्रप्रकाश किती आहे, तो कलत आहे की कलेकलेने वाढत आहे, या सगळ्यावरून मला शांत झोप लागणार की नाही, हे ठरत होतं. अमावस्येची रात्र जवळ यायला लागली की, माझी झोप उडायची. मग मी माझ्या सहकाऱ्यांची झोप उडवून त्यांना गस्त अधिक कडक करायला सांगायचो. म्हणजे माझ्या अखत्यारित असलेल्या जिल्ह्यातील प्रत्येक पोलीस कर्मचारी त्या काळात रस्त्यांवर गस्त घालायचा. त्यात माझाही समावेश होता.

त्यानंतर चार महिन्यांचा काळ असा उलटला. पुन्हा एकदा आम्हाला वाटलं की, गस्त घालून आम्ही गुन्हेगारांच्या मनात धाक निर्माण करण्यात यशस्वी झालो आहोत. आता असे गुन्हे घडणार नाहीत; पण ही टोळी पुन्हा आम्हाला तोंडघशी पाडणार होती. ११ ऑगस्ट १९९१ रोजी दक्षिण दिल्लीतल्या साकेत भागातील एका उच्चभ्रू वसाहतीत निवृत्त मेजर बक्षी यांची त्यांच्या राहत्या घरी निर्घृण हत्या झाली. त्यांच्या डोक्याची शकलं झाली होती आणि त्यांचा मृतदेह रक्ताच्या थारोळ्यात पडला होता. हा भागही माझ्या नियंत्रणाखालीच होता. त्यांच्या घरातही दरोडा घातला होता आणि मौल्यवान वस्तू चोरून नेल्या होत्या. आता माझी खरंच तंतरली होती. तुमचा विश्वास बसणार नाही, पण अजून यापेक्षा वाईट गोष्ट घडायची होती.

***

भारतीय हवामानशास्त्र विभागाचं मुख्यालय दिल्लीत लोधी रोडवर आहे. ते मौसम भवन या नावाने ओळखलं जातं. दक्षिण दिल्ली आणि नवी दिल्ली या दोन जिल्ह्यांच्या सीमा या रस्त्याजवळच आहेत. पण मौसम भवनाचं आवार दक्षिण दिल्ली पोलिसांच्या नियंत्रणाखाली म्हणजे माझ्या नियंत्रणाखाली होतं. या इमारतीच्या आवाराची भिंत खूप आकर्षक आहे, पण त्या रस्त्यावरून खूप वेळा जाऊनही मी कधी त्याची नोंद घेतली नव्हती. पण लवकरच या परिस्थितीत बदल होणार होता, इतका की, आजही मी या रस्त्यावरून जाताना माझी नजर या इमारतीच्या कुंपणाच्या भिंतीकडे वळतेच आणि या भिंतीआड घडलेल्या भयानक गुन्ह्याची आठवण होऊन माझ्या मणक्यातून एक थंडगार सणक जाते.

मौसम भवनच्या इमारतीच्या मागच्या बाजूलाच या इमारतीत काम करणाऱ्या कर्मचाऱ्यांची घरं आहेत. यापैकी एक कर्मचारी होते श्रीयुत सॅडी! २८ जानेवारी १९९२ ला त्यांच्या घरातच या खुनी दरोडेखोरांची धाड पडली. १८ वर्षांचा दिपांशू सॅडी, त्याची बहीण उमंग सॅडी आणि त्यांची आई कमलेश सॅडी यांच्यावर झोपेत हिंस्र हल्ला झाला होता. या हल्ल्यात दिपांशू जागीच ठार झाला. पण त्याची आई आणि बहीण यांना रुग्णालयात नेण्यात आलं. त्यांची प्रकृती अत्यंत नाजूक होती. अत्यंत आश्चर्यकारकपणे उमंग वाचली, पण मुलाच्या मृत्यूचा धक्का सहन न झाल्याने कमलेश सॅडी यांचं निधन झालं.

एखाद्या तरुण पोलीस अधिकाऱ्याचं मनोधैर्य खच्ची करण्यासाठी या अशा प्रकारच्या घटनास्थळांना भेट देण्याएवढं वाईट दुसरं काहीच नाही. निरपराध माणसांची त्यांच्या झोपेतच केलेली निर्घृण हत्या, डोकं फुटल्याने दिसणाऱ्या कवट्या, इतस्तत: पसरलेले रक्तामांसाचे तुकडे, उलथापालथ केलेली कपाटं, धाय मोकलून रडणारे नातेवाईक, या सगळ्याचा परिणाम अगदी कणखरातल्या कणखर पोलीस अधिकाऱ्याच्या मनावरही झाल्याशिवाय राहत नाही. त्यात नातेवाइकांच्या आणि जमलेल्या लोकांच्या तुमच्यावर स्थिरावलेल्या नजरा तर तुम्हाला आणखीच अपराधीपणाची भावना देतात. हा प्रत्येक खून म्हणजे माझा वैयक्तिक अपमान होता आणि त्यामुळे या गुन्हेगारांना पकडण्याचा माझा निर्धार अधिकाधिक दृढ होत चालला होता.

याआधी घडलेल्या गुन्ह्यांमध्ये आणि या गुन्ह्यात एकच फरक होता. खून करून दरोडा घालून गुन्हेगार पळून जात असताना एका माणसाने त्यांना पाहिलं आणि गस्तीवर असलेल्या पोलिसांना सतर्क केलं. पोलिसांनी त्यांचा पाठलाग करायला सुरुवात केली. पोलीस मागे लागल्याचं बघून त्यांनी दगडफेक करायला सुरुवात केली. सॅडी यांच्या घरातही आम्हाला दगड सापडले होते. मागावर आलेल्या पोलिसांना हुसकावून लावण्यासाठी या टोळीने केलेली दगडफेकच या संपूर्ण प्रकरणाला एक निर्णायक वळण देणारी ठरणार होती.

***

१९८९ मध्ये दिल्लीच्या प्रीत विहार भागात दोन गुन्हेगारांना रंगेहात पकडण्यात आलं होतं. त्यांच्या कंबरेला दगड बांधलेले आढळले होतं, असं मला पुसटसं आठवत होतं. त्या वेळी मी ईशान्य दिल्लीचा पोलीस उपायुक्त होतो. हा जिल्हा दक्षिण दिल्लीच्या बाजूलाच होता. अनेकदा एका जिल्ह्यात सक्रिय असलेली टोळी जिल्ह्याची सीमा ओलांडून बाजूच्या जिल्ह्यातही गुन्हे करते, असं सर्रास आढळतं. त्यामुळेच ईशान्य आणि दक्षिण दिल्ली या दोन्ही जिल्ह्यांच्या पोलीस

उपायुक्तांमध्ये माहितीची देवाणघेवाण अगदी नेमाने होत असते. त्यामुळेच प्रीत विहार इथे पकडलेल्या दोन गुन्हेगारांच्या कंबरेला दगड बांधले होते, ही माहिती मला सहज मिळाली होती. या दोघांनी दिलेल्या कबुलीनंतर अनेक दरोड्यांच्या घटनांचा छडा लागला होता. त्यांच्या चौकशीदरम्यान त्यांनी स्पष्ट केलं होतं की, ते पूर्वी गुन्हेगारी जमात असा शिक्का असलेल्या एका जमातीचे होते. राष्ट्रीय पोलीस संस्थेत प्रशिक्षणादरम्यान आम्हाला या जमातीबद्दल माहितीही देण्यात आली होती.

या प्रीत विहार प्रकरणाची फाइल आम्ही संबंधित पोलीस ठाण्याकडून मिळवली. त्या फाइलचा अभ्यास करण्यात आला. प्रीत विहार प्रकरणात गुन्हेगारांनी वापरलेली पद्धत आणि माझ्या जिल्ह्यात घडणाऱ्या दरोड्यांसाठी वापरलेली पद्धत यांच्यात मला कमालीचं साम्य आढळलं. फक्त प्रीत विहार प्रकरणात कोणाचाही खून करण्यात आला नव्हता. त्या प्रकरणात पकडलेले आरोपी मध्य प्रदेशातील गुना जिल्ह्यातील होते.

माझ्या जिल्ह्यात झालेल्या या एकापाठोपाठ एक खुनांच्या प्रकरणांमध्ये आम्हाला आणखी काहीच सुगावा सापडत नव्हता. त्यामुळे इतर सशस्त्र दरोड्यांपेक्षा आम्हाला हे प्रकरण थोडं वेगळ्या पद्धतीने हाताळावं लागणार होतं, हे नक्की! हे खुनी आपल्या सावजाला दगडाने ठेचून मारण्याची अत्यंत प्राचीन आणि रानटी पद्धत वापरत होते. तसंच ते निष्पाप लोकांना झोपलेल्या अवस्थेत मारत होते. या मौसम भवन प्रकरणात असेल किंवा प्रीत विहार प्रकरणात असेल, जेव्हा केव्हा त्यांना कोणी बघितलं आणि त्यांचा पाठलाग करण्याचा प्रयत्न केला तेव्हा ते उघडेवागडे फक्त अंतर्वस्त्रांवर किंवा लंगोट घातलेल्या अवस्थेतच आढळले होते. त्यांच्याबद्दल माहिती आणि सुगावा शोधण्यासाठी आम्हाला काही जमातींच्या सामाजिक चालीरीतींचा आणि राहणीमानाचा अभ्यास करावा लागणार होता. त्यांच्या जमातीचा सामाजिक शास्त्राच्या अंगाने अभ्यास केला, तरच त्यांच्याबद्दल अधिक माहिती मिळणं आणि त्यांचा माग काढणं शक्य होतं. प्रीत विहार प्रकरणात पकडलेल्या आरोपींनी दिलेल्या माहितीनुसार त्यांची जमात मध्य प्रदेशातील गुना जिल्ह्यात राहत होती.

मी माझ्या एका तरुण आणि तडफदार अधिकाऱ्याला गुना इथे पाठवण्याचा निर्णय घेतला. हा अधिकारी तिथेच राहून तिथल्या स्थानिक पोलिसांच्या सहकार्याने त्या भागातील गुन्हेगारी जमातींबद्दल माहिती गोळा करणार होता. त्यापैकी कोणत्या जमातीतील टोळ्या दिल्लीमध्ये सक्रिय आहेत, त्यांची गुन्हे करण्याची पद्धत काय असते, आदी गोष्टींबद्दलची माहिती गोळा करून तो दिल्लीला परतणार होता. मला त्या अधिकाऱ्याची निवड अगदी काळजीपूर्वक करावी लागणार होती. हा अधिकारी पोलीस ठाण्यातील कामांमध्ये गुंतलेला नसणं आवश्यक होतं. पोलीस ठाण्याच्या दैनंदिन कामात अडकलेल्या अधिकाऱ्याला पाठवलं, तर तो झटपट चौकशी करून पोलीस ठाण्यातील आपली राहिलेली कामं करण्यासाठी

घाईघाईत परत येण्याची शक्यता जास्त होती. प्रत्यक्ष जमिनीवर उतरून काम करणाऱ्या आणि अगदी बारकाईने छोटे छोटे तपशील टिपून त्यांची नोंद करून ठेवणारा अधिकारीच अशा कामांसाठी हवा होता. या छोट्या छोट्या तपशिलांवरच अनेकदा यशापयश अवलंबून असतं, असा माझा अनुभव होता.

असा एक पोलीस उपनिरीक्षक माझ्या पाहण्यात होता. अगदी आतापर्यंत तो पुष्प विहार पोलीस ठाण्यात कार्यरत होता. सध्या त्याला पोलीस लाइनमध्ये राखीव दलात ठेवलं होतं. त्याच्यावर ही कामगिरी सोपवली, तर स्वत:ला सिद्ध करण्यासाठी तो जिवाचं रान करून आम्हाला हवी ती माहिती घेऊन येईल, याची मला खात्री होती. माझा विश्वास किती सार्थ आहे, ते त्या पोलीस उप निरीक्षकाने, नरेंद्र चावला याने काही काळाने सिद्ध केलंच.

***

मध्य प्रदेशातील ५१ जिल्ह्यांपैकी एक म्हणजे गुना! पर्बती नदीच्या किनाऱ्यावर असलेल्या या जिल्ह्याच्या मुख्यालयाला काही नाव नाही. पण या छोट्याशा शहराबाहेर एक औद्योगिक केंद्र आहे, खत बनवणारा एक कारखाना आहे आणि गॅस प्लॅन्ट आहे.

१९८४ साली भारतीय पोलीस सेवेत अधिकारी बनलेले मैथिली शरण गुप्त हे त्या वेळी गुना जिल्ह्याचे पोलीस अधीक्षक होते. नरेंद्र चावला यांना गुनाला पाठवण्याआधी मी स्वत: गुप्त यांच्याशी संपर्क साधला होता. माझ्या जिल्ह्यात होत असलेल्या अमानुष खुनांबद्दल मी त्यांना माहिती दिली. तसंच या गुन्ह्यांमागे गुना जिल्ह्यातील एखाद्या जमातीतील गुन्हेगारांचा हात असावा, असा संशय असल्याचंही मी त्यांना सांगितलं होतं. त्याआधी कधीही, अगदी अद्यापही मी गुप्त यांना भेटलेलो नाही. पण आमच्या अधिकाऱ्याला तपासात सहकार्य करावं, या मी केलेल्या विनंतीला त्यांनी उत्तम प्रतिसाद दिला. आपल्या जिल्ह्यातील गुन्हेगार देशातील इतर भागांमध्ये गंभीर गुन्हे करत असल्याची जाणीव त्यांनाही होती. त्यामुळे त्यांनीही आपल्या खबऱ्यांचं जाळं सक्रिय केलं आणि माहिती गोळा करायला सुरुवात केली. आपल्या खबऱ्यांपैकी सर्वोत्तम खबऱ्यांना त्यांनी आमच्या अधिकाऱ्याबरोबर काम करायला सांगितलं. त्याचबरोबर त्या जिल्ह्यातील आणखी एका गुप्तहेरालाही त्यांनी आमच्या नरेंद्र चावला यांच्या दिमतीला दिलं. स्थानिक गुन्हेगारी टोळ्यांबाबत जेवढी माहिती मिळेल, तेवढी हा गुप्तहेर आम्हाला देणार होता. गुप्त यांचा खबऱ्या, नरेंद्र चावला आणि गुप्तहेर हे त्रिकूट जिल्ह्यातील अनेक गावांमध्ये फिरलं. गुन्हेगारी पार्श्वभूमीचे लोक राहत असलेली गावं त्यांनी पालथी घातली. आमच्या पोलीस उपनिरीक्षकांनी या सगळ्या जमातींबद्दल खूप

बारीकसारीक माहिती गोळा केली. अनेक आठवडे चाललेल्या या पायपिटीदरम्यान चावला यांनी स्वत:च्या खबऱ्यांचं जाळं या भागात तयार केलं. त्याचबरोबर त्यांनी या भागातील पूर्वी गुन्हेगारी जमात असा शिक्का असलेल्या जमातींचा अभ्यास केला. या जमातीतील अजूनही गुन्हेगारीच्या विश्वात कार्यरत असलेल्या लोकांच्या कार्यपद्धतीचंही त्यांनी बारकाईने निरीक्षण केलं. पण त्याच्या हातून असं काहीतरी छोटंच, पण या गुन्हेगारांचा नि:पात करणारं काहीतरी घडणार आहे, याची त्याला जराही जाणीव नव्हती.

गुना जिल्ह्यातील सक्रिय आणि दिल्लीत कार्यरत असू शकतील अशा गुन्हेगारांच्या तपशिलासह चावलाने दिल्लीला परत येताना 'दौलतिया'चा एक नमुना आपल्या बरोबर आणला. 'दौलतिया'चा उपयोग टाळं किंवा दरवाजा फोडण्याबरोबरच हत्यार म्हणूनही करता येतो. या भटक्या जमाती हे शस्त्र वापरतात. 'दौलतिया'चा अर्थ नावातच दडला आहे. दौलत मिळवून देणारं साधन म्हणजे हे दौलतिया. लोखंडापासून बनवलेल्या या दौलतियाला एक लांब दांडा होता आणि त्याचं टोक विळ्यासारखं होतं. तसंच त्या विळ्याच्या वर एक छोटं पण अत्यंत तीक्ष्ण टोक होतं.

आम्ही दक्षिण दिल्लीतील सगळ्या अधिकाऱ्यांची आणि पोलीस कर्मचाऱ्यांची एक विशेष बैठक घेतली. या बैठकीत आम्ही सगळ्यांना दौलतिया दाखवलं. हे हत्यार कोणाच्याही जवळ किंवा घटनास्थळी आढळलं, तर तातडीने सगळ्यांना त्याबद्दल सतर्क करण्याचे आदेश सगळ्यांना देण्यात आले. आम्ही पुढल्या अमावस्येची तयारी करत असताना दौलतियाचा फोटो काढून त्याची पत्रकं प्रत्येक पोलीस ठाण्यात आणि पोलीस चौकीत लावण्यात आली.

१६-१७ मार्च दरम्यानची रात्र होती. हवालदार सुरेश यादव (या प्रकरणानंतर त्यांना मुख्य हवालदारपदी बढती देण्यात आली), गृहरक्षक दलाचे मोहिंदर सिंग आणि विजय कुमार हे तिघे जण कालकाजी भागातील 'बी' ब्लॉक इथे गस्त घालत होते. या भागात गाड्यांची आणि गाड्यांमधील टेपरेकॉर्डर यंत्रांची चोरी होण्याचं प्रमाण वाढलं होतं. बी ब्लॉकमधील गल्ल्यांमध्ये असलेल्या वसाहतींमध्ये प्रकाश तसा मंदच होता. त्यामुळे सुरेश यादव दोन गाड्यांमधील अंधारात अगदी डोळे फाडून फाडून लक्ष ठेवून होते. तेवढ्यात त्यांना एका गाडीजवळ चार जण संशयास्पदरीत्या घुटमळताना दिसले. यादव यांनी सोबत असलेल्या साथीदारांना सतर्क केलं. त्यांनी तिघांनी मिळून या चौघांना घेरण्याचा प्रयत्न केला. हे लक्षात येताच ते चौघं संशयित चारही दिशांना पांगले. त्यापैकी एक जवळच असलेल्या चित्तरंजन पार्क वसाहतीच्या दिशेने धावत गेला. हवालदार यादवही त्याच्या मागे धावत गेले. त्यांना तो माणूस सात फुटांची भिंत पार करून एका बंगल्याच्या आवारात शिरताना दिसला. यादवही हातातली काठी घेऊन त्या भिंतीवर चढून

शोधाशोध करायला लागले. हातातल्या लाठीने ते अंधारात ढोसत असताना त्यांना काठी एका माणसाच्या शरीराला लागल्याचं जाणवलं. त्यांनी लगेचच आपल्या दोन साथीदारांना बंगल्याच्या आवारात शिरायला सांगितलं. पोलिसांशी सामना झाल्यावर त्या संशयित इसमाने आपल्याकडील हत्यार बाहेर काढून पोलिसांच्या दिशेने भिरकावलं. यादव हे पूर्वी कुस्तीपटू असल्याने त्यांनी हा हल्ला शिताफीने चकवला आणि त्या संशयित इसमावर कुरघोडी केली. त्या माणसावर पूर्ण नियंत्रण मिळवल्यावर यादव यांनी त्या शस्त्राकडे पाहिलं आणि त्यांना धक्का बसला. ते शस्त्र म्हणजे दौलतिया होतं. त्या माणसाची झाडाझडती घेतल्यावर त्याने कंबरेला बांधलेले दगडही पोलिसांना आढळले. एका महत्त्वाच्या प्रकरणाची एक मौल्यवान साखळी आपल्या हाती लागली आहे, हे समजायला यादव यांना अजिबातच वेळ लागला नाही. इतर दोन होमगार्ड्सच्या मदतीने त्यांनी या आरोपीला दौलतियासकट कालकाजी पोलीस ठाण्यात आणलं.

यादव यांनी पकडलेल्या आरोपीचं महत्त्व कालकाजी पोलीस ठाण्यातील सर्वांनाच लक्षात आलं होतं. त्यामुळे या अटकेची बातमी जिल्ह्यातील सर्व संबंधित अधिकाऱ्यांपर्यंत पोहोचवण्यात आली. माझ्या हाताखालील साहाय्यक पोलीस आयुक्त अरुण कामपानी तातडीने पोलीस ठाण्यात पोहोचले. त्यांनी त्यांच्याकडील सर्वांत उत्तम हेरांना या आरोपीच्या चौकशीसाठी पाचारण केलं. या आरोपीची चौकशी करण्याचं काम सोपं नव्हतं. त्याने खूप महत्प्रयासानंतर स्वत:ची ओळख सांगितली. त्याचं नाव रामजी लाल असून तो उत्तर प्रदेशातील झाशी जिल्ह्यातील नया खेरा गावचा रहिवासी असल्याचं त्याने सांगितलं. त्यापुढे त्याने त्याचे पळालेले साथीदार कुठे सापडू शकतील, याचा पत्ताही पोलिसांना दिला. ते फरिदाबाद येथील बाटा चौक परिसरात असतील, अशी माहिती त्याने दिली होती. त्यानुसार त्याच्या इतर तीन साथीदारांना अटक करण्यासाठी साहाय्यक पोलीस आयुक्त कामपानी यांनी एक पथक तातडीने बाटा चौकात पाठवलं.

आमची पोलिसांची तुकडी त्या ठिकाणी पोहोचली, तेव्हा त्यांच्या लक्षात आलं की, अजूनही ते आरोपी तिथे परतलेले नाहीत. पोलिसांनी मग थोडं वेगळं होत आसपासच्या जागा हेरल्या आणि ते तिथे उभे राहिले. थोड्या वेळाने त्या परिसरात घुटमळणाऱ्या काही सावल्या पोलिसांना दिसल्या. तेच आम्हाला हवे असलेले आरोपी होते. त्यांची धरपकड करून त्यांना कालकाजी पोलीस ठाण्यात आणलं गेलं.

त्यांचं तोंड उघडणं हे तर आणखीच कठीण काम होतं. त्यांची खरी नावं जाणून घेतानाच आमचा घाम निघाला. तरीही आम्ही अत्यंत संयतपणे त्यांची चौकशी चालूच ठेवली. आमचा संयम आणि चौकशी करताना आम्ही वापरलेल्या काही क्लृप्त्या यांच्यामुळे अखेर त्यांनी बोलायला सुरुवात केली. ब्रिटिशांच्या

राज्यात गुन्हेगारी जमात म्हणून नोंदवलेल्या एका जमातीपैकीच आपण आहोत, हे त्यांनी कबूल केलं. तसंच श्रीमती वीरावली, श्रद्धा खेतरपाल, श्रीयुत व श्रीमती मित्तल, श्रीमती सॅडी आणि त्यांचा मुलगा दिपांशू सॅडी, मेजर बक्षी यांच्यासह इतर जिल्ह्यांमधील काही खुनांमध्येही आपलाच हात असल्याचंही त्यांनी मान्य केलं. या आरोपींच्या टोळीचा प्रमुख झाशी जिल्ह्यातील बबिना गावचा जोधन सिंह ऊर्फ दादानिया होता. विशीत असलेला हा धिप्पाड बांध्याचा तरुण म्हणजे सैतानाच्या वरताण होता. त्याने आमच्या प्रश्नांची उत्तरं द्यायला सुरुवात केल्यानंतर झालेल्या चौकशीत मीदेखील सहभागी झालो होतो. मला अजूनही त्याची उत्तरं आठवतात. त्याने केलेल्या खुनांची कबुली देताना तो अगदी शांतपणे आम्हाला सांगत होता, हमनें पंचशील पार्क में दो इन्सान मारे, हौज़ ख़ास में एक इन्सान, लोधी रोड पर तीन इन्सान. त्याच्यासाठी आणि त्याच्या टोळीतल्या इतर सदस्यांसाठी ही माणसं त्यांच्यापेक्षा वेगळ्या प्रजातीची होती. त्यांनी केलेल्या खुनांबद्दल त्यांना अजिबातच खेद वाटत नव्हता. बबिना गावातला अनिल भरोसे हा या जोधन सिंहचा उजवा हात होता. तसंच तिसऱ्या आरोपीचं नाव होतं मोहिंदर!

या आरोपींनी पोलिसांना दिलेल्या कबुलीनंतर आतापर्यंतच्या गुन्ह्यांमध्ये चोरी झालेल्या मुद्देमालाचाही पत्ता लागला. तसंच या आरोपींच्या बोटांचे ठसे घेऊन आम्ही आमच्या दफ्तरी असलेल्या बोटांच्या ठशांशी पडताळून पाहिले. ते जुळत होते. या आरोपींनी ज्या ज्या ठिकाणी दरोडे घातले होते, त्या सगळ्या ठिकाणांची माहिती द्यायला त्यांनी सुरुवात केली. त्यामुळे आमच्या अनेक प्रकरणांचा उलगडा झाला. त्यांची चौकशी आणि त्यानंतर आम्ही प्रत्यक्ष घटनास्थळी जाऊन केलेला तपास यामुळे आमच्याकडे या टोळीची कार्यपद्धती, त्यांच्या चालीरीती, सवयी, जीवनपद्धती अशा अनेक गोष्टींची प्रचंड माहिती जमा झाली. त्यापैकी काही गोष्टींचे तपशील वाचायला तुम्हालाही आवडेल.

या जमातीचा पारंपरिक व्यवसाय म्हणजे शिकारी खेळ! या व्यवसायामुळे ही जमात छोट्या छोट्या टोळ्यांमध्ये विखुरलेली असते आणि देशभर फिरत असते. त्या वेळी ही जमात आंध्र प्रदेश, महाराष्ट्र, राजस्थान आणि मध्य प्रदेश या राज्यांमध्ये होती. त्यांच्या गुन्हेगारी कारवाया जम्मू, बाटला, लुधियाना, दिल्ली आणि हिमाचल प्रदेश या ठिकाणी चालत होत्या. ते रेल्वे स्थानकांच्या परिसरातच राहत. त्यांच्याकडे सामानसुमानही मोजकंच असे. विस्कटलेले केस, वाढलेली दाढी आणि अनवाणी पाय अशा अवतारात ते भटकत. देवीने त्यांना साप-विंचवांपासून अभय दिलं आहे, अशी त्यांची समजूत होती. त्यांची बायका-पोरंदेखील त्यांच्याबरोबरच राहत आणि त्यांना गुन्ह्यांमध्ये मदतही करत. त्यांच्या बायका पायघोळ घागरे किंवा झगे घालत. या झग्यांना मोठमोठे खिसे असत आणि

त्यातून चोरलेल्या मालाची ने-आण होत असे. पुरुष मात्र दिवसा फुगेवाला, फूलवाला वगैरे बनून परिसराची पाहणी करत. मग ज्या घरी चोरी करायची, ते घर निवडत.

कोणताही गुन्हा करायला जाण्याआधी ते एकत्र भेटायचं ठिकाण एकमेकांमध्ये ठरवून ठेवत. काही विपरीत घडलं किंवा पोलिसांनी माग काढला, तर वेगवेगळ्या बाजूंना पळून जायचं आणि त्या ठिकाणी भेटायचं हे त्यांचं ठरलेलं असे. अमावस्येच्या आसपासच्या अंधाऱ्या रात्री ते उशिरापर्यंत चित्रपट बघत आणि मग पूर्ण अंधार पडला, सामसूम झाली की, गुन्हा करायला बाहेर पडत. काम तमाम करायला निघण्याआधी ते अंगावरचे सगळे कपडे काढून ज्या ठिकाणी भेटायचं त्या ठिकाणी ठेवून देत. तसेच अंतर्वस्त्रांवर ते बाहेर पडत. त्यामुळेच त्यांना 'चड्डी-बनियान टोळी' असं नाव मिळालं होतं. ते आपल्या अंगाला तेल चोपडत, त्यामुळे कोणी त्यांना पकडण्याचा प्रयत्न केला, तर त्यांना निसटणं अधिक सोपं जात असे. कंबरेला एका फडक्यात ते दगड बांधून घेत. पोलीस मागावर आले, तर त्यांच्यावर तुफान दगडफेक करत ते पळ काढत. त्यांच्या टोळीच्या प्रमुखाकडे दौलतिया असे.

हल्ला करण्यासाठी जे घर ते निवडत त्याची निवडही अगदी चोखंदळपणे केली जात असे. एखाद्या बागेजवळचं किंवा ओसाड जमिनीच्या तुकड्याजवळचं घर ते निवडत. दरोडा टाकायला जाताना ते या बागेत किंवा त्या ओसाड जमिनीवर एकत्र येऊन घरातले लोक झोपण्याची वाट बघत थांबत. मग दबकत दबकत ते त्या घरात घुसत. दरवाज्यांना लावलेली कुलपं किंवा खिडक्यांचे गज वा कड्या मोडण्यासाठी दौलतिया उपयोगी येत असे. छोटे टॉर्च आणि भिंतींना भोक पाडण्याची हत्यारं असंही सामान ते आपल्या बरोबर वागवत. घरात घुसल्यानंतर सर्वांत आधी त्यांचा कल घरातल्या लोकांना मारण्याकडे असे जेणेकरून त्यानंतर त्यांना मनसोक्त कोणतीही आडकाठी न येता लुटालूट करता येईल. घरातल्या महिलांना मारणं, ही त्यांच्यासाठी काही फार मोठी गोष्ट नव्हती. कारण त्यामुळे त्या बाईच्या अंगावर असलेले दागिने काढणं जास्त सोपं जात असे. मौसम भवन प्रकरणात त्यांनी दगडाने ठेचून हत्या केली होती. कधीकधी हत्या करण्यासाठी ते कंबरेचे दगडही वापरत.

या जमातीचे लोक रोख रक्कम आणि दागिने लुटण्यावर भर देत. त्यांच्यापैकी कोणी पकडलं गेलं, तर ते वेडा असल्याचं किंवा प्रमाणाबाहेर दारू प्यायलाचं नाटक करत असे. अगदी हे नाटकही पकडलं गेलं आणि त्यांना अटक झाली, तरी त्यांच्याकडून कबुलीजबाब घेणं, हेदेखील दिव्य होतं. पकडलेला आरोपी त्याचं किंवा त्याच्या साथीदारांचं नाव अजिबात सांगत नसे. त्यामुळे त्याच्या साथीदारांना त्या पोलीस ठाण्याच्या किंवा त्या जिल्ह्याच्या हद्दीतून पळून जाण्यासाठी वेळ मिळत असे.

आम्ही अटक केलेले सगळेच गुन्हेगार अत्यंत चपळ आणि वेगाने धावणारे

होते. ते एवढ्या वेगाने पळत की, त्यांना पकडणं सामान्य माणसाला शक्यच नव्हतं. काही धोका आढळला, तर आपल्या टोळीतल्या साथीदारांना सांकेतिक खाणाखुणा करून सतर्क करणे, हादेखील त्यांच्या कार्यपद्धतीचा भाग होता.

या आरोपींना झालेली अटक ही आमच्यासाठी आणि दक्षिण दिल्लीतील लोकांसाठीही प्रचंड सुटकेची बाब होती. आम्ही केलेल्या कामाचं कौतुकही प्रसारमाध्यमांनी तेवढ्याच जोमाने केलं. काही पत्रकारांनी तर आमच्या तपासाची तपशीलवार माहिती लिहिली होती. दक्षिण दिल्ली पोलिसांनी केलेल्या कामाचं त्यांनी भरभरून कौतुक केलं होतं. माझ्या टीममधल्या अनेक पोलीस अधिकाऱ्यांनी या तपासादरम्यान छापे मारले होते, तपासण्या केल्या होत्या आणि अनेकांना अटकही केली होती. अत्यंत धोकादायक प्रसंगांमध्ये त्यांनी मोठ्या धैर्याने काम केलं होतं. त्या सगळ्या अधिकाऱ्यांना त्यांच्या चांगल्या कामासाठी बक्षीस देऊन गौरवण्यात आलं. यात पोलीस उपनिरीक्षक अविनाश द्विवेदी, ईश्वर सिंह, सुरेश कौशिक आणि नरेंद्र चावला, पोलीस निरीक्षक रघुबीर सिंह आणि अजित सिंह यांचा समावेश होता. ही सगळी कारवाई साहाय्यक पोलीस आयुक्त अरुण कामपानी यांच्या निगराणीखाली झाली. तसंच मीदेखील सगळ्या बाबींवर लक्ष ठेवून होतो.

दोन वर्षं आम्ही प्रसारमाध्यमांच्या टीकेचे धनी होतो, प्रचंड मानसिक दबावाखालून जात होतो आणि अमावस्या जवळ आली की, आपसूक चंद्रावर लक्ष ठेवून होतो. आता या चौघांना अटक झाल्यानंतर आम्ही जे काही मिळवलं होतं त्याच्या समाधानाने मोकळा श्वास घेऊ शकत होतो. आम्ही या एका कारवाईने खून आणि घरफोडीची नऊ प्रकरणं सोडवली होती. दिल्लीत इतर ठिकाणी घडलेल्या छोट्यामोठ्या १३ गुन्ह्यांची उकलही या गुन्हेगारांच्या अटकेनंतर झाली होती. दक्षिण दिल्लीत आणि त्याबाहेरही आमच्या या प्रयत्नांचं कौतुक करण्यासाठी मेजवान्यांचं आयोजनही झालं. आमच्या यशाची ही अशी चव चाखताना आम्ही खरंच खूप आनंदी होतो. पण आमचं हे यश खूप कमी काळ टिकणार आहे, हे आम्हाला तेव्हा माहीत नव्हतं.

आमच्या तपासादरम्यान आम्हाला या दरोडेखोरांनी लुटलेला मुद्देमाल तर सापडला होता. त्याशिवाय त्यांनी दिलेल्या माहितीवरून त्यांच्या साथीदारांनाही आम्ही अटक केली होती. आमचा तपास संपल्यानंतर आम्हाला त्यांची गरज नव्हती. त्यामुळे त्यांना न्यायालयीन कोठडीत ठेवण्यात आलं. पण इतर अनेक गुन्ह्यांच्या तपासासाठी दिल्लीतील आणि दिल्लीबाहेरील पोलिसांना ते हवे होते. सगळ्यात आधी नैऋत्य दिल्लीच्या विशेष पथकाला त्यांचा ताबा मिळाला. या जिल्ह्यातील छावणी भागात १८ नोव्हेंबर १९९१ च्या रात्री निवृत्त मेजर जनरल ओ. पी. कल्हन आणि त्यांचा मुलगा सुरेंदर कल्हन यांचा ते झोपेत असताना खून

झाला होता. त्या प्रकरणात पोलिसांनी गोळा केलेले बोटांचे ठसे आम्ही अटक केलेल्या गुन्हेगारांच्या बोटांच्या ठश्यांशी मिळतेजुळते होते. त्यामुळे नैर्ऋत्य दिल्ली पोलीस त्यांची चौकशी करत होते. या प्रकरणाचा तपास सुरू असल्याने पोलिसांनी या आरोपींना आर. के पुरम येथील पोलीस ठाण्यात ठेवलं होतं.

२०-२१ एप्रिलच्या मध्यरात्री माझ्या खोलीतला फोन खणाणला. समोर पोलीस सहआयुक्त कामपानी होते. त्यांनी दिलेली बातमी ऐकून मी माझ्या बिछान्यातून ताड्कन उठलो. माझी झोप पुरती उडाली. अटक झाल्यानंतर एका महिन्याच्या आत जोधन सिंग ऊर्फ दादानिया आणि अनिल भरोसे हे दोघंही आर. के. पुरम पोलीस ठाण्याच्या कोठडीतून पळाले होते. कामपानी यांनी दिलेल्या माहितीनुसार या कोठडीत असलेल्या पाण्याच्या टाकीच्या झाकणाचा वापर करून त्यांनी आधीच भुसभुशीत झालेल्या कोठडीच्या भिंतीला भगदाड पाडलं होतं. कोठडीबाहेर पहारा देणाऱ्या पोलिसाला आत काय चाललं आहे, त्याचा पत्ताच नव्हता. त्याला कळलं, तेव्हा उशीर झाला होता.

मी फोन ठेवला आणि फोनकडे एकटक बघत माझ्या बिछान्यातच बसून राहिलो. कोणीतरी माझी क्रूर चेष्टा करत आहे किंवा हे भयानक स्वप्न आहे आणि लवकरच मला जाग येईल, या आशेने मी शून्यात बघत होतो. टेलिफोनची घंटी पुन्हा वाजली आणि आता माझ्या मनाचा ताबा निराशा आणि फुकाच्या रागाने घेतला. जोधन सिंगचा चेहरा राहून राहून माझ्या डोळ्यांसमोर येत होता. तो माझ्याकडे बघून कुत्सितपणे हसत आहे, असंच मला वाटत होतं.

हे असं कसं काय होऊ शकतं? त्या कोठडीच्या आसपास दक्षिण-पश्चिम दिल्लीच्या पोलिसांनी पुरेसा बंदोबस्त का ठेवला नाही? या दोन भयंकर गुन्हेगारांना साध्या आरोपींसारखं कसं काय ठेवलं? हा एवढा निष्काळजीपणा कसा काय घडला, अशा अनेक प्रश्नांच्या इंगळ्या मला डसत होत्या. पण त्यातल्या एकाही प्रश्नाचं उत्तर माझ्याकडे नव्हतं.

दुसऱ्या दिवशीच्या वर्तमानपत्रांचे रकाने आमच्याकडे बघून फिदिफिदि हसत होते. सगळ्या वर्तमानपत्रांमध्ये आर. के. पुरम पोलीस ठाण्यातील कोठडीच्या भगदाड पडलेल्या भिंतीचे फोटो आ वासून आमच्याकडे बघत होते. दिल्ली पोलिसांसाठी तो अत्यंत लाजिरवाणा क्षण होता. जोधन सिंग आणि टोळीने ज्यांचा खून केला आहे, त्यांच्या नातेवाइकांना तोंड देताना, तर आमची मान शरमेने खाली जात होती. त्या दोघांनी आम्हाला दाखवून दिलं की, कोठडीच्या भिंती त्यांना फार काळ अडकवून ठेवू शकत नाहीत.

मी तातडीने आमची पोलीस पथकं उत्तर प्रदेशातील बाबिना आणि मध्य प्रदेशातील गुना इथे पाठवून दिली. हे फरार झालेले कैदी तिथे गेले आहेत का, हे

आम्हाला शोधायचं होतं. पण तिथे शोध घेऊनही आमच्या हाती काहीच लागलं नाही. पुन्हा एकदा जोधन सिंग आणि अनिल भरोसे यांचा शोध सुरू झाला.

कोणतीही ठोस माहिती मिळाली, तर ती फक्त गुनामधूनच मिळू शकेल, याबाबत माझ्या मनात कोणतीही शंका नव्हती. मी गुनाचे पोलीस अधीक्षक मैथिलीशरण गुप्त यांच्या संपर्कात होतो. त्यांनीही त्यांच्या खबऱ्यांना जोधन आणि भरोसे फरार झाल्याची माहिती दिली होती. तसंच या दोघांना तातडीने अटक होणं अत्यंत महत्त्वाचं आहे, हेदेखील त्यांच्या कानावर घातलं होतं. नरेंद्र चावला यांना पुन्हा एकदा गुनाला पाठवण्यात आलं. या टोळीचे लोक ज्या गावांमध्ये राहतात, तिथे जाऊन तपास करण्याचे आदेश त्यांना देण्यात आले होते. चावला यांनी स्वत:च्या खबऱ्यांनाही सतर्क केलं. या दोघांबद्दल कुठून माहिती मिळते, याची वाट आम्ही श्वास रोखून बघत होतो.

***

दक्षिण दिल्लीचा पोलीस उपायुक्त म्हणून तीन वर्षं काम केल्यानंतर ऑगस्ट १९९२मध्ये माझी बदली दिल्ली पोलिसांच्या गुन्हे शाखेत झाली. याच दरम्यान आर. के. पुरम पोलीस ठाण्यातून पळालेल्या या दोन आरोपींचं प्रकरणही गुन्हे शाखेकडे आलं होतं. गुन्हे शाखेचा पोलीस उपायुक्त म्हणून आता या प्रकरणाचा सोक्षमोक्ष लावण्याची संपूर्ण जबाबदारी माझ्या खांद्यावर होती. पोलिसांच्या तावडीतून आमच्या हातावर तुरी देऊन पसार झालेल्या या दोघांना शोधण्याचं काम मला करायचं होतं.

सुदैवाने मी गुनाचे पोलीस अधीक्षक मैथिलीशरण गुप्त यांच्याशी संपर्क कायम ठेवला होता. त्याचाच फायदा मला झाला. आर. के. पुरम पोलीस ठाण्यातून शिताफीने निसटल्यानंतर साधारण महिनाभराच्या आत गुप्त यांच्या खबऱ्यांनी जोधन आणि भरोसे या दोघांनाही गुना जिल्ह्यातील चाक मुरानिया गावाजवळ बघितलं होतं. ते या गावाबाहेर असलेल्या जंगलात लपून बसले होते. गावातील ततारिया आणि बाबला हे त्यांचे दोन साथीदार त्यांना या कठीण काळात मदत करत होते. गुना पोलिसांनी त्या जंगलात छापा मारायचं ठरवलं. पण या दोघांनाही या कारवाईची कुणकुण लागली आणि ते पळाले. पण त्यांचे साथीदार ततारिया आणि बाबला या दोघांना मात्र पोलिसांनी अटक केली. काही काळाने आणखी एका खबऱ्याने जोधन सिंग ऊर्फ दादानिया वाराणसी येथे दिसल्याची खबर गुना पोलिसांना दिली. गुना पोलीस आणि वाराणसी पोलीस यांच्या संयुक्त दलाने वाराणसी येथील आदमपूर पोलीस ठाण्याजवळ त्याला अटक केली. पोलीस अधीक्षक मैथिलीशरण गुप्त यांनी मला जोधन सिंगच्या अटकेची बातमी सांगितली,

त्या वेळी मी सुटकेचा दीर्घ नि:श्वास सोडला. दक्षिण दिल्ली जिल्ह्यातून माझ्याप्रमाणेच उपनिरीक्षक ईश्वर सिंग यांचीही बदली गुन्हे शाखेत झाली होती. वाराणसी पोलिसांकडून जोधनचा ताबा घेऊन त्याला दिल्लीत आणण्याची कामगिरी आम्ही ईश्वर सिंग यांच्यावर सोपवली. २५ ऑगस्ट १९९२ रोजी गुन्हे शाखेची एक तुकडी या कोठडीतून पळालेल्या गुन्हेगाराला घेऊन पुन्हा दिल्लीत आली.

जोधनला पकडल्याच्या बातम्या दिल्लीतील सगळ्याच वर्तमानपत्रांनी अगदी पहिल्या पानावर छापल्या. जोधन आणि भरोसे यांच्या कोठडीतून पळून जाण्याची बातमी याच स्थानिक प्रसारमाध्यमांनी अगदी चवीने छापली होती. पण वाराणसी आणि गुना पोलीस यांच्या सहकार्याने आम्ही केलेल्या या कारवाईने ते भारावून गेले होते. जोधनच्या चौकशीत आम्हाला भरोसेच्या ठावठिकाण्याचा पत्ता सापडला. लवकरच दक्षिण दिल्ली पोलीस आणि गुन्हे शाखा यांनी संयुक्त कारवाई करत मध्य प्रदेशातील रायसेन जिल्ह्यातील बी.बरेली या गावातून भरोसेला अटक केली. दिल्ली पोलिसांची गेलेली अब्रू आम्ही कशीबशी सावरून धरली.

जोधन सिंग आणि त्याच्या टोळीवर खटला चालला आणि ते दोघंही त्या खटल्यात दोषी आढळले. या सगळ्यांच्या चौकशीतून खूप महत्त्वाची माहिती समोर आली. त्यांच्या जमातीचे शेकडो लोक देशभरात लूटमार आणि खून करत असल्याचं पोलिसांना समजलं. हे सगळेच जोधन सिंग आणि त्याच्या टोळीएवढे क्रूर नव्हते, पण ते गुन्ह्याच्या विश्वातच वावरत होते.

हे प्रकरण आम्हा पोलिसांसाठीही खूप वेगळं होतं. या प्रकरणाची उकल करताना आम्हाला एका जमातीचा इतिहास, त्यांच्या परंपरा, चालीरीती, सामाजिक अवस्था आदी अनेक गोष्टींचा अभ्यास करावा लागला. त्यातून आम्हाला या टोळीच्या कामाची पद्धत समजत गेली. गुन्ह्याची उकल करण्यासाठी ही अशी पद्धत क्वचितच वापरावी लागते.

आमच्या अभ्यासातून आम्हाला या पारंपरिक शिकारी जमातीबद्दल खूप रंजक माहिती मिळाली. छत्रपती शिवाजी महाराज यांनी मुघलांना जेरीस आणण्यासाठी या जमातीतील लोकांचा खूप छान वापर करून घेतला होता. या जमातीतील लोकांना दख्खनच्या पठाराची, चोरवाटांची खडान् खडा माहिती होती. तसंच शिकारीतील यांची कौशल्यंही वादातीत होती. महाराजांनी त्यांचा योग्य वापर करून घेतला होता. मराठे आणि मुघलांमधील युद्धं संपल्यानंतर या जमातीतील लोकांच्या खाण्यापिण्याचे हाल सुरू झाले. मुघलांशी लढताना समोरच्याला ठार मारण्याचं उपजत ज्ञान मात्र त्यांच्याजवळ कायम राहिलं. त्यातूनच ते हे असे गुन्हे करायला लागले.

१९४७ साली भारताला स्वातंत्र्य मिळालं आणि ब्रिटिशांचा अंमल गेला. भारत सरकारने या जमातींना समाजाच्या मुख्य प्रवाहात आणण्याचा प्रयत्न म्हणून

प्रत्येक कुटुंबाला २५ बिघे जमीन देऊ केली. पण तोपर्यंत या जमातींमधील लोकांना गुन्हे करण्याची सवय लागली होती. त्यांनी बटाईच्या बदल्यात शेतकऱ्यांना ती जमीन देऊन टाकली आणि खून-दरोडे हे आपलं पूर्वापारपासून चालत आलेलं काम सुरूच ठेवलं.

या जमातींचा सामना करावा लागलेल्या एका ब्रिटिश अधिकाऱ्याने त्यांच्याबद्दल लिहून ठेवलंय, 'या जमातीतील गुन्हेगारांना गुन्हा करण्याचं व्यसन लागलेलं असतं, ही बाब अगदी स्पष्ट आहे. ते अंगमेहनत किंवा मोलमजुरी करत नाहीत. ते गुन्हे करणं थांबवू शकत नाहीत आणि थांबवणारही नाहीत. आम्ही शेतात कामं करतो, असं ते कधीकधी सांगतात. पण त्यांच्या मऊ हातांवरून हे अगदी स्पष्ट होतं की, त्यांनी कधीच अंगमेहनतीचं काम केलेलं नाही.'

या टोळ्यांमधील काही सदस्यांनी दरोडे घालून प्रचंड संपत्ती जमवली होती. काहींनी २५० बिघे एवढी प्रचंड जमीन, ट्यूबवेल, ट्रॅक्टर अशा गोष्टीही विकत घेतल्या होत्या. हे एवढं वैभव असूनही ते लांबच्या प्रदेशात जाऊन गुन्हे करून यायचे. गुन्हे करायला गेले की, ते रेल्वे स्टेशन, प्लॅटफॉर्म, बस स्टॅन्ड, फुटपाथ किंवा एखाद्या बागेत अत्यंत गलिच्छ अवस्थेत राहायचे. पण एकदा का घरी परतले की, ते उत्तमोत्तम कपडे, दागदागिने घालत. कुटुंबाबरोबर चित्रपट बघत, मांस आणि दारू यांचंही सेवन करत.

या टोळ्या ज्या गावांमध्ये राहत होत्या, त्या गावांची रचनाही अशी होती की, पोलिसांना त्या गावांमध्ये धाड टाकणं कठीण होऊन जायचं. गावातील घरं काहीशा उंचवट्यावर बांधलेली असतात. या उंचवट्याभोवती जंगल, कालवे, नदी किंवा खडकाळ भाग असतो. या प्रकरणी गुना जिल्ह्यात तपास करताना आमचा पोलीस उपनिरीक्षक नरेंद्र चावला याला असं आढळलं होतं की, गावाबाहेरून गावाच्या दिशेने येणाऱ्यांवर लक्ष ठेवण्यासाठी प्रत्येक गावात एक मचाण होतं. या जमातीचे लोक या मचाणावर पहारा देण्यासाठी आळीपाळीने काम करतात. पोलिसांची तुकडी गावाच्या दिशेने येत असेल, तर गावातल्या टोळीतील सदस्यांना सतर्क करण्याची जबाबदारी या पहारा देणाऱ्या मंडळींवर असते. अशी पोलिसांची तुकडी गावाच्या दिशेने आलीच, तर काय करायचं याचंही नियोजन असतं. गावाभोवती खंदक खणलेले असतात. पोलिसांची एखादी मोठी तुकडी येताना दिसली, तर या खंदकांमध्ये कालव्यातून पाणी सोडलं जातं. त्यामुळे गावाचा इतर भागाशी रस्त्याद्वारे असलेला संपर्क तुटतो. त्यानंतरची पायरी म्हणजे गावापासून काही अंतरावर या पोलिसांना महिला आडव्या येतात. पोलिसांशी मोठमोठ्याने वाद घालून त्या त्यांना पुढे सरकू देत नाहीत. गावातील टोळीच्या सदस्यांना खंदकात उतरून पोहत जंगलात जाण्यापर्यंतचा वेळ या भांडणामुळे सहज मिळतो.

पोलिसांची तुकडी आकाराने लहान असेल, तर हे गावातले लोक त्यांच्यावर हल्लाही करतात. या जमातीतील लोक दरोडे घातल्यानंतर तातडीने त्यांच्या डेऱ्यात येतात. हा डेरा म्हणजे त्यांनी उभारलेली एक तात्पुरती जागा असते. तिथे एकत्र येऊन लुटलेल्या दागिन्यांचं वजन करतात. तसंच लुटलेली रक्कमही मोजतात. त्यानंतर त्यांच्यासोबत असलेल्या बायका आपल्या झग्यांमध्ये तो लुटलेला माल लपवतात आणि गावाकडे परततात. लुटीतून मिळालेल्या मालाचा २५ टक्के हिस्सा हा टोळीच्या प्रमुखाचा असतो. उरलेले ७५ टक्के टोळीतील प्रमुखासह सर्व सदस्य आपसात वाटून घेतात. म्हणजेच प्रमुखाला लुटीतील २५ टक्क्यांपेक्षा जास्त वाटा मिळतो. लुटलेले दागिने विकत घेणारे सोनारही ठरलेले असतात.

आमच्या या अभ्यासातून निघालेले निष्कर्ष मी दोन प्रबंधांमध्ये एकत्र केले होते. या प्रबंधांना फक्त दिल्ली पोलिसांमध्येच नाही, तर देशभरातली इतर राज्यांमधील पोलिसांकडूनही प्रचंड मागणी होती. त्या राज्यांमध्येही या अशाच प्रकारचे गुन्हे घडत होते.

दिल्ली पोलीस आणि दिल्लीला लागून असलेल्या राज्यांमधील सुरक्षा दलांनी सातत्याने या टोळ्यांना रोखण्यासाठी कडक पावलं उचलली. त्याचा चांगला परिणाम लवकरच दिसायला लागला. या टोळीकडून होणाऱ्या गुन्ह्यांचं प्रमाण हळूहळू घसरत गेलं.

सगळ्यात महत्त्वाचं म्हणजे देशाच्या राजधानीत निरपराध लोकांना झोपेत निर्घृणपणे ठार करून त्यांची घरं लुटण्याचे प्रकार त्यानंतर झाले नाहीत. त्यामुळे जोधन सिंग आणि त्याच्या टोळीने सुरू केलेल्या या लुटालुटीच्या पर्वाचा अस्त झाला. आमच्या निरंतर प्रयत्नांना शेवटी फळ आलंच. दिल्लीत शांतता नांदायला लागली. हळूहळू मीदेखील चंद्रदर्शन करेनासा झालो.

काळ उलटला, तसं दिल्लीतील लोकांना एकेकाळी त्यांची झोप उडवणाऱ्या या खुनांचा आणि दरोड्यांचा स्वाभाविकपणे विसर पडला. समाजाची स्मरणशक्ती अगदीच अल्प असते, हे लक्षात घेतलं, तर नव्वदीच्या दशकात जन्मलेल्या लक्षावधी दिल्लीकरांना लोकांचा झोपेत खून करून त्यांचं घर लुटणाऱ्या या चड्डी-बनियान टोळीबद्दल काही माहिती असण्याची शक्यता खूपच कमी आहे.

आज दिल्लीतील सगळेच नागरिक अगदी शांतपणे झोपतात. एकेकाळी याच दिल्लीत रात्रीच्या मिट्ट अंधारात कोणतं संकट दबा धरून बसलं होतं, याची आपल्याला काहीच कल्पना नसते. मात्र त्या वेळी अत्यंत भयानक गुन्हे करणाऱ्या या टोळीला अटक करण्यासाठी जीवाचं रान करणाऱ्या पोलिसांबद्दल आपल्याला थोडी तरी कृतज्ञता वाटली पाहिजे, असं तुम्हाला वाटत नाही का?

◆

८

लांच्छनास्पद

१६ डिसेंबर २०१२! दिल्ली-गुरुग्राम या दोन शहरांना जोडणाऱ्या राष्ट्रीय महामार्गवरील वाहतूक रात्री १० वाजून २० मिनिटं झाली, तरी कमी व्हायचं नाव घेत नव्हती. गर्दीची वेळ कधीच टळून गेली होती. डोंगरातून वाहणारं पाणी ज्या वेगाने नदीला मिळावं, त्याच वेगात झूऽऽम् करून एकामागोमाग गाड्या दोन्ही बाजूंनी जात होत्या. दिल्लीतील थंडीचा अविभाज्य भाग असलेलं धुकं पसरलं होतं. त्यामुळे आधीच मंद असलेल्या रस्त्यावरच्या दिव्यांचा प्रकाश रस्त्यावर अजिबातच पडत नव्हता. त्यामुळे अधिकच अंधारं आणि भीतिदायक वाटत होतं. दिल्लीत कडाक्याच्या थंडीचा मोसम अजून सुरू व्हायचा होता. पण रस्त्याच्या कडेला अक्षरश: नग्नावस्थेत पडलेल्या दोघांची हाडं मात्र तेवढ्या थंडीने चांगलीच गोठली होती. त्या दोघांपैकी एक मुलगा होता आणि दुसरी मुलगी होती. दोघंही ४० मिनिटांपेक्षा जास्त काळ त्या थंडीत त्या तशा अवस्थेतच पडून होते.

या राष्ट्रीय महामार्गाची डागडुजी करणाऱ्या EGIS इन्फ्रा मॅनेजमेंट या कंपनीचे कर्मचारी राज कुमार आणि सुरेंदर सिंह हे दोघं जण जीपमधून रस्त्याच्या डाव्या बाजूने गुरुग्रामकडून दिल्लीच्या दिशेने जात होते. रस्ता कुठे खराब आहे का, कुठे डागडुजीची गरज आहे का, याचा अंदाज घेत ते गाडी चालवत होते. महिपालपूर उड्डाणपुलाखालचं वळण त्यांनी पार केलं आणि त्यांना रस्त्याच्या डाव्या बाजूने 'बचाव, बचाव' अशा क्षीण आवाजातील हाका ऐकू आल्या. एक तरुण मुलगा आणि मुलगी रस्त्याच्या कडेला असे नग्नावस्थेत आणि गंभीर जखमी अवस्थेत बसलेले बघून त्यांना धक्काच बसला. त्यांनी गाडी थांबवली. त्या मुलामुलीची अवस्था बिकट आहे, हे लक्षात यायला त्यांना वेळ लागला नाही. त्या दोघांनाही थंडीने कापरं भरलं होतं आणि वेदनेने ते दोघंही कण्हत होते. राज कुमार आणि सुरेंदर या दोघांनी त्यांच्या कंपनीच्या नियंत्रण कक्षात बसलेल्या रामपाल सिंह यांच्याशी संपर्क साधला. आपण काय बघितलं, हे त्यांनी रामपाल यांच्या कानावर

घालून पोलिसांना ही माहिती देण्याची विनंती केली.

रामपाल सिंह यांनी अजिबात दिरंगाई न करता दिल्ली पोलिसांच्या नियंत्रण कक्षाच्या १०० या आपत्कालीन क्रमांकावर संपर्क साधला. त्यांनी तातडीने झुलु-५४ ही आपत्कालीन नियंत्रण कक्षाची गाडी घटनास्थळी पाठवली. भोंगा वाजवत आणि गाडीवरचे दिवे चमकवत पोलिसांची ही गाडी तातडीने घटनास्थळी पोहोचली. मुख्य हवालदार राम चंदर आणि त्यांचे सहकारी तिथे पोहोचले तेव्हा त्या मुला-मुलीभोवती लोकांनी कोंडाळं केलं होतं, पण कोणीही मदतीसाठी पुढे येत नव्हतं. पूर्ण नग्नावस्थेत असलेल्या त्या दोघांच्या शरीरातून रक्तस्राव सुरूच होता आणि त्यांना प्रचंड वेदना होत होत्या. पोलिसांनी सर्वांत आधी गर्दीला पिटाळून लावलं. जवळच्याच हॉटेलमधून दोन चादरी आणि पाण्याच्या बाटल्या आणून पोलिसांनी थंडीपासून आणि विचित्र नजरांपासून त्या दोघांचं रक्षण करण्यासाठी त्यांना झाकून घेतलं.

पोलिसांनी या दोघांनाही तातडीने तिथून १० किलोमीटर अंतरावर असलेल्या सफदरजंग रुग्णालयात दाखल केलं. रुग्णालयाच्या वाटेवर असताना या दोघांनीही मुख्य हवालदार यांना त्यांच्यासोबत घडलेला भयानक प्रकार विस्तृतपणे सांगितला. ते दोघं अजूनही धक्क्यातून सावरले नव्हते. या सगळ्याचा सारांश नंतर दाखल केलेल्या तक्रारीतही समाविष्ट केला गेला.

रुग्णालयात पोहोचल्यानंतर त्या दोघांपैकी पीडित पुरुषाला साधारण विभागात दाखल करण्यात आलं. त्याचं नाव अविंद्र पाण्डे असून तो २८ वर्षांचा होता. पीडित मुलगी निर्भयाच्या (जिची ओळख लपवण्यासाठी तिचं नाव बदलण्यात आलं असून हेच नाव जगभरात स्वीकारण्यात आलं) गुप्तांगातून कमालीचा रक्तस्राव होत असल्याने तिला तातडीने स्त्रीरोग विभागात नेण्यात आलं.

तोपर्यंत नियंत्रण कक्षाने पोलीस उपायुक्त छाया शर्मा यांना या घटनेबाबत माहिती दिली होती. परिस्थितीचं गांभीर्य लक्षात घेऊन त्या तातडीने रुग्णालयात पोहोचल्या. अविंद्रवर उपचार करणाऱ्या डॉ. सचिन बजाज यांना अविंद्रने त्यांच्यासोबत काय काय झालं ते उपचारादरम्यान सांगितलं होतं. अविंद्रने दिलेली माहिती अशी :

पेशाने इंजिनिअर असलेला अविंद्र आणि फिजिओथेरपिस्ट असलेली त्याची गर्लफ्रेंड निर्भया दक्षिण दिल्लीतील साकेत येथील सिलेक्ट सिटी वॉक मॉलमध्ये 'लाइफ ऑफ पाय' हा चित्रपट बघण्यासाठी गेले होते. चित्रपट संपल्यानंतर साधारण साडेआठच्या सुमारास ते दोघं मॉलमधून बाहेर पडले. ते दोघंही द्वारका येथे राहत होते. तिथे जाण्यासाठी थेट रिक्षा न मिळाल्याने त्यांनी मुनिरकापर्यंत जाणारी रिक्षा पकडली. मुनिरका येथून घरापर्यंत जाणारी एखादी बस मिळेल,

अशी त्यांना अपेक्षा होती.

मुनिरका बस स्टॉपवर पोहोचल्यानंतर ते त्यांच्या ७६४ क्रमांकाच्या बसची वाट बघत थांबले होते. थोड्या वेळाने त्यांना एक पांढरी बस त्यांच्या दिशेने येताना दिसली. त्या बसच्या बाजूला पिवळा आणि हिरवा पट्टा होता. ती बस अगदी त्यांच्या समोरच येऊन थांबली. ती एक खासगी बस होती. अशा बसना प्रवासी वाहतुकीची परवानगी नसते. त्या बसमध्ये उभा राहून एक तरुण मुलगा 'द्वारका, पालम मोड' अशा हाका देत प्रवाशांना बोलावत होता. नेहमीची बस कधी येईल, याची काहीच खात्री नसल्याने उशीर होण्याआधी घरी पोहोचणं गरजेचं असल्याने अविंद्र आणि निर्भया यांनी या बसमध्ये चढण्याचं ठरवलं. आपण कोणत्या प्रवासाला निघालो आहोत, याची त्यांना त्या क्षणी कल्पनाही नव्हती.

ते बसमध्ये बसले तेव्हा त्यांना चालकाच्या बाजूच्या हौद्यात तीन तरुण बसलेले दिसले. त्या तिघांचाही अवतार अत्यंत गबाळा होता. इतर दोन जण चालकाच्या मागेच प्रवाशांसाठी असलेल्या आसनांवर बसले होते. त्या बसमध्ये आणखी कोणीच प्रवासी नव्हते. काहीतरी चुकतंय, हे अविंद्र आणि निर्भया या दोघांनाही लगेच जाणवलं.

पुढल्या सीटवर बसलेल्या दोघांपैकी एक जण अविंद्रच्या दिशेने आला. तो बसचं भाडं घेण्यासाठी आला होता. अविंद्रने दोघांचे मिळून २० रुपये दिले. आपण चढल्या चढल्या दुसऱ्या कोणत्याही प्रवाशासाठी बस न थांबवता लगेचच सोडण्यात आल्याचंही त्या दोघांना त्या क्षणी जाणवलं. त्या बसमध्ये खिडक्यांना पडदे होते आणि सगळे पडदे लावलेले होते. त्यामुळे अविंद्र आणि निर्भया यांना बाहेरचं काहीच दिसत नव्हतं. ते ज्या दरवाज्यातून आत आले होते, तोदेखील आतून बंद केला होता. त्यानंतर लगेचच बसमधील दिवे मालवले आणि अविंद्र व निर्भयाच्या मनात भीती चमकून गेली. आपण एका मोठ्या संकटात सापडलो आहोत, याची या दोघांना खात्रीच पटली.

बस द्वारकाकडे जात असताना विमानतळाकडे जाणाऱ्या उड्डाणपुलाजवळ आली, तसे चालकाच्या हौद्याजवळ बसलेले तीन जण अविंद्रच्या दिशेने आले. तो या मुलीला घेऊन एवढ्या रात्रीचा कुठे निघाला आहे, असं विचारत त्यांनी अविंद्रला शिवीगाळ करायला सुरुवात केली. तुम्हाला त्याच्याशी काही देणंघेणं नाही, असं उत्तर अविंद्रने दिल्यानंतर त्या तिघांपैकी एकाने त्याच्या चेहऱ्यावर ठोसा मारला. या शाब्दिक आणि शारीरिक हल्ल्याचा प्रतिकार करण्याचा प्रयत्न अविंद्र आणि निर्भया या दोघांनीही केला. त्यानंतर त्या धावत्या बसमध्ये चांगलीच झटापट झाली. त्या झटापटीदरम्यान अविंद्र आणि निर्भया यांनी एका गुंडाला

विनय आणि पवन अशा नावांनी दोघांना हाक मारतानाही ऐकलं. त्या गुंडांनी अविंद्रच्या डोक्यात लोखंडी दांड्याने फटका मारला. तसंच त्याच्या पायांवरही या दांड्याने मारलं. त्यामुळे अविंद्र खाली पडला. त्याला मारहाण करत असताना त्याच्याकडील मोबाइल फोन, त्याचं पाकीट, त्यातील हजार रुपये, त्याने मनगटाला बांधलेलं घड्याळ, क्रेडिट कार्ड आणि अगदी त्याने अंगावर घातलेले कपडेही गुंडांनी काढून घेतले.

या झटापटीदरम्यान निर्भयादेखील मदतीसाठी हाका मारत होती. तिने मोबाइलवरून पोलिसांना फोन लावण्याचाही प्रयत्न केला. पण गुंडांनी तिच्यावर अक्षरशः लांडग्यासारखी झडप घातली. तिने सर्व शक्तिनिशी त्यांचा प्रतिकार केला. पण त्या सहा जणांसमोर तिचा प्रतिकार तोकडा पडला. त्यांनी तिला खेचून बसच्या सर्वांत मागच्या सीटवर नेलं. तिथे तीन जणांसाठी असलेल्या सीटवर तिला टाकून त्या सहा जणांनी एकामागोमाग एक तिच्यावर बलात्कार केला. तिने केलेल्या प्रतिकाराची शिक्षा म्हणून त्यांनी त्या लोखंडी दांड्याने तिला जिथे जिथे आणि जसं मारलं, त्याचं वर्णन करतानाही अंगावर शहारा येतो. तिच्याकडील वस्तूही गुंडांनी लुटल्या आणि तिच्या अंगावरचे कपडेही ओरबाडून काढले. वासना शमल्यानंतर त्या गुंडांनी या दोघांना बसमधून फेकून देण्याचा आणि शक्य झालं, तर मारून टाकण्याचा निर्णय घेतला. त्या दोघांना जिवंत सोडण्यात काहीच अर्थ नाही, असं त्या गुंडांना एकमेकांशी बोलताना अविंद्रने ऐकलं.

या गुंडांनी त्या दोघांना बसच्या मागच्या दरवाज्यातून फेकण्याचा प्रयत्न केला. पण तो दरवाजा उघडलाच नाही. नग्नावस्थेत असलेल्या निर्भयाचे केस पकडून त्यांनी तिला फरफटत बसच्या पुढल्या दरवाज्यात आणलं. त्यानंतर तिला आणि अविंद्रला त्या दोघांनी बसमधून बाहेर फेकून दिलं. त्या वेळी हे दोघंही नग्नावस्थेतच होते. त्यानंतर या गुंडांनी बस मागे घेत त्या दोघांना चिरडून टाकण्याचाही प्रयत्न केला. पण ते दोघं कसेबसे बाजूला झाले आणि त्यांचा जीव वाचला. त्या दोघांना ज्या ठिकाणी फेकलं ती जागा हॉटेल ३७ नावाच्या एका हॉटेलसमोर होती. गुरुग्रामकडे जाणाऱ्या सेवा रस्त्यालगत असलेल्या अनेक हॉटेलांपैकी हे एक हॉटेल होतं. हॉटेल आणि या जागेच्या मध्ये वेगवेगळ्या दिशांनी जाणारा महिपालपूर उड्डाणपूल होता.

***

त्या वेळी मी दिल्ली पोलीस आयुक्त या पदावर कार्यरत होतो. ३६ वर्षांच्या प्रदीर्घ सेवेनंतर सेवानिवृत्त होण्यासाठी फक्त सहा महिने शिल्लक होते. निवृत्त

होण्याआधीचं हे माझ्या हाती आलेलं शेवटचं प्रकरण असणार होतं. या प्रकरणाचा छडा लावूनच मला समाधानाने निवृत्त व्हायचं होतं. पोलीस दलातील माझ्या ३६ वर्षांच्या सेवेत मी अनेक कठीण प्रसंगांचा सामना केला आहे. पण सर्वांत कठीण प्रसंगाचा सामना माझ्या सेवेचे शेवटचे सहा महिने राहिलेले असताना होणार आहे, याची मला पुसटशीही कल्पना नव्हती.

दिल्ली पोलिसांच्या नियंत्रण कक्षाला या घटनेची माहिती मिळाली, त्याच वेळी माझ्या घरातील नियंत्रण कक्षातही ही बातमी पोहोचली होती. त्या दिवशी कामावर असलेल्या वायरलेस ऑपरेटरने मला झोपेतून उठवलं. त्या वेळी मला मिळालेली माहिती फारशी स्पष्ट नव्हती. तसंच पोलीस उपायुक्त छाया रुग्णालयात पोहोचल्या होत्या. त्यामुळे मला जरा दिलासा मिळाल्यासारखं वाटलं आणि मी थोडी झोप घेण्याचा प्रयत्न केला. पण संपूर्ण रात्रभर मी जागाच होतो. दर थोड्या वेळाने या प्रकरणाचे तपशील मी जाणून घेत होतो.

रुग्णालयात पोहोचल्यानंतर उपायुक्त छाया यांनी अविंद्रची भेट घेतली. अविंद्र याने घडला प्रकार त्यांना सांगितला. निर्भयावर कशा पद्धतीने अत्याचार केला, तेदेखील अविंद्रने स्पष्ट केलं. त्याचबरोबर तिला कशा पद्धतीने जखमी करण्यात आलं, याची माहितीही त्याने दिली. उपायुक्त छाया या अतिदक्षता विभागात जाऊन निर्भयालाही भेटल्या. तिची अवस्था अत्यंत वाईट होती. त्यांच्या तोपर्यंतच्या कारकिर्दीत हे असे अत्याचार झालेले त्यांनी ना कधी ऐकले होते आणि ना कधी बघितले होते. निर्भयाची अवस्था बघून त्या प्रचंड अस्वस्थ झाल्या. त्यांच्यासाठीही तो मानसिक धक्का होता. निर्भयावर त्या निर्दयी गुंडांनी इतक्या क्रूरपणे अत्याचार केले, हेच त्यांच्या पचनी पडत नव्हतं.

पोलीस दलात भरती होताना किंवा त्यानंतरही विविध प्रकरणं हाताळताना आम्हाला विदारक दृश्यं बघण्याची सवय होते. रक्ताच्या थारोळ्यात पडलेले मृतदेह, विस्कटलेली घरं, मनुष्याच्या स्वभावाची रानटी बाजू या सगळ्या गोष्टी बघायला नजर सरावते. पण म्हणून आमचं मन कितीही निबर झालं असलं, तरी आमच्याही कारकिर्दीत असे काही क्षण येतात जेव्हा आम्हीही हळवे होतो. हे प्रकरण आम्हा सगळ्यांसाठीच तसंच होतं. उपायुक्त छाया यांनी स्वत:ला सावरलं आणि त्यांचं काम पुढे चालू ठेवलं. हे करणं त्यांना किती कठीण गेलं असेल, त्याची कल्पनाच न केलेली बरी!

निर्भया आणि अविंद्र यांच्यावर ज्या बसमध्ये अत्याचार झाला होता, त्या बसचे तपशील अविंद्रने पोलिसांना दिले होते. त्या वर्णनाच्या आधारे उपायुक्त छाया यांनी तातडीने केंद्रीय पोलीस नियंत्रण कक्षाच्या मदतीने सगळ्या गस्तीवर असलेल्या पथकांपर्यंत वायरलेस संदेश पोहोचवला. पिवळे आणि हिरवे पट्टे

असलेली पांढरी बस शोधा, असा तो संदेश होता. या बसच्या वर्णनाशी मिळतीजुळती बस आढळल्यास त्वरित कळवा, असा निरोप दिल्लीच्या आसपास असलेल्या सीमेवरच्या तपास नाक्यांवरही गेला होता.

त्यानंतर उपायुक्त छाया अविंद्रला घेऊन वसंत विहार पोलीस ठाण्यात गेल्या. तिथे त्यांनी अविंद्रने दिलेल्या जबानीनुसार बलात्कार, अपहरण, लूटमार आणि खुनाचा प्रयत्न या कलमांच्या अंतर्गत गुन्हा नोंदवला. तसंच या खटल्याचा तपास पोलीस उपनिरीक्षक प्रतिभा शर्मा यांच्याकडे सोपवला.

हे प्रकरण म्हणजे दिल्ली पोलिसांच्या प्रतिमेवर लागलेला मोठा कलंक आहे, हे पोलीस उपायुक्त छाया यांना जाणवलं. त्यामुळे त्यांना तातडीने कृती करावी लागणार होती. इतर कोणताही ठोस सुगावा नसताना त्या आरोपींपर्यंत पोहोचून या प्रकरणाचा सोक्षमोक्ष लावायचा, तर सर्वांत आधी बस मिळणं अत्यावश्यक होतं, हे त्यांना जाणवलं. अविंद्रने दिलेल्या माहितीनुसार त्या बसबाबत काही गोष्टी कळल्या होत्या. बस पांढऱ्या रंगाची आहे, तिच्या दोन्ही बाजूंना पिवळे-हिरवे पट्टे आहेत, या माहितीव्यतिरिक्त अविंद्रने इतरही माहिती दिली होती. या बसच्या चालकासाठी वेगळी केबिन होती, तिच्या आसनांची आच्छादनं लाल रंगाची होती आणि बसला पिवळ्या रंगाचे पडदे लावले होते. तसंच या बसच्या पुढे डाव्या बाजूला असलेल्या चाकावरील कॅप निघाली होती. पण हे वर्णन बस शोधण्यासाठी पुरेसं नव्हतं.

पोलीस उपायुक्त छाया यांनी दक्षिण दिल्लीतील १० सर्वोत्तम पोलीस निरीक्षकांना त्यांच्या टीमबरोबर वसंत विहार पोलीस ठाण्यात बोलावून घेतलं. विशेष कृती दलातील पोलीस निरीक्षक राजेंदर सिंह हे या दहा जणांमध्ये अनुभवी आणि अष्टपैलू अधिकारी होते. छाया यांनी या दहाही पोलीस निरीक्षकांना वेगवेगळी कामं नेमून दिली. उपायुक्त छाया यांनी वसंत विहार पोलीस ठाणे हा आपला नियंत्रण कक्ष बनवून घेतला आणि या पोलीस ठाण्यातून त्या दहाही पथकांच्या कामावर लक्ष ठेवून होत्या. हे दहा पोलीस निरीक्षक, त्यांच्या पथकातील पोलीस आणि स्वतः उपायुक्त छाया पाच दिवस घरी गेले नव्हते. या प्रकरणातील शेवटचा आरोपी पकडला गेल्यानंतरच त्यांनी सुटकेचा निःश्वास सोडला.

या दहा पथकांपैकी एक पथक दिल्ली वाहतूक विभागाकडे नोंदणी झालेल्या सगळ्या पांढऱ्या रंगाच्या बसगाड्यांची माहिती घेण्यासाठी रवाना झालं. त्यासाठी या विभागातील अधिकारी आणि कर्मचारी यांना मध्यरात्री झोपेतून उठवून कार्यालयात येण्यास भाग पाडण्यात आलं. पहाटे पाचपर्यंत दिल्लीतील ३२० पांढऱ्या बसची सगळी माहिती पोलिसांच्या ताब्यात होती. आता या पथकाने या सगळ्या पांढऱ्या बसगाड्यांचा आणि दिल्लीत राहणाऱ्या त्यांच्या मालकांचा माग काढायला सुरुवात

केली. तसंच दिल्लीच्या आसपासच्या राज्यांमध्ये असलेल्या बस टर्मिनसवरही या वर्णनाच्या बसचा शोध सुरू झाला.

दुसऱ्या पथकाचं नेतृत्व पोलीस उपनिरीक्षक प्रतिभा शर्मा करत होत्या. त्याच या प्रकरणाच्या तपास अधिकारी होत्या. हे पथक रुग्णालयात गेलं आणि त्यांनी तेथील कार्यवाही पूर्ण केली. त्यानंतर त्यांनी अविंद्र आणि निर्भया ज्या ठिकाणी सापडले, त्या ठिकाणाला भेट दिली. तिथे जाऊन त्यांनी रक्ताचे डाग लागलेलं गवत, झाडाची पानं, रक्ताने माखलेली धूळ या गोष्टींचे नमुने गोळा करून ते तपासणीसाठी पाठवले.

पोलीस निरीक्षक राजेंदर सिंह यांच्या नेतृत्वाखाली पथकाबरोबरच आणखी दोन पथकं सीसीटीव्ही फुटेज तपासण्याच्या मागे लागली. ज्या ठिकाणी गुन्हा घडला आणि हे दोघे सापडले त्याच्या समोरच्या बाजूला त्या राष्ट्रीय महामार्गालगत असलेल्या हॉटेलांमधील आणि गेस्ट हाउसमधील सीसीटीव्ही कॅमेऱ्यातील चित्रीकरण पाहण्यास त्यांनी सुरुवात केली. या तीन पथकांपैकी एका पथकाला हॉटेल दिल्ली एअरपोर्ट या हॉटेलच्या सीसीटीव्ही फुटेजमध्ये एक पांढरी बस दिसली. त्या बसच्या बाजूला 'यादव' असं लिहिलं होतं. ही बस दिल्लीकडून गुरुग्रामला जाताना दिसली होती. पण १९ मिनिटांनंतरच साधारण रात्री ९:५३ वाजता ती बस पुन्हा त्याच सीसीटीव्ही फुटेजमध्ये पुन्हा एकदा गुरुग्रामच्या बाजूला जाताना आढळली. ही बस जवळच्याच उड्डाणपुलाखालून परत दिल्लीच्या दिशेने वळली आणि थोडं पुढे जाऊन पुन्हा गुरुग्रामच्या दिशेला वळली, असंच निष्पन्न यातून निघत होतं.

त्या पांढऱ्या बसचं फुटेज पोलिसांनी अविंद्रला दाखवलं. आपण चढलो ती बस अशीच दिसत होती, याची पुष्टी अविंद्रने केली. त्याने आपसूकपणे पुढल्या बाजूच्या डाव्या टायरच्या दिशेने बघितलं आणि त्याची खात्रीच पटली. त्या टायरला लावलेली धातूची कॅप निघाली होती. आता पोलिसांना फक्त 'यादव' असं लिहिलेल्या पांढऱ्या बसचा शोध घ्यायचा होता.

तोपर्यंत पांढरी बस असलेल्या अनेक वाहतूकदार आणि मालक यांची चौकशी करून झाली होती. आता 'यादव' असं लिहिलेली पांढरी बस शोधायची आहे, ही माहिती मिळाल्यानंतर पोलिसांचा तपासही त्या गोष्टीवर केंद्रित झाला. आता यादव असं लिहिलेल्या बस कोणाच्या मालकीच्या आहेत, असा प्रश्न पोलिसांनी वाहतूकदारांना विचारायला सुरुवात केली. या चौकशीत उत्तर प्रदेशातील नॉयडा इथे राहणाऱ्या दिनेश यादव याचं नाव समोर आलं. त्याच्या मालकीचा बसगाड्यांचा ताफा होता. या ताफ्यातील बहुतांश बसगाड्यांवर त्याचं आडनाव यादव लिहिलं होतं. दिनेशकडे चौकशी केल्यानंतर त्याने त्याच्या मालकीच्या एका पांढऱ्या

बसच्या सीटच्या आच्छादनांचा रंग लाल असल्याचं, त्या बसला पिवळे पडदे असल्याचं आणि त्या बसच्या दोन्ही बाजूंना यादव लिहिलं असल्याचं कबूल केलं. त्यानेच सांगितल्याप्रमाणे ही बस साकेत भागात असलेल्या बिर्ला निकेतनच्या ताफ्यात होती. या बसच्या चालकाचं नाव राम सिंह असून तो आर. के. पुरम सेक्टर ३ मधील गुरु रवि दास कॅम्प या झोपडपट्टीतील एका झोपडीत राहतो, अशी माहितीही दिनेशने दिली. तो चालक ही बस त्याच्या घराजवळच उभी करत असे.

ही माहिती मिळेपर्यंत १७ डिसेंबर उजाडला होता आणि सकाळचे ११ वाजले होते. पोलिसांची एक तुकडी तातडीने गुरू रवि दास कॅम्पला गेली. त्यांना तिथे ती बस उभी असल्याचं आढळलं. पोलिसांनी आसपास चौकशी केल्यानंतर ब्रिजेश गुप्ता आणि जिवत सिंह या दोन स्थानिक रहिवाशांनी सांगितलं की, त्यांनी दोन जणांना काल रात्री उशिरा बस आतमधून साफ करताना बघितलं होतं. त्यानंतर त्या माणसांनी कपडे जाळल्याचंही त्यांनी पाहिलं होतं. या बसचा चालक कुठे राहतो, असं विचारल्यानंतर काही जणांनी पोलिसांना त्याची झोपडी दाखवली. राम सिंहने पळून जाण्याचा प्रयत्न केला, पण पोलिसांनी त्याला शिताफीने पकडलं. त्याने पोलिसांना बसकडे नेलं. साक्षीदारांसमोर पोलिसांनी बसची तपासणी केली. ती बस आतून धुतली होती आणि पुरावे मिटवण्याचा प्रयत्न करण्यात आला होता. न्यायवैद्यक पथकाला बोलावण्यात आलं. त्यांना रक्ताचे डाग असलेले दोन लोखंडी दांडे, आशा देवी (निर्भयाची आई) यांच्या नावाचं डेबिट कार्ड, रक्ताचे डाग, केस आणि लाळ आदी गोष्टी बसच्या आत सापडल्या. एक टी-शर्ट आणि रक्ताने माखलेल्या दोन मातकट रंगाच्या चपलाही पोलिसांनी ताब्यात घेतल्या. त्यानंतर राम सिंहने ज्या ठिकाणी पीडितेचे कपडे जाळण्याचा प्रयत्न केला, त्या ठिकाणी पोलिसांना नेलं. पोलीस उपनिरीक्षक प्रतिभा शर्मा यांनी येथून राख आणि अर्धवट जळलेले कपड्याचे तुकडेही ताब्यात घेतले. आणखी बारकाईने निरीक्षण केलं असता त्यांना तिथे UNIX कंपनीचा मोबाइल, MTNL कंपनीचं सीम कार्डही सापडलं. न्यायवैद्यक विभागातर्फे या बसची तपासणी झाल्यानंतर तसंच या बसमधून मिळणाऱ्या पुरावाजन्य वस्तू गोळा करून झाल्यानंतर ही बस लोकांच्या आणि प्रसारमाध्यमांच्या नजरेपासून दूर त्यागराज क्रीडा संकुलात पाठवण्यात आली.

ही बस ताब्यात आल्यानंतर आणि त्या बसमध्ये व बसच्या आसपास ठोस पुरावे मिळाल्यानंतर राम सिंह आपला गुन्हा कबूल करेल, अशी आशा होती. प्रत्यक्षात मात्र त्याला पोलीस ठाण्यात आणल्यानंतर त्याने या गुन्ह्यात आपला सहभाग असल्याचं साफ फेटाळून लावलं. सुरुवातीला तर त्याने अविंद्रसमोर ओळख परेडमध्ये सहभाग घेण्यासही नकार दिला. त्याने सगळा दोष त्याच्या

भावावर म्हणजे मुकेशवर ढकलण्याचा प्रयत्न केला. त्याची परवानगी न घेता त्याचा भाऊ मुकेश आदल्या दिवशी संध्याकाळी बस घेऊन गेला, असं राम सिंहचं म्हणणं होतं. मुकेश कुठे, असं विचारलं असता तो कालच राजस्थानमधील त्यांच्या गावी पळून गेल्याचं त्याने सांगितलं. पण राम सिंह त्या गुन्ह्यात सहभागी होता, याचा एक सबळ पुरावा आमच्याकडे होता. तो पुरावा राम सिंह नाकारू शकलाच नाही. त्याच्या मोबाइलच्या डाटावरून त्याचा आदल्या दिवशीचा ठावठिकाणा आम्हाला समजला होता. आदल्या दिवशी रात्री ९:१६ वाजता तो १३ सेकंदांसाठी हौज़ खास इथे होता. त्यानंतर १०:०४ वाजता ५१ सेकंदांसाठी तो वसंत गाव इथे असल्याचं स्पष्ट होत होतं. रात्री १०:०६ मिनिटांनी तो २५ सेकंदांसाठी पुन्हा वसंत गाव इथे असल्याचं दिसत होतं. आदल्या रात्री बस ज्या मार्गावरून गेली होती, त्या मार्गात लागणारी ही सगळी ठिकाणं होती. हा पुरावा त्याच्यासमोर ठेवल्यानंतर त्याने तो बस चालवत असल्याचं मान्य केलं. पण बस सुरू असताना मागे जे काही घडलं, त्यात आपला काहीच सहभाग नव्हता, असंच त्याचं म्हणणं होतं.

पोलीस उपायुक्त छाया यांनी त्याची वैद्यकीय चाचणी करण्याचे आदेश दिले. त्याच्या शरीरावर जखमा झाल्याचं आढळलं, तसंच त्याच्या कपड्यांवरही रक्ताचे डाग होते. त्याच्या दातांचा साचा बनवून घेण्यात आला, तसंच त्याच्या जबड्याचाही फोटो काढण्यात आला. पीडित महिलेच्या शरीरावर दातांचे व्रण आढळले होते. त्या दातांच्या खुणा राम सिंह याच्या दातांच्या साच्याशी ताडून बघितल्या जाणार होत्या. तसंच त्याच्या कपड्यावर आढळलेल्या रक्ताच्या डागांची DNA चाचणी करून ते रक्त पीडित निर्भयाचंच आहे का, याची तपासणी होणार होती.

त्याच दिवशी म्हणजे गुन्हा घडल्याच्या दुसऱ्याच दिवशी १७ डिसेंबरला संध्याकाळी चारच्या सुमारास राम सिंहने आपला गुन्हा कबूल केला. तसंच त्याने त्या दिवशी काय काय झालं होतं, याची तपशीलवार माहिती दिली. राम सिंहने सांगितलेल्या माहितीतील सर्व तपशील अविंद्रने दिलेल्या माहितीशी मिळतेजुळते होते. त्याला तातडीने अटक करण्यात आली आणि दिल्ली पोलिसांनी गुन्हा घडल्यानंतर २४ तासांच्या आत केलेल्या या कामगिरीची माहिती मला दिल्लीच्या दक्षिण विभागाचे अतिरिक्त पोलीस आयुक्त विवेक गोगिया यांनी दिली. ही माहिती माझ्यासाठी एवढी महत्त्वाची होती की, मला गोगिया यांचा हा संदेश मिळाला, तेव्हा मी कुठे होतो, हेदेखील मला लख्ख आठवतं. मी इंडिया गेटजवळून नॉर्थ ब्लॉक इथे असलेल्या गृह मंत्रालयात जात होतो.

१७ डिसेंबरच्याच संध्याकाळी मला NDTV या वृत्तवाहिनीच्या सोनिया सिंह यांचा फोन आला. त्यांनी मला काहीशा तुसडेपणानेच विचारलं, 'कुमारजी,

या सामूहिक बलात्काराच्या धक्कादायक प्रकरणानंतर तुम्ही दिल्ली पोलिसांच्या आयुक्तपदावरून पायउतार व्हावं, असं तुम्हाला वाटत नाही का?'

तोपर्यंत मी या प्रकरणात पोलीस कसा तपास करत आहेत, त्यांना कसं यश येत आहे, याचा आढावा घेत होतो. २४ तासांच्या आत आम्ही ज्या बसमध्ये बलात्कार झाला ती बस शोधली होती, एका आरोपीला अटक केली होती आणि या गुन्ह्यामागील रहस्यांचाही शोध घेतला होता. सोनिया सिंह यांचा हा तुटक प्रश्न ऐकून मला धक्का बसला. त्यांचे आणि माझे संबंध सौहार्दपूर्ण होते. NDTV सारख्या एका प्रथितयश वृत्तवाहिनीच्या एका ज्येष्ठ पत्रकाराने माझा राजीनामा का मागावा, हा प्रश्न मला पडला होता. आमचे संबंध सलोख्याचे होते. तसंच मी दिल्ली पोलीस आयुक्त झाल्यानंतर त्यांनीच सर्वांत आधी माझी मुलाखत घेतली होती. एक भयानक गुन्हा घडला होता, पोलीस प्रमुख म्हणून मी त्यामुळे इतर कोणाहीपेक्षा व्यथित झालो होतो. या गुन्ह्याची उकल करून अपराध्यांना पकडण्यासाठी माझे अधिकारी आणि कर्मचारी काळ वेळ विसरून जिवाचं रान करत होते. रात्रभर आम्ही घेतलेल्या मेहनतीचं फळही आम्हाला मिळालं होतं. आमच्या प्रयत्नांना यश आलं होतं आणि आम्ही पहिल्या आणि खूप महत्त्वाच्या आरोपीला अटकही केली होती. हे कोणत्याही प्रकारे पोलिसांचं अपयश असल्याचं द्योतक नव्हतं. उलट आमच्या नियंत्रण कक्षाने दिलेला प्रतिसाद, बस शोधण्यासाठी आम्ही वापरलेली पद्धत आणि दक्षिण दिल्ली पोलिसांनी पहिल्या आरोपीला केलेली अटक या सगळ्यामुळे खरंतर सगळ्यांनी पोलीस तपासाबद्दल समाधान व्यक्त करायला हवं होतं. निदान मला तरी असंच वाटत होत. पण प्रसारमाध्यमांचा सगळा भर 'हा गुन्हा घडलाच का' या मुद्द्यावर होता.

देशाची राजधानी असलेल्या या शहरातील रहिवाशांसाठी महिला सुरक्षा हा मुद्दा नेहमीच कळीचा ठरलेला आहे. त्यात त्यांची काही चूक नाही. दिल्लीतील सार्वजनिक ठिकाणी महिला सुरक्षित नाहीत, असा एक सार्वत्रिक समज आहे. रस्त्यात किंवा बाजारात एकट्या चालणाऱ्या मुलीवर लोक नजरेनेच बलात्कार करतात, कधीकधी अश्लील शेरेबाजी करतात, एवढंच कशाला, अनेकदा तिचा विनयभंगही करतात. सार्वजनिक वाहतूक व्यवस्थेचा वापर करतानाही नको त्या ठिकाणी होणारे स्पर्श आणि मुद्दामहून केली जाणारी शारीरिक लगट या गोष्टी महिलांसाठी नेहमीच्या होत्या. त्यात भर म्हणून की काय, पण बलात्कार आणि खून यांच्या बातम्यांनी रकानेच्या रकाने भरलेले असतात. पण निर्भया प्रकरणात ज्या अमानुष पद्धतीने बलात्कार करण्यात आला होता, त्यामुळे हे प्रकरण इतर प्रकरणांपेक्षा वेगळं होतं.

***

राम सिंहच्या चौकशीतून त्याचा भाऊ मुकेश (२६), त्याचे शेजारी पवन (१९), विनय (२०), त्याच्या बसचा क्लीनर अक्षय कुमार सिंह (२८) आणि राजू (मुलगा अल्पवयीन असल्याने त्याचं खरं नाव जाहीर करता येत नाही) नावाचा एक लहान मुलगा हे सगळे जण या गुन्ह्यात सहभागी असल्याचं समोर आलं. राम सिंहच्या म्हणण्यानुसार राजूकडे प्रवाशांना आपल्या बसमध्ये नुसत्या आवाजाच्या फेकीवरून खेचून आणण्याची निसर्गदत्त देणगी होती. त्यामुळेच तो पूर्व दिल्लीतून यमुनेच्या अल्याड-पल्याड होणाऱ्या बस वाहतूकदारांमध्ये चांगलाच प्रसिद्ध होता.

राम सिंहला अटक झाली त्याच दिवशी म्हणजे १७ डिसेंबर रोजी संध्याकाळीच विशेष कृती दलाचे पोलीस उपनिरीक्षक अरविंद कुमार सहा जणांचे एक पथक घेऊन राजस्थानमधील करोली येथे जाण्यासाठी निघाले. हे ठिकाण दिल्लीपासून ३०० किलोमीटर लांब होतं. राम सिंहच्या छोट्या भावाला म्हणजेच मुकेशला धरण्यासाठी ही मोहीम आखण्यात आली होती. रात्रभर प्रवास करून पोलिसांचं हे पथक दुसऱ्या दिवशी पहाट फुटण्याआधीच करोली येथे पोहोचलं. सकाळी दिल्ली पोलिसांच्या या पथकाने आपल्या आगमनाची माहिती करोली पोलिसांना दिली. बाहेरून येणाऱ्या पोलिसांच्या पथकाने आपण आल्याची आणि येण्यामागे काय कारण आहे, याची माहिती स्थानिक पोलिसांना देण्याचा एक शिष्टाचार आहे. त्यानुसार ही माहिती देण्यात आली. तसंच पोलीस उपनिरीक्षक अरविंद यांनी स्थानिक पोलिसांना अधिक मनुष्यबळ देण्याची विनंती केली. स्थानिक पोलिसांची मदत हवी असेल, तर सकाळी १० वाजेपर्यंत थांबावं लागेल, असं त्यांना सांगण्यात आलं. दिल्ली पोलिसांकडे नेमका हा वेळच नव्हता. त्यामुळे आणखी काही काळ थांबण्याची त्यांची तयारी नव्हती. अरविंद यांनी करोली पोलीस ठाण्यातील नोंदवहीत दिल्लीतून पथक आल्याची नोंद केली आणि ते मुकेशच्या गावाच्या दिशेने निघाले. हे गाव पोलीस ठाण्यापासून ४० किलोमीटर अंतरावर होतं.

मुख्य रस्त्यापासून हे गाव दोन किलोमीटर आत होतं. तसंच तिथे गाडी घेऊन जाणं शक्य नव्हतं. त्यामुळे पोलिसांना दोन किलोमीटर पायपीट करावी लागणार होती. राम सिंह आणि मुकेश यांचे पालक ज्या झोपडीत राहायचे, ते घर मुख्य गावात नव्हतं. एका शेताच्या मध्यभागी ती झोपडी होती. पोलीस पथक आणि या झोपडीच्या मध्ये फक्त एक वाहती नदी होती. ही नदी ओलांडण्यासाठी ना कोणता पूल होता आणि ना बोट सेवा होती. ही नदी ओलांडण्यासाठी आपल्याकडे पोहण्याशिवाय पर्याय नाही, याची जाणीव पोलीस पथकाला झाली. या पथकातील एक पोलीस कर्मचारी पट्टीचा पोहणारा होता. पाण्याच्या प्रवाहाचा

आणि खोलीचा अंदाज घेण्यासाठी त्याला पुढे पाठवण्यात आलं. सुदैवाने नदी ओलांडली जाऊ शकत होती. पण पोलिसांकडे असलेल्या AK47 रायफली आणि पिस्तुलं ओली होण्यापासून वाचवण्याचं आव्हान मात्र पोलिसांसमोर होतं. पण नाउमेद न होता पोलिसांनी आपापली हत्यारं हातात पकडली आणि दोन्ही हात उंच करून त्या थंडगार प्रवाहात पाऊल टाकलं. या पथकातील काही जणांची उंची कमी असल्याने त्यांना पाण्याबाहेर डोकं ठेवण्यासाठी त्यांच्या चवड्यावर उभं राहावं लागलं.

ही कसरत करून पोलीस झोपडीपर्यंत पोहोचले, तेव्हा पहाट नुकतीच फुटत होती. सुदैवाने झोपडीबाहेर कोणतीही हालचाल जाणवत नव्हती. आत सगळ्यांनाच पहाटेची साखरझोप लागली असावी. या पथकाने झोपडीला घेराव घालून छापा मारला. आपल्या पालकांसह लपलेल्या मुकेशच्या मुसक्या पोलिसांनी त्वरित आवळल्या. आता मुकेशला ताब्यात घेऊन तशीच कसरत करत पोलिसांना पुन्हा एकदा नदी ओलांडावी लागणार होती. सुदैवाने मुकेशचं घर इतर गावापासून लांब असल्याने गावकऱ्यांना मुकेशच्या अटकेचा सुगावा लागला नाही. मुकेशला नदीपार घेऊन आल्यानंतर अजिबात वेळ न दवडता पोलीस मुकेशला घेऊन दिल्लीकडे रवाना झाले.

१८ डिसेंबरच्या सकाळपर्यंत त्या दुर्दैवी घटनेची खबर प्रसारमाध्यमांपर्यंत पोहोचली आणि अक्षरशः वणव्यासारखी पसरली. वसंत विहार पोलीस ठाण्याबाहेर गर्दी वाढू लागली. या गर्दीत प्रामुख्याने प्रसारमाध्यमांचे प्रतिनिधी, काही सेवाभावी संस्थांचे कार्यकर्ते, जवाहरलाल नेहरू विद्यापीठाचे विद्यार्थी आणि काही स्थानिक लोक यांचा समावेश होता. त्यांनी घोषणाबाजी सुरू करत पोलिसांना पोलीस ठाण्यात जाण्यापासून किंवा बाहेर येण्यापासून अडवायला सुरुवात केली होती. घोषणांचा आवाज टिपेला पोहोचला होता, तरी आत राम सिंहची चौकशी सुरूच होती. बाहेर जमलेल्या प्रसारमाध्यमांच्या प्रतिनिधींना पोलिसांचा संदेश आणि या प्रकरणाच्या तपासाची अद्ययावत माहिती देण्यासाठी पोलीस उपायुक्त छाया त्यांना सामोऱ्या गेल्या. त्यामुळे लोकांच्या रागाचा पारा जरा खाली येईल, अशी अटकळ होती.

१८ डिसेंबरच्या दुपारी पोलीस उपनिरीक्षक अरविंद आणि त्यांचं पथक मुकेशला अटक करून दिल्लीत परतलं. पण त्या आधीच राम सिंह पोपटासारखा बोलायला लागला होता.

त्याने उघड केलेली माहिती खालीलप्रमाणे : १६ डिसेंबरला संध्याकाळी फळविक्रेता असलेला पवन कुमार, व्यायामशाळेत प्रशिक्षक असलेला विनय, मुकेश, राम सिंहच्या बसचा क्लीनर अक्षय कुमार सिंह आणि अल्पवयीन मुलगा

राजू हे सगळे जण राम सिंहच्या झोपडीत भेटले. तिथे त्यांनी 'पार्टी' सुरू केली. राम सिंहच्या बसमधून थोडी ऐश करायला म्हणून ते सगळे बाहेर पडले. सुरुवातीला त्यांनी राम अधर या ३५ वर्षांच्या सुताराला बसमध्ये घेतलं. त्याच्याकडील १५०० रुपये आणि इतर मुद्देमाल लुटून त्यांनी त्याला भारतीय तंत्रविज्ञान संस्थेच्या (IIT)च्या प्रवेशद्वाराजवळ उतरवलं. त्यानंतर ते मुनिरकाच्या दिशेने निघाले. तिथेच त्यांची गाठ या दुर्दैवी जोडप्याशी पडली.

ही माहिती दिल्यानंतर राम सिंह याने गुरू रवि दास कॅम्पमधील पवनची झोपडी दाखवली. १८ डिसेंबर रोजी दुपारी १:१५ च्या सुमारास पवनलाही ताब्यात घेण्यात आलं. त्याच दिवशी संध्याकाळी ६:०० च्या सुमारास राम सिंहच्या घराजवळील एका व्यायामशाळेच्या बाहेरून पोलिसांनी विनयला अटक केली. पवन आणि विनय या दोघांच्या मोबाइल फोनची तपासणी केल्यानंतर लक्षात आलं की, गुन्हा घडला त्या दिवशी या दोघांचे फोन त्याच वेळी बस ज्या मार्गावरून गेली, त्या मार्गावरील अनेक ठिकाणी सुरू होते. आता सहापैकी चार आरोपी आमच्या ताब्यात आले होते. दिल्ली पोलिसांनी केलेली ही लक्षणीय प्रगती लोकांसमोर मांडण्याची आता आमची वेळ होती.

१८ डिसेंबरच्या संध्याकाळी पोलीस मुख्यालयात पत्रकार परिषद भरवण्यात आली. मी प्रसारमाध्यमांना माहिती देण्यासाठी उभा राहिलो. पोलिसांनी या प्रकरणातील सहापैकी चार आरोपींना अटक केली असून उरलेल्या दोघांनाही लवकरच ताब्यात घेतलं जाईल, अशी माहिती मी त्यांना दिली. पण प्रसारमाध्यमांमध्ये पोलिसांच्या विरोधातील भावना अधिक तीव्र होती, हे स्पष्टपणे जाणवत होतं. मी केलेल्या घोषणेचा कोणताही बरा परिणाम त्यांच्यावर झाला नाही. पत्रकारांपैकी अनेक जणांशी माझे संबंध आधीपासूनच चांगले होते. पण त्या पत्रकारांच्या देहबोलीतही बदल झाल्याचं मला जाणवत होतं. प्रसारमाध्यमांच्या पंगतीत आमच्या ताटात पुढे काय वाढून ठेवलं असणार आहे, याची ही झलक होती.

प्रसारमाध्यमांना माहिती देण्यासाठी थेट पोलीस आयुक्त पुढे सरसावल्याने पत्रकारांचा मोर्चा वसंत विहार पोलीस ठाण्याकडून पोलीस मुख्यालयाकडे वळला. या कठीण काळात निषेध न नोंदवता पीडित मुलीच्या आणि तिच्या कुटुंबीयांच्या मागे धीराने उभं राहायला हवं, असा विचार तिथे जमलेले खूपच कमी लोक करत होते. हे सगळे लोक इंडिया गेटजवळ जमले. त्यांनी मेणबत्ती मोर्चा काढला आणि हातात महिला सुरक्षा विषयावरील पत्रकं घेऊन निषेधाच्या घोषणा देत प्रचंड आंदोलन उभं केलं. जनमानसाचा कल घेऊन त्याचीच हवा आपल्या शिडात भरून आपलं जहाज पुढे दामटवणारे राजकीय पक्ष अशा प्रसंगी मागे कसे राहतील? त्यांनीही यात सहभाग घेतला आणि इंडिया गेटसमोरील गर्दी फुगत

गेली. मोठमोठ्या भ्रष्टाचाराच्या आरोपांनी गाळात गेलेल्या एका पक्षाने या आरोपांवरून लोकांचं ध्यान दुसरीकडे वळावं यासाठी या आंदोलनात सहभाग घ्यायला सुरुवात केली. हे आंदोलन अधिक आक्रमक करण्याचा एककलमी कार्यक्रम हाती घेऊन अनेक समाजकंटक शांततेने आंदोलन करणाऱ्या गर्दीत सामील झाले.

आता प्रसारमाध्यमांना थेट पोलीस मुख्यालयातून माहिती मिळत असल्याने वसंत विहार पोलीस ठाण्याबाहेरचा वेढा उठला. त्यामुळे पोलीस पथकांना पोलीस ठाण्यात ये-जा करण्यापासून अडवण्यासाठी आता तिथे कोणीच नव्हतं. पण पोलीस मुख्यालयात काम करणाऱ्या माझ्यासारख्या अधिकाऱ्यांना अगदी कार्यालयात पोहोचणंही कठीण होऊन बसलं. आमच्याशी अजिबातच चांगलं न वागणाऱ्या प्रसारमाध्यमांच्या प्रतिनिधींबरोबर आमचा उंदीर-मांजराचा खेळ सुरू झाला.

पोलीस मुख्यालयाबाहेर जमणाऱ्या गर्दीचं समाधान करण्यासाठी आम्ही पोलीस तपासात आम्हाला मिळालेलं यश आणि चौघा आरोपींना झालेली अटक अशी माहिती जाहीर केली. पण गर्दीवर त्याचा काहीच परिणाम झाला नाही. पोलीस मुख्यालयाबाहेर जमणाऱ्या लोकांची संख्या वाढतच होती. पोलीस मुख्यालयाबरोबरच इंडिया गेट परिसरातही तरुण-तरुणींचे मोठे घोळके शांततेच्या मार्गाने निदर्शनं करण्यासाठी येत होते.

याच दरम्यान एका वरिष्ठ राजकारण्याच्या मुलाने टीव्हीवर माझ्या राजीनाम्याची मागणी केली. त्याच्या पाठोपाठ त्याच्या पालकांनीही हीच मागणी उचलून धरली. निदर्शकांना याबद्दल कळलं आणि त्यांना जे काही समजायचं ते समजलं. त्यांनीही माझ्या राजीनाम्याची मागणी करण्यावर भर द्यायला सुरुवात केली. लवकरच या प्रकाराने मोहिमेचं रूप धारण केलं. ही मोहीम दिल्ली पोलिसांपेक्षाही जास्त माझ्या विरोधात होती. वर्तमानपत्रं आणि टीव्हीवरही माझ्या हकालपट्टीच्या अफवा पसरत होत्या. एकदा मला कोणीतरी विचारलं की, मी राजीनामा द्यायला का तयार नाही. त्यावर मी उत्तर दिलं होतं, 'माझ्याकडे दिल्ली पोलिसांची सूत्रं असताना एक अत्यंत भयानक गुन्हा घडला आहे. त्या गुन्ह्याचा छडा लावून सगळ्या गुन्हेगारांना न्यायदेवतेसमोर उभं करणं, हे माझं काम आहे. ते सोडून जायला मी पळपुटा नाही. जोपर्यंत सरकारचा माझ्यावर विश्वास आहे, तोपर्यंत मी या प्रकरणावर काम करतच राहणार.'

दुसऱ्या दिवशी एका प्रसिद्ध वर्तमानपत्राने मथळा दिला की, मी राजीनामा देण्यास नकार दिला आहे. तसंच प्राप्त परिस्थितीत मी राजीनामा देणं किंवा सरकारने माझी हकालपट्टी करणं कसं तर्काला धरून आहे, हेदेखील या बातमीत पटवून देण्याचा प्रयत्न केला होता. आणि मी बघा, दिल्ली पोलीस आयुक्त म्हणून काम करण्याची 'लायकी' नसतानाही उगाच खुर्ची अडवून बसलो होतो.

अत्यंत शिवराळ आणि घाणेरड्या शब्दांमध्ये व्हॉट्सअप आणि मेसेज करून मला माझं पद सोडण्याबद्दल धमकावलं जात होतं. माझ्या कुटुंबीयांना आणि खासकरून माझ्या मुलींना याचे परिणाम भोगावे लागतील. त्यांच्यावरही तसाच निर्घृणपणे बलात्कार केला जाईल, या थराला जाऊन लोक धमक्यांचे मेसेज पाठवत होते. माझ्या मुलींना माझी अवस्था माहीत होती. माझ्यावर असलेल्या तणावाचीही त्यांना कल्पना होती. त्यांनी हे संदेश मला त्या वेळी दाखवले नाहीत. सगळं वादळ शमल्यानंतर त्यांनी त्याबाबत माझ्याकडे वाच्यता केली.

कोणत्याही व्यासपीठावर पुढे येऊन आमचा बचाव करायला कोणीच तयार नव्हतं. जे काही घडलं, त्यात आमची चूक काहीच नव्हती, उलट आम्ही हे प्रकरण निकालात लावण्यासाठी रात्रीचा दिवस करून काम करत होतो, हे कोणीच मान्य करत नव्हतं. सरकारमधील कोणताही राजकीय नेता किंवा गृह मंत्रालयाचा कोणताही वरिष्ठ अधिकारी पुढे येऊन लोकांना हे सांगू धजावत नव्हता की, पोलिसांनी अत्यंत सफाईने हे प्रकरण हाताळले आहे. त्याउलट सगळेच जण दिल्ली पोलिसांवर ताशेरे ओढण्यात धन्यता मानत होते. माझे एक वरिष्ठ सहकारी होते. ते निवृत्त झाले होते. त्यांच्याबद्दल मला नितांत आदर होता. त्यांनी एका प्रसिद्ध वर्तमानपत्रात 'हाकला त्याला' असं शीर्षक देऊन एक भलामोठा लेख लिहिला होता. आता ते हयात नाहीत, पण मी त्यांनी लिहिलेल्या त्या लेखाचं कात्रण अजूनही माझ्याकडे जपून ठेवलं आहे. त्या कठीण काळाची ती आठवण आहे.

१८ डिसेंबरच्या संध्याकाळी दिल्लीच्या मुख्यमंत्र्यांनी महिलांच्या सुरक्षेसाठी आणि कल्याणासाठी काम करणाऱ्या सगळ्या अशासकीय सेवाभावी संस्थांच्या प्रतिनिधींची एक बैठक आयोजित केली होती. त्या बैठकीसाठी आलेल्या महिला समाजातील मान्यवर महिला होत्या. त्यात काही ज्येष्ठ महिला वकिलांचाही समावेश होता. दिल्ली पोलिसांचा प्रमुख म्हणून मीदेखील त्या बैठकीत होतो. मी दिल्ली पोलिसांच्या कायदा व सुव्यवस्था विभागाचे विशेष आयुक्त धर्मेंद्रकुमार यांनाही सोबत घेतलं होतं. दिल्लीतील महिलांच्या सुरक्षेसाठी दिल्ली पोलीस कसे असमर्थ आहेत, याबद्दल या महिलांच्या मनात असलेली भडास काढण्यासाठीच ही बैठक आयोजित केली होती, हे आम्हाला लगेचच लक्षात आलं. पोलिसांना सर्वांत जास्त बोल कोण लावू शकतो, याची जणू अहमहमिकाच त्या सगळ्यांमध्ये लागली होती. धर्मेंद्र आणि मला दोघांनाही लष्कराच्या एका पलटणीसमोर उभं केलं आहे आणि ती पलटण न थकता आमच्या दिशेने गोळीबार करत आहे, असंच आम्हाला वाटत होतं. मी बराच काळ संयम बाळगला, पण गोष्टी आणि आरोप हाताबाहेर जायला लागल्यानंतर शेवटी मीदेखील त्यांच्याच भाषेत प्रत्युत्तरं

द्यायला सुरुवात केली. मग सगळे जण जरा थंड झाले. महिला सुरक्षेबद्दल काही ठोस निष्पन्न व्हावं, याऐवजी पोलिसांवर यथेच्छ झोड घेता यावी, हाच या बैठकीचा उद्देश होता.

त्याच दिवशी संध्याकाळी मला केंद्रीय गृहमंत्र्यांनी त्यांच्या कार्यालयात बोलावून घेतलं. मी गेल्यागेल्या त्यांनी मला विचारलं, "तुमच्या मुख्यमंत्री तुमच्या एवढ्या विरोधात का आहेत? तुमच्या राजीनाम्याची मागणी घेऊन त्या आमदारांच्या शिष्टमंडळासह आल्या होत्या."

इतकी वर्षं मला वाटत होतं की, त्यांच्यात आणि माझ्यात एक चांगलं नातं आहे. त्यामुळे या प्रश्नाला माझ्याकडे उत्तर नव्हतं.

मी केंद्रीय गृहमंत्र्यांच्या कार्यालयातून बाहेर पडलो. घरी जाताना मी मुख्यमंत्र्यांना फोन लावला. त्यांचे स्वीय सचिव ए. के. त्रिपाठी यांनी फोन उचलला आणि मुख्यमंत्र्यांना दिला.

मी अत्यंत नम्रपणे त्यांना विचारलं, "मॅडम, माझ्या विरोधात तुमची एवढी काय तक्रार आहे? मी माझ्या दोन्ही मुलींच्या लग्नाला तुम्हाला बोलावलं होतं आणि तुम्हीही आपुलकीने आला होतात. एक कुटुंब म्हणून आम्ही तुमच्याकडे पाहतो आणि तुम्हीही त्याच पद्धतीने आतापर्यंत मला वागवलं आहे. आमच्या घरातील अनेक समारंभांना तुम्ही जातीने हजर राहिला होतात. मग अचानक माझ्याकडून अशी काय चूक झाली?"

"नीरज, तुम्ही फक्त काही हवालदार आणि मुख्य हवालदार यांच्यावरच कारवाई केली आहे. तुमच्या एकाही वरिष्ठ अधिकाऱ्याविरोधात कारवाईचा बडगा उचलला गेलेला नाही," त्या पुटपुटल्या.

"मी माझ्या कनिष्ठ सहकाऱ्यांवर कारवाई केली, हे तुम्हाला कोणी सांगितलं? असं काहीच झालेलं नाही. ही अशी दंडात्मक कारवाई मी त्यांच्याविरोधात का करेन? त्यांनी या प्रकरणाचा छडा लावला म्हणून की, त्यांनी आरोपींना अटक केली म्हणून? मी माझ्याच सहकाऱ्यांवर कारवाई केली, तर या प्रकरणाच्या तपासासाठी काम कोण करेल?" मी प्रत्युत्तर दिलं.

त्या आणखी काहीतरी पुटपुटल्या आणि त्यांनी फोन ठेवून दिला. त्या अशा अचानक माझ्या विरोधात का गेल्या, हे कोडं मला अजूनही उलगडलेलं नाही. आता तर त्यांचंही निधन झालं.

दिल्लीचे नायब राज्यपाल तेजेंद्र खन्ना सुटीवर आपल्या भावाकडे अमेरिकेत गेले होते. या बलात्काराची बातमी त्यांच्यापर्यंत पोहोचल्यानंतर त्यांनी त्यांची सुटी कमी केली आणि ते १८ डिसेंबरच्या रात्री दिल्लीत परतले. प्रदीर्घ विमानप्रवास आणि जेट लॅग (एखादा खंड उलटून प्रवास केल्यामुळे वेळांमध्ये आढळणारी

तफावत आणि त्यामुळे शरीराच्या घड्याळात झालेला बदल) असूनही त्यांनी दुसऱ्या दिवशी सकाळीच मला राजभवनावर भेटायला बोलावलं. सगळी परिस्थिती आमच्याकडून जाणून घेतल्यानंतर त्यांनी पत्रकार परिषद बोलावली. या प्रकरणात पोलिसांनी आतापर्यंत केलेल्या उत्तम कामावर त्यांनी प्रकाश तर टाकलाच, पण त्याचबरोबर उरलेल्या आरोपींना पकडण्यात पोलिसांना लवकरच यश येईल, हेदेखील पत्रकारांना सांगितलं. पण पत्रकारांना या सगळ्याशी काहीच देणंघेणं नव्हतं. दिल्ली पोलीस आयुक्तांना कधी बडतर्फ केलं जाणार आहे, हा एकमेव प्रश्न त्यांना सतावत होता. त्यावर नायब राज्यपालांनी पत्रकारांना खडसावून सांगितलं की, पोलीस आयुक्तांना काढण्यासाठी कोणतंही सबळ कारण सरकारकडे नाही. त्या पुढे जाऊन त्यांनी असंही नमूद केलं की, पत्रकार ज्या व्यक्तीच्या राजीनाम्यासाठी हात धुवून मागे लागले आहेत, त्या व्यक्तीने आपल्या आतापर्यंतच्या कारकिर्दीत अनेक मोठमोठी प्रकरणं तडीस लावली आहेत. त्यामुळे अशा लायक पोलीस अधिकाऱ्याला बडतर्फ करण्याचा प्रश्नच उद्‌भवत नसल्याचं त्यांनी स्पष्ट केलं. मी त्या पत्रकार परिषदेत होतो. त्यांनी पत्रकारांना उद्देशून प्रश्न विचारला, 'राष्ट्रकुल स्पर्धेच्या वेळी याच पोलीस आयुक्तपदावरील अधिकाऱ्याने किती उत्तम काम केलं होतं, याची तुम्हाला काहीतरी कल्पना आहे का? ब्रिटिश सरकारने त्यांना ऑलिम्पिकच्या सुरक्षेच्या नियोजनासाठी आमंत्रित केलं होतं.' या प्रश्नानंतर सभागृहात अगदी शांतता पसरली. त्यांचा हा प्रश्न ऐकून मी भारावून गेलो. माझ्या कामाची दखल अशाप्रकारे घेतली गेली, हे माझ्यासाठी खूप महत्त्वाचं होतं.

माझ्याविरोधात अनेक शक्ती पडद्यामागून कार्यरत होत्या, हे मला लवकरच समजलं. सर्वांत महत्त्वाची गोष्ट होती ती म्हणजे, दिल्ली पोलीस आपल्या अखत्यारीत यावं, ही दिल्ली सरकारची खूप वर्षांपासून प्रलंबित असलेली मागणी! १९९१ मध्ये दिल्लीला राज्याचा दर्जा मिळाला असला, तरी दिल्ली पोलीस आणि दिल्ली विकास प्राधिकरण अशा काही महत्त्वाच्या खात्यांचा कार्यभार नायब राज्यपाल या केंद्राने नियुक्त केलेल्या पदाच्या हाताखाली सोपवण्यात आला होता. हे दोन दोन यंत्रणांचं आधिपत्य हा दिल्ली सरकार आणि केंद्र सरकारने नियुक्त केलेले नायब राज्यपाल यांच्यातील संघर्षाचा मुद्दा होता.

त्यामुळे दिल्ली पोलीस दलावर ताबा मिळवण्याच्या प्रयत्नात असलेल्या शक्तींना त्यांचा उद्देश तडीला नेण्यासाठी या निर्भया प्रकरणामुळे आयती संधी मिळाली होती. आता यातला विरोधाभास असा की, हे प्रकरण घडलं, त्या वेळी दिल्लीत आणि केंद्रात एकाच पक्षाचं सरकार होतं. इतर कोणत्याही राज्याप्रमाणे दिल्ली सरकारलाही सर्व विभागांचा ताबा द्यावा, ही मागणी आजही कायम आहे. त्याचबरोबर दिल्ली सरकार आणि नायब राज्यपाल यांच्यातील संघर्षही कायम

आहे. डिसेंबर २०१२मध्ये घडलेल्या त्या प्रकरणामुळे दिल्ली पोलीस हे नायब राज्यपालांच्या हाताखाली काम करतात, या पद्धतीविरोधात रोष निर्माण करण्याचा प्रयत्न सुरू झाला.

यात्व्यतिरिक्त आणखी एक अदृश्य शक्ती माझ्याविरोधात कार्यरत होती. ती म्हणजे केंद्र सरकारमध्ये वरिष्ठ पदावर असलेला एक सनदी अधिकारी! मी सीबीआयमध्ये असताना या अधिकाऱ्याला भ्रष्टाचाराच्या गुन्ह्याखाली अटक केली होती. १९९९ मध्ये माझ्या पथकाने त्याला अटक केली तेव्हापासूनच त्याच्यावर आमचा संशय होता. दिल्ली पोलीस आयुक्तपदी माझी नियुक्ती होऊ नये, यासाठी त्याने खूप प्रयत्न केले होते. त्या वेळी सुदैवाने त्याच्या प्रयत्नांना यश आलं नव्हतं. या भयंकर प्रकरणानंतर मात्र त्याला हवी असलेली संधी मिळाली.

अचानक राष्ट्रपतींकडे माझ्या विरोधात अनेक माजी सनदी अधिकारी आणि एका प्रसिद्ध वकिलाच्या नावाने खोट्या तक्रारी यायला सुरुवात झाली. या तक्रारींची प्रत वेगवेगळ्या उच्चपदस्थ मंत्र्यांकडे आणि अधिकाऱ्यांकडे पाठवण्यात आली. प्रत्येक तक्रारीत एकच मागणी होती. दिल्लीच्या पोलीस आयुक्तांना बडतर्फ करा! या तक्रारी पाठवणाऱ्यांचे पत्ते तपासले, तर ते पत्ते अस्तित्वात होते. पण ज्यांच्या नावाने तक्रारी आल्या होत्या, त्या व्यक्ती तिथे राहतच नव्हत्या. दिल्ली पोलीस आयुक्तपदी आणि त्याआधी CBIच्या संचालकपदी माझी नियुक्ती होण्याची शक्यता होती, तेव्हादेखील या अशाच प्रकारच्या तक्रारींचा सुळसुळाट झाला होता. CBIच्या संचालकपदाच्या निवडीवेळी या निवड समितीचे अध्यक्ष असलेल्या मुख्य तपास अधिकाऱ्यांचं मन पूर्वग्रहदूषित करण्यात हा निलंबित अधिकारी यशस्वी झाला होता. CBIच्या संचालकपदी माझी निवड झाली, तर जनमानसात क्षोभ उसळेल, असं या अध्यक्षांचं मत होतं हे मला या समितीतील इतर सदस्यांनी नंतर सांगितलं.

सरकारदरबारी केलेल्या या खोट्या तक्रारी आणि खोटा प्रचार यांची ताकद काय असते, हे कळावं, म्हणून हे उदाहरण दिलं. एखाद्याची कारकीर्द बरबाद करण्यासाठी फक्त त्या ध्येयाने पछाडलेला आणि सूडबुद्धी असलेला एक माणूस आणि त्याच्या हाती लेखनाचं साधन, एवढ्याच गोष्टी पुरतात. जर त्याच्याकडे त्याचं म्हणणं ठासून मांडणाऱ्या प्रसिद्ध व्यक्ती असतील, तर हे काम अधिकच सोपं होतं. माझ्या बाबतीत या अधिकाऱ्याकडे एक ज्येष्ठ वकील आणि एक महत्त्वाचा राजकीय नेता होता. ते तुमच्याविरोधात अगदी क्षुल्लक आणि हास्यास्पद वाटणाऱ्या तक्रारी करू शकतात. पण त्या तक्रारींना कचऱ्याची टोपली दाखवण्याआधी सरकार त्यांची चौकशी करतं. या तक्रारी तुमच्यापर्यंत येऊन पोहोचतात आणि मग तुमची उर्वरित कारकीर्द त्या तक्रारींना उत्तरं देण्यात आणि तुमचा निर्दोषपणा

सिद्ध करण्यात खर्ची होते. स्वत:चा बचाव करताना तुम्ही दोन पावलं मागेच असता आणि तुम्ही केलेला बचाव स्वीकारायचा की धुडकावून लावायचा, हे सर्वस्वी तुमच्या वरिष्ठांच्या मर्जीवर अवलंबून असतं. तुमचा बचाव स्वीकारला गेला, तरी या तक्रारींमुळे तुमच्या वरिष्ठांच्या मनात तुमच्याबद्दल कायमच एक अढी बसते. बढती, परदेशी जाण्याची संधी किंवा पुरस्कारासाठीची शिफास अशा तुमच्या कारकिर्दीच्या प्रत्येक टप्प्यात या तक्रारी तुमचा पिच्छा सोडत नाहीत. या सामर्थ्यवान लोकांविरोधात कायदेशीर कारवाई करण्याचं तुमचं कर्तव्य बजावण्याची मोठी किंमत तुम्हाला चुकवावी लागते.

या बेइमान सनदी अधिकाऱ्याने माझ्या विरोधात शक्य तेवढ्या व्यक्तींकडे तक्रार केली होती. यात पंतप्रधानांचे कार्यालय, गृह मंत्रालय, केंद्रीय दक्षता समिती, दिल्ली सरकार, नायब राज्यपालांचे कार्यालय या सगळ्यांचा समावेश होता. या तक्रारींना उत्तर देताना माझ्या आयुष्यातील किती तास वाया गेले, याची गिनतीच नाही.

आता या प्रकरणाच्या तपासाकडे परत येऊ. या निलंबित अधिकाऱ्याने लाच घेऊन कमावलेल्या प्रचंड पैशापैकी काही पैसा माझ्या विरोधातील या मोहिमेत खर्च करण्याचं ठरवलं होतं. प्रसारमाध्यमातील काही वरिष्ठ पत्रकार आणि राजकीय वर्तुळातील काही नेते यांना रसद पुरवली गेली होती. दिल्ली पोलिसांच्या विरोधात असलेल्या काही राजकीय शक्तींबरोबर त्याने हातमिळवणी केली आणि आमच्याविरोधात चाललेल्या निदर्शनांना भरघोस आर्थिक मदत देऊ केली. मी आता तुमच्यासमोर काही पुरावे देऊ शकत नाही. पण या कटात सहभागी असलेल्या एका आतल्या माणसाने मी निवृत्त होण्याआधी मला या कटाचे सगळे तपशील सांगितले होते. त्याने मला फोन केला होता. तो वकील असल्याचे सांगून मला भेटणं खूप गरजेचं आहे, असंही तो म्हणाला. आम्ही भेटलो. माझ्याविरोधात खोट्या तक्रारी दाखल करण्याचं काम त्याच्यावर आणि इतर काही जणांवर सोपवण्यात आल्याची कबुली त्याने दिली. हे सगळं त्याने त्या बडतर्फ अधिकाऱ्याच्या सांगण्यावरून केलं होतं. त्या अधिकाऱ्याने या वकिलासोबतही काही गैरव्यवहार केला होता. त्यामुळे तो त्याच्यापासून लांब झाला होता. मला त्या पदावरून दूर करण्यासाठी त्या अधिकाऱ्याने अनेक स्थानिक राजकीय नेत्यांना खूप पैसे चारले होते.

(नुकतंच भारत सरकारने या अधिकाऱ्याला सक्तीची निवृत्ती घ्यायला भाग पाडलं. ही कारवाई करण्यामागे या अधिकाऱ्यावर असलेले भ्रष्टाचाराचे आणि खंडणीखोरीचे आरोप होते. ही बातमी मिळाल्यानंतर कर्मसिद्धान्तावरचा माझा विश्वास अधिकच दृढ झाला.)

***

याचदरम्यान दिल्लीतच स्थापन झालेल्या आणि तुलनेने नव्या असलेल्या एका राजकीय पक्षाला घरघर लागली होती. या पक्षाच्या वरिष्ठ नेत्याला चांगला जनाधार होता. पण त्याने तो पक्ष सोडण्याचा निर्णय घेतला होता. पण या निर्भया प्रकरणाने या राजकीय पक्षाला नवी धुगधुगी दिली. रस्त्यावर उतरून आंदोलनं करत पक्ष बळकट करण्याची संधी या प्रकरणामुळे या राजकीय पक्षाला मिळाली. तत्कालीन सरकारविरोधात आणि माझ्या राजीनाम्याच्या मागणीसाठी होणाऱ्या आंदोलनांमध्ये या पक्षाच्या कार्यकर्त्यांचा भरणा जास्त होता.

शहरात एका बाजूला निदर्शकांनी पूर्ण वेढा दिला होता, तर दुसरीकडे प्रसारमाध्यमं आणि खास करून वृत्तवाहिन्यांनी पोलिसांविरोधात धडक मोहीमच उभारली होती. मीडियातून होणारे हे हल्ले माझ्या अंगावर घेऊन तपास करणाऱ्या माझ्या अधिकाऱ्यांना त्याची झळ बसणार नाही, याची काळजी घ्यायचं मी ठरवलं. वृत्तवाहिन्यांच्या अनेक प्रथितयश निवेदकांबरोबर माझे खूप खटके उडाले. पण त्यातल्या त्यात एकच समाधानाची बाब म्हणजे त्यांच्या विरोधाच्या लाटा माझ्या पायाशी येऊनच फुटत होत्या. त्यांचा परिणाम या प्रकरणाचा तपास करणाऱ्या माझ्या अधिकाऱ्यांना आणि कर्मचाऱ्यांना भोगावा लागणार नव्हता.

***

राम सिंह याने दिलेल्या कबुलीनंतर या प्रकरणातील आरोपी अक्षय कुमार सिंह ऊर्फ ठाकूर याचा सहभाग किती महत्त्वाचा होता, यावर प्रकाश पडला होता. अक्षय राम सिंहसह या बसचा क्लीनर म्हणून काम करत होता. अक्षय त्याच्या कुटुंबीयांशी बोलण्यासाठी कोणत्या क्रमांकावर फोन करायचा होता, हे राम सिंहला माहीत होतं. त्याने तो नंबर पोलिसांना दिला. तो नंबर बिहारमधील औरंगाबादमध्ये असल्याचे दाखवत होते. १८ डिसेंबरलाच पोलीस निरीक्षक रितुराज यांच्या नेतृत्वाखाली पोलिसांचं एक पथक दिल्लीवरून विमानाने पटण्याला गेलं. रितुराज यांनी बिहारच्या विशेष शाखेचे पोलीस महासंचालक प्रदीप कुमार श्रीवास्तव यांच्याशी संपर्क साधला. ते दोघे एकमेकांचे नातेवाईक होते. रितुराज यांनी श्रीवास्तव यांना या सगळ्या प्रकरणाचे तपशील दिले. तसंच अक्षयला त्याच्या गावातून अटक करण्यासाठी स्थानिक पोलिसांची मदत आणि सहकार्य अपेक्षित असल्याचंही सांगितलं. पोलीस महासंचालकांकडून औरंगाबादच्या पोलीस अधीक्षकांना आणि त्यांच्याकडून संबंधित पोलीस ठाण्याला योग्य त्या सूचना देण्यात आल्या. पोलीस निरीक्षक रितुराज यांनी एक स्कॉर्पियो गाडी भाड्याने घेतली आणि पटण्यावरून औरंगाबादला ते गेले. १८ डिसेंबरला रात्री उशिरा ते औरंगाबादला पोहोचले. त्यांनी एका छोट्या हॉटेलमध्ये मुक्काम केला.

अक्षयचं गाव तंडवा पोलीस ठाण्याच्या हद्दीत येत होतं. १९ डिसेंबरला दिल्ली पोलिसांनी तंडवा पोलिसांशी संपर्क साधला. तंडवा हा भाग नक्षलवादी भागात मोडत होता. तसंच या पोलीस ठाण्यावर याआधी चार वेळा नक्षलवाद्यांनी हल्ला केला होता. त्यामुळे या पोलीस ठाण्यात प्रचंड बंदोबस्त होता. बिहार लष्करी पोलिसांच्या काही तुकड्या या पोलीस ठाण्याच्या छतावरही तैनात केल्या होत्या. सूर्यास्तानंतर पोलीस ठाण्याबाहेर पडायचं नाही, असे आदेश असतानाही या पोलीस ठाण्यातील पोलीस अधिकारी अजय कुमार यांनी दिल्ली पोलिसांबरोबर या कारवाईत सहभागी व्हायचं ठरवलं. त्यांनी अक्षयच्या गावाची पाहणी करण्याचं ठरवलं. ही पाहणी करताना ती अत्यंत गुप्त पद्धतीने होईल आणि त्याची कुणकुण कोणालाही लागणार नाही, याची काळजी घेण्यात आली.

जुजबी चौकशीनंतर माहिती मिळाली की, अक्षय गावात नाही. तो त्याच्या सासरी भेट द्यायला गेला होता. त्याचं सासर ज्या गावात होतं, तो भागदेखील नक्षलींच्या प्रभावाखाली होता. पोलीस निरीक्षक अजय कुमार यांनी सुचवल्याप्रमाणे रितुराज आणि दिल्ली पोलिसांचं पथक यांनी वाट बघण्याचं ठरवलं. या गावातील चौकीदारांनादेखील पोलिसांनी योग्य माहिती देऊन सतर्क राहण्यास सांगितलं होतं. हे चौकीदारच गावात पोलिसांचे कान आणि डोळे बनून वावरत होते. अक्षयला पकडण्यात मदत केली, तर घसघशीत बक्षीस देण्यात येईल, असं वचनही त्यांना देण्यात आलं.

२१ डिसेंबरला एका चौकीदाराने अक्षयला तंडवा रेल्वे स्थानकावर गाडीतून उतरून त्याच्या गावाकडे चालत जाताना बघितलं. त्याने क्षणाचाही विलंब न करता ही माहिती पोलीस निरीक्षक रितुराज यांच्यापर्यंत पोहोचवली. रितुराज यांनीही वेळ न दवडता आपल्या पथकाला घेऊन झटपट कारवाई करत अक्षयला अटक केली. अक्षयच्या अटकेची बातमी २१ डिसेंबरला दुपारच्या आतच आमच्यापर्यंत पोहोचली होती.

अक्षयला दिल्लीला घेऊन येण्यासाठी पोलीस निरीक्षक रितुराज यांना स्थानिक न्यायालयाकडून तशी परवानगी घेणे गरजेचे होते. आपल्या कार्यक्षेत्राबाहेर पोलिसांनी एखाद्या आरोपीला अटक केली, तर त्याला सर्वांत आधी स्थानिक न्यायालयासमोर उभं करून संबंधित पोलीस स्थानकाच्या हद्दीत नेण्यासाठी न्यायालयाची परवानगी म्हणजेच ट्रान्झिट रिमांड घ्यावा लागतो. मगच त्या आरोपीला न्यायालयात खटल्यासाठी उभं करता येतं. रितुराज यांनी औरंगाबाद जिल्ह्याच्या जिल्हा न्यायदंडाधिकाऱ्यांशी संपर्क साधून त्यांना अक्षयचा ट्रान्झिट रिमांड तातडीने मिळवून देण्याची विनंती केली. जिल्हा न्यायदंडाधिकाऱ्यांनी सांगितलं की, जिल्हा सत्र न्यायालयाचे न्यायमूर्ती त्यांच्या घरी एका मेजवानीसाठी आले असून रितुराज यांनी आरोपीला घेऊन तिथेच

यावं. रितुराज तातडीने जिल्हा न्यायदंडाधिकाऱ्यांच्या घरी पोहोचले. तिथे त्यांची ओळख जिल्ह्याच्या न्यायमूर्तींशी करून दिली. न्यायमूर्तींनी रितुराज यांच्यासह आरोपी आणि त्यांच्या पथकाला त्यांच्या घरी पाचारण केले. त्यांनी त्यांच्या कर्मचाऱ्यांना तातडीने बोलावून घेतले. तसेच ट्रान्झिट रिमांडचे आदेश लिहून दिले. हे सगळं होईपर्यंत रात्रीचे नऊ वाजले होते. पण दिल्ली पोलिसांनी तिथून जवळच्या विमानतळाकडे निघायचं ठरवलं. जवळचं विमानतळ वाराणसी होतं.

त्या दिवशी खूप दाट धुकं पडलं होतं. त्यामुळे दृश्यमानता खूप वाईट होती. या अशा दाट धुक्यात प्रवास करणं टाळावं, असा सल्ला औरंगाबादच्या पोलीस अधीक्षकांनी दिला होता. पण तरीही रितुराज आणि त्यांचं पथक आरोपी अक्षयला घेऊन वाराणसीच्या दिशेने निघाले. रितुराज यांनी त्या अधीक्षकांना त्यांच्यासोबत स्थानिक पोलिसांचं पथक बिहार-उत्तर प्रदेश सीमेपर्यंत पाठवण्याची विनंती केली. रस्त्यावर सात ते आठ फुटांपेक्षा लांबचं काही दिसत नव्हतं. गाडी दुसरीकडे कुठे धडकू नये म्हणून चालक रस्त्याच्या मध्यभागी चालवत होता. त्यांना अशा अवस्थेत १७६ किलोमीटरचं अंतर पार करायचं होतं.

रात्रीच्या दाट धुक्यातून प्रवास करून अखेर हे पोलीस पथक वाराणसीला २२ डिसेंबरच्या पहाटे पोहोचलं. दिल्लीकडे येणारं सकाळी सव्वानऊचं पहिलं विमान पकडून ते तिथून निघाले. दुपारच्या सुमारास ते दिल्ली विमानतळावर पोहोचले. तिथून अक्षयला थेट न्यायालयासमोर उभं करून पोलिसांनी त्याच्यासाठी पोलीस कोठडी मिळवली.

आता आम्ही सहापैकी पाच आरोपींना अटक केली होती. केंद्रीय गृहसचिव आर. के. सिंह आमच्या या प्रगतीबद्दल समाधानी होते. त्यांनी गृह मंत्रालयात याबाबत पत्रकार परिषदही बोलावली.

पण प्रसारमाध्यमांनी त्यांचा पूर्वग्रह कायम ठेवला होता. स्वतः गृह सचिव पत्रकार परिषद बोलावतात आणि दिल्ली पोलिसांनी केलेल्या तपासाचं कौतुक करतात, हे त्यांच्या पचनी पडत नव्हतं. पत्रकार परिषदेनंतर काही पत्रकार पोलिसांबद्दल तुच्छ शेरेबाजी करतानाही मी ऐकलं. या वेळी त्यांचा रोख केंद्रीय गृह सचिवांकडे होता. सचिवांनी पोलिसांची स्तुती केली होती. मी म्हणजे दिल्ली पोलीस आयुक्त आणि हे सचिव एकाच राज्याचे आहेत, म्हणून ही स्तुती चालली होती, असं त्यांचं म्हणणं होतं. एकही पत्रकार आम्ही केलेल्या चांगल्या कामाची, उत्तम तपासाची दखल घ्यायला तयार नव्हता.

आता या गुन्ह्यातील सहावा आणि अल्पवयीन आरोपी राजू यालाच अटक होणं शिल्लक होतं. त्यानेच मुनिरका बस थांब्यावर निर्भया आणि अविंद्रला बसमध्ये चढण्यासाठी बोलावलं होतं.

राम सिंहने दिलेल्या माहितीनुसार गुन्हा घडला त्याच्या आदल्या दिवशी, १५ डिसेंबरच्या रात्री राजू त्याच्याकडेच राहिला होता. ट्रान्स-यमुना भागात त्या दोघांनी दोन वर्षांपूर्वी एकत्र काम केलं होतं. त्यामुळे ते दोघंही एकमेकांना चांगलेच ओळखत होते.

पोलिसांना राजूचं खरं नाव, त्याचा पत्ता किंवा त्याचा मोबाइल नंबर यापैकी काहीच माहीत नव्हतं. इतर कोणत्याही आरोपीलाही त्याच्याबद्दल काहीच माहिती नव्हती.

कोणत्याही ठोस माहितीविना पोलीस या राजूचा शोध घेण्यासाठी ट्रान्स-यमुना पट्ट्यात फिरत होते. ५० चौरस किलोमीटरच्या या भागात ५० लाखांपेक्षा जास्त लोक राहतात. एवढ्या दाट लोकवस्तीच्या भागात एका अल्पवयीन गुन्हेगाराला त्याच्या टोपणनावाच्या आधारे शोधणं म्हणजे गवताच्या भाऱ्यातून सुई शोधण्याचा प्रकार होता. पोलिसांची विविध पथकं पूर्व दिल्ली भागातील वेगवेगळ्या बस डेपोंमध्ये जाऊन राजू नावाच्या मुलाबद्दल चौकशी करायला लागले. त्याच्याबद्दल वेगवेगळ्या लोकांकडून थोडी थोडी माहिती मिळायला लागली. तो नोकऱ्या बदलण्याबद्दल प्रसिद्ध होता. सुरुवातीला तो कचरा गोळा करायचा, त्यानंतर फळं विकायला लागला. त्यानंतर त्याने बसगाड्या साफ करण्याची नोकरी पत्करली. त्याच्याबद्दल कोणाकडेच ठोस माहिती नव्हती. राजूला भेटल्याचा दावा करणाऱ्यांना पोलिसांनी आपल्या शोधपथकांमध्ये सहभागी करून घेतलं. जवळपास तीन दिवस आणि तीन रात्री राजूचा शोध सुरूच होता.

सरतेशेवटी पोलिसांच्या शोधपथकात सहभागी झालेल्या एका स्थानिक माणसाने आनंद विहार बस टर्मिनल आणि नॉयडा यांच्या दरम्यान धावणाऱ्या एका बसमध्ये राजूला बघितल्याचा दावा केला. निदान तो लहान मुलगा राजूसारखाच होता, असं त्याचं म्हणणं होतं. त्यानंतर शोधपथकाने या मार्गावर धावणाऱ्या बसगाड्यांवर लक्ष केंद्रित केलं.

२१ डिसेंबरला या खबऱ्याने नॉयडावरून आनंद विहार बस टर्मिनलला जाणाऱ्या एका बसमध्ये राजूला बघितलं. ही माहिती पोलिसांपर्यंत पोहोचल्यानंतर पोलिसांचं एक पथक आनंद विहार बस टर्मिनल इथे पोहोचलं. तिथे जाऊन त्यांनी या अल्पवयीन आरोपीला अटक केली. राजूला अटक झाल्यानंतर या प्रकरणातील सर्वच्या सर्व सहा आरोपी आमच्या ताब्यात आले होते.

एवढं होऊनही इंडिया गेट आणि रायसिना हिल्स इथे होणारी निदर्शनं थांबण्याचं नाव घेत नव्हती. या निदर्शकांच्या गर्दीचा आकार वाढतच चालला होता. त्या गर्दीचं नेतृत्व कोणा एकाकडे नव्हतं. त्यामुळे ही निदर्शनं थांबवण्यासाठी नेमकं कोणाशी चर्चा करावी, हे सरकारलाही कळत नव्हतं. सरकारमधील एकही नेता

पुढे येऊन या निदर्शकांशी बोलून सरकारच्या वतीने त्यांना माघार घेण्याची विनंती करण्याच्या तयारीत नव्हता. पोलीस आणि निदर्शक यांच्यातील ही परिस्थिती बदलण्याची काहीच शक्यता दिसत नव्हती. या निदर्शकांना विजय चौकात सुरू असलेली ही निदर्शनं चीनमधल्या तिआनमेन चौकात झालेल्या निदर्शनांच्या तोडीची करायची होती.

२२ डिसेंबरच्या दुपारी केंद्रीय मंत्रिमंडळ सचिव अजित सेठ यांनी एक तातडीची बैठक बोलावली. या बैठकीसाठी पंतप्रधानांचे मुख्य सचिव पुलक चटर्जी, इंटलिजन्स ब्यूरो आणि गृह मंत्रालयाचे प्रतिनिधी उपस्थित होते. मी आणि दिल्ली पोलिसांच्या कायदा व सुव्यवस्था विभागाचे विशेष आयुक्त धर्मेंद्र कुमार, आम्ही दोघेही या बैठकीत उपस्थित होतो. ही बैठक सुरू असतानाच रायसिना हिल येथील निदर्शनांनी हिंसक वळण घेतल्याची बातमी आली. या प्रकरणातील सहाही आरोपींना अटक होऊनही निदर्शकांचं समाधान होत नव्हतं.

आता प्रत्येक आरोपीला अटक होऊनही या निदर्शकांना आणखी काय हवं, हे बैठकीतील सर्वांनाच कळत नव्हतं. विविध विरोधी पक्षांना आणि काही गटांना हा निदर्शनांचा अंगार त्यांच्या फायद्यासाठी धगधगता ठेवायचा होता. त्यामुळे सरकारच्या हाती काहीच उरलं नव्हतं. या बैठकीत ही चर्चा सुरू असताना मी संधी साधली आणि सगळ्यांना म्हटलं की, जमावाच्या मानसशास्त्रानुसार त्यांना काहीतरी जिंकल्याचं समाधान हवं असतं. आपली निदर्शनं अगदीच वांझोटी नव्हती, हे दाखवण्यासाठी त्यांना त्यातून काहीतरी निष्पन्न झालेलं हवं असतं. माझे अधिकारी या निदर्शकांना दर दिवशी तोंड देत होते. त्यांनी दिलेल्या माहितीवरूनच मी हा निष्कर्ष काढला होता की, सरकारने महिलांविरोधी होणाऱ्या गुन्ह्यांच्या विरोधातील कायदे अधिक कडक करावे, अशी या जमावाची अपेक्षा होती. दुसरी महत्त्वाची मागणी म्हणजे पोलिसांकडून काही कमतरता राहिली का, हेदेखील त्यांना जाणून घ्यायचं होतं. तसं असेल, तर जबाबदार अधिकाऱ्यांवर कारवाई व्हावी, असंही त्यांचं म्हणणं होतं. या दोन्ही गोष्टींसाठी एक न्यायालयीन समिती स्थापन करावी, असा प्रस्ताव मी ठेवला. न्यायालयीन चौकशीला सामोरं जाण्याचा प्रस्ताव ठेवून मी फक्त माझीच नाही, तर माझ्या अधिकाऱ्यांची प्रतिष्ठाही पणाला लावत होतो, याची मला पूर्ण कल्पना होती.

पुलक चटर्जी म्हणाले, ''पंतप्रधानांना हा प्रस्ताव अजिबात पसंत पडणार नाही. पोलिसांनी त्यांचं काम उत्तम पार पाडलेलं आहे, असा विश्वास त्यांना वाटतो. त्यामुळे पोलिसांविरोधात कोणतीही चौकशी होण्याचा प्रश्नच उद्‌भवत नाही.''

यावर मंत्रिमंडळ सचिव सेठ पुलक यांना म्हणाले की, हा प्रस्ताव दिल्ली

पोलिसांच्या प्रमुखांकडूनच आला आहे. त्यामुळे चटर्जी यांनी पंतप्रधानांना याबाबत फेरविचार करण्याचे सुचवावे.

या बैठकीनंतर साधारण तास-दोन तासांमध्येच पंतप्रधानांनी आमच्या विनंतीला मान दिल्याची बातमी आमच्यापर्यंत पोहोचली. त्यानंतर लवकरच निवृत्त सरन्यायाधीश जे. एस. वर्मा यांच्या अध्यक्षतेखाली महिलांविरोधातील गुन्ह्यांविरोधात असलेल्या कायद्यांचा अभ्यास करण्यासाठी आणि त्यात सुधारणा सुचवण्यासाठी समिती स्थापन केल्याचीही घोषणा झाली. त्यानंतर निवृत्त न्यायमूर्ती यांच्या अध्यक्षतेखाली पोलीस किंवा इतर कोणत्याही सरकारी यंत्रणांकडून हा गुन्हा रोखण्यात आणि गुन्ह्याच्या तपासात काही ढिलाई दाखवण्यात आली का, याचा अभ्यास करण्यासाठी एक न्यायालयीन समिती नेमली गेली.

सरकारने या दोन समित्या स्थापन करण्याचा निर्णय घेतल्यानंतर तरी ही निदर्शनं थांबतील, अशी अपेक्षा आम्हाला होती. पण प्रत्यक्षात निदर्शकांनी आपली आंदोलनं सुरूच ठेवली. राजपथ आणि इंडिया गेट या दोन्ही ठिकाणी आंदोलकांचा वेढा कायम होता. दुसऱ्याच दिवशी इंडिया गेटपासून जेमतेम ७५ मीटर अंतरावर असलेल्या हैदराबाद हाउसमध्ये रशियाचे अध्यक्ष व्लादिमीर पुतीन यांच्यासाठी स्वागत समारंभ आयोजित केला होता. त्यामुळे गृह आणि परराष्ट्र या दोन्ही मंत्रालयांमध्ये प्रचंड तणावाचं वातावरण होतं.

२३ डिसेंबरच्या दुपारी इंडिया गेट इथे जमलेले निदर्शक हिंसक झाले. त्यांनी पोलिसांवर दगडफेक करण्यास सुरुवात केली आणि पोलिसांनी उभारलेले अडथळे मोडून टाकले. तोपर्यंत काही समाजकंटकांनी या आंदोलनात घुसून धुडगूस घालायला सुरुवात केली होती. महिनाभरानंतर याच ठिकाणी प्रजासत्ताक दिनाचं संचलन होणार होतं. त्यासाठी घातलेली बॅरिकेड्सही या जमावाने उखडून टाकली. त्यानंतर लाकडी खांब एकत्र करून त्याची होळी पेटवली. बॅरिकेड्सच्या लोखंडी दांड्यांचा वापर करून त्यांनी पोलिसांवर हल्ला करायला सुरुवात केली. त्यांनी दूरदर्शन या सरकारी मालकीच्या वृत्तवाहिनीची गाडी उलटवून तिला आग लावली. पोलिसांनी अश्रुधुराचा आणि पाण्याचा मारा करूनही हे निदर्शक मागे हटण्यास तयार नव्हते. दुसऱ्या दिवशी याच ठिकाणाच्या जवळ रशियाचे राष्ट्राध्यक्ष येणार होते. या विचाराने आता माझा संयमही सुटत चालला होता. रशियाच्या राष्ट्राध्यक्षांसाठी आयोजित केलेल्या समारंभाजवळील कायदा आणि सुव्यवस्था यांची परिस्थिती बघता हा समारंभ होणं अशक्य दिसत होतं. उशीर होण्याआधीच हा जमावाला हुसकावून लावण्यासाठी आणि इंडिया गेट येथील परिस्थिती पूर्ववत करण्यासाठी काहीतरी करायला हवं, हे मला कळत होतं.

मला आठवतं, मी आणि धर्मेंद्र कुमार आमच्या नियंत्रण कक्षाच्या C4i

(Command, Control, Communications, computers and intelligence) केंद्रावर होतो. इंडिया गेट परिसरात आम्ही तैनात केलेल्या CCTV गाड्यांमधून आम्हाला दिसत असलेल्या दृश्यांकडे आम्ही लक्ष ठेवून होतो. तोडफोड आणि पोलिसांवर होणाऱ्या हल्ल्यांची दृश्यं आम्हाला सतत दिसत होती. त्या वेळी मी धर्मेंद्र यांना म्हटलं की, बेकायदेशीरपणे इथे जमलेल्या सगळ्या जमावाला हाकलून लावण्याची वेळ आता आली आहे.

"घटनास्थळी असलेल्या अधिकाऱ्यांना ते करणं जमत नसेल, तर आपण दोघं इंडिया गेटला जाऊ आणि त्या जमावाला हुसकावून लावू," न राहवून मी ओरडलो.

धर्मेंद्र यांनी मला शांत करत म्हटलं, "सर, आपण ते काम इथे बसूनच करून घेऊ."

इंडिया गेट परिसरातील परिस्थिती हाताळणाऱ्या अतिरिक्त आयुक्त ताज हसन यांना काहीसे कठोर शब्दातच या जमावाला हुसकावण्याचे आदेश देण्यात आले. गरज पडल्यास बलाचा वापर करा, असंही आम्ही त्यांना सांगितलं.

पोलिसांनी इथे लाठीमार सुरू केला आणि जवळपास तासाभराच्या आतच गर्दी पांगायला सुरुवात झाली. त्याआधी निदर्शक आणि पोलीस यांच्यात चांगलाच संघर्षही झाला. या कारवाईत अनेक आंदोलक आणि पोलीस जखमी झाले. पूर्व दिल्लीतील मुख्य हवालदार सुभाष तोमर यांना जमावाने इतकी बेदम मारहाण केली की लेडी हार्डिंग वैद्यकीय महाविद्यालयाच्या रुग्णालयात उपचारादरम्यान त्यांचा मृत्यू झाला.

मला सांगायला खूप वाईट वाटतं की, आमच्या या शहीद हवालदाराच्या मृत्यूबद्दल किंवा त्या हवालदाराच्या कुटुंबीयांसाठी प्रसारमाध्यमांच्या मनात जराही कणव नव्हती. मुख्य हवालदार सुभाष तोमर यांच्या हृदयाची अवस्था नाजूक होती, त्यामुळेच त्यांचा मृत्यू झाला. आंदोलकांनी त्यांना केलेल्या मारहाणीचा त्यामागे काहीच हात नाही, असं सांगत त्यांनी या मृत्यूची दखलही घेणं पसंत केलं नाही. प्रसारमाध्यमं काय आणि दिल्लीतील जनता काय, आपलं कर्तव्य बजावताना आंदोलकांच्या हातून मृत्यू आलेल्या या आमच्या शहीद वीराबद्दल आदर तर सोडा, पण साधी दयेची भावनाही कोणाच्या मनात आली नाही. आमच्यापैकी बहुतेक लोकांसाठी आणि खास करून माझ्यासाठी हा खूप वेदनादायी अनुभव होता.

या सगळ्यात समाधानाची बाब एकच होती. या मृत्युमुखी पडलेल्या मुख्य हवालदारांच्या परिवाराला सरकारी भरपाई मिळालीच, पण त्याच बरोबर चित्रपटसृष्टीतील महानायक अमिताभ बच्चन यांनी या कुटुंबीयांसाठी धनादेशाद्वारे एक मोठी रक्कम

आणि सांत्वनपर चिठ्ठी पाठवली होती. दिल्लीतील अनेक लोकांकडे ओ येईस्तोवर पैसा पडून आहे. जे हवालदार गेले, ते दिल्लीतील याच लोकांसाठी आपल्या जिवाचं रान करत होते. पण दिल्लीकरांपैकी एकालाही या हवालदारांच्या कुटुंबीयांचे अश्रू आपण पुसावेत, असं वाटलं नाही. पण दिल्लीपासून हजार किलोमीटर लांबवर असलेल्या अमिताभ बच्चन नावाच्या एका चित्रपट अभिनेत्याला मात्र आवर्जून या गोष्टीची दखल घ्यावीशी वाटली. त्यांनी पुढाकार घेऊन मदत तर पाठवलीच, पण या मृत हवालदाराच्या कुटुंबीयांना दिलासा देणारे सांत्वनपर दोन शब्दही चिठ्ठीवाटे पाठवण्यास ते विसरले नाहीत. त्यांच्या या कृतीने मी भारावून गेलो. दिल्ली पोलिसांच्या वतीने त्यांना कृतज्ञता व्यक्त करणारं एक पत्रही मी पाठवलं होतं.

***

इंडिया गेट येथील निदर्शकांना हटवल्यानंतर पुढलं महत्त्वाचं काम होतं ते म्हणजे त्या निदर्शकांना तिथे पुन्हा जमण्यास मज्जाव करणं. इंडिया गेटपर्यंत पोहोचणारे अनेक रस्ते सतत बंद करून ठेवणं, हे खूप मोठं काम होतं. सरकारकडून आम्हाला अतिरिक्त कुमक मिळणं शक्य नव्हतं. त्यामुळे आम्हाला आहे त्या मनुष्यबळात काम भागवायचं होतं. दिल्ली पोलिसांनी अक्षरश: सगळी पोलीस ठाणी बंद केली आणि अगदी शेवटच्या माणसालाही इंडिया गेट इथे नियुक्त केलं. इंडिया गेटकडे येणाऱ्या प्रत्येक रस्त्यावर पोलिसांनी बॅरिकेड्स उभारली. आता निदर्शकांना तिथे पोहोचणं शक्य नव्हतं. दिल्ली पोलिसांचं सगळं मनुष्यबळ या परिसरात एकवटण्याचं आणि हा बंदोबस्त करण्याचं सगळं श्रेय धर्मेंद्र कुमार यांना जातं.

कडाक्याच्या थंडीत इथे पहारा देणाऱ्या माझ्या पोलिसांना भेटायला मी अनेकदा रात्री जायचो. त्यांच्यासोबत चहा प्यायचो आणि त्यांचं मनोबल वाढवण्याचा प्रयत्न करायचो. २३ डिसेंबरनंतर इंडिया गेट परिसरात लोकांना निदर्शनासाठी जमण्याची संधीच मिळाली नाही, याचं संपूर्ण श्रेय माझ्या या पोलिसांना जातं.

***

बाहेर हे सगळं नाट्य घडत असताना आत रुग्णालयात मात्र निर्भयाची परिस्थिती अत्यंत नाजूक होत चालली होती. केंद्र सरकारच्या वरिष्ठ पातळीवर तिला उपचारांसाठी सिंगापूरला हलवण्याचा निर्णय घेण्यात आला. २७ डिसेंबरला निर्भयाला हवाई रुग्णवाहिकेद्वारे सिंगापूरच्या माउंट एलिझाबेथ या रुग्णालयात दाखल करण्यात आले. पण जीवन-मृत्यूसोबत चाललेली निर्भयाची झुंज आणि सर्वांचे प्रयत्न तोकडे पडले आणि तिने २९ डिसेंबरला अखेरचा श्वास घेतला. सिंगापूरच्या

अपघाती किंवा अनैसर्गिक मृत्यूची चौकशी करणाऱ्या कोरोनर कोर्टाकडून तिचं शवविच्छेदन करण्यात आलं. तिचं पार्थिव दिल्लीत परत आणून तिच्या आईवडिलांच्या उपस्थितीत आणि प्रचंड पोलीस बंदोबस्तात द्वारका येथील स्मशानभूमीत तिच्यावर अंत्यसंस्कार करण्यात आले. निर्भयाचं पार्थिव दिल्लीत आल्यापासून ते तिचे अंत्यसंस्कार होईपर्यंत राजधानीतील वातावरण अत्यंत तणावाचं होतं, हे वेगळं सांगायला नको. त्यामुळे आम्ही सगळेच सजग होतो. वेगवेगळ्या पदांवरील अनेक पोलीस अधिकाऱ्यांनी स्वत: जातीने मैदानात उतरून सगळं काही आलबेल राहील, याची खबरदारी घेतली.

आमच्यासमोरचं पुढलं आव्हान होतं ते म्हणजे या प्रकरणी लवकरात लवकर आरोपपत्र दाखल करणं! पोलिसांच्या हाताखाली या प्रकरणाचा तपास जेवढा लांबेल, तेवढे तर्क-कुतर्क आणि अफवांचं पीक वाढेल, हे आम्हाला माहीत होतं. पण हे आरोपपत्र तयार करणं सोपं नव्हतं. या प्रकरणाचे सगळे पुरावे विविध फायलींमध्ये आणि वेगवेगळ्या तपास अधिकाऱ्यांच्या केस डायऱ्यांमध्ये विखुरलेले होते. त्याचप्रमाणे न्यायवैद्यक अहवाल, वैद्यकीय अहवाल आणि तांत्रिक माहिती एकत्रित करण्याचं कामही अजून झालं नव्हतं. ही सगळी माहिती एकत्रित करून त्याद्वारे गुन्हा आणि गुन्हेगार यांच्यातील संबंध थेट दिसतील, अशाप्रकारे ती मांडणं आवश्यक होतं. दक्षिण दिल्लीचे अतिरिक्त पोलीस आयुक्त विवेक गोगिया यांनी या आरोपपत्रासाठी काम करण्याची इच्छा माझ्याकडे प्रदर्शित केली. त्यांनी खरंच दहा दिवसांमध्ये आरोपपत्र तयारही केलं. हे महाकठीण काम माझ्या सहकाऱ्यांनी दहा दिवसांच्या कमी कालावधीत केलं, याचा मला खूपच आनंद झाला होता. विवेक गोगिया, पोलीस उपायुक्त छाया यांनी प्रमोद कुशवाह, राजिंदर सिंह, अतुल कुमार, अनिल कुमार, तपास अधिकारी प्रतिभा आणि इतर अनेक सहकाऱ्यांच्या सहकार्याने हे कठीण काम तडीस नेलं होतं. शेवटच्या आरोपीला अटक झाल्यानंतर दहा दिवसांच्या आत आम्ही आरोपपत्र तयार करून ते न्यायालयात सादर केलं होतं.

आम्ही सर्वोच्च न्यायालयातील वरिष्ठ आणि निष्णात वकील दयन कृष्णन यांना आमचे वकील म्हणून नियुक्त केलं. मी सीबीआयमध्ये असल्यापासून मला त्यांची काम करण्याची पद्धत माहीत होती. त्यामुळे मला त्या प्रकरणात पुन्हा लक्ष घालावं लागलं नाही. फार कोणाच्या नजरेत न येता किंवा प्रसिद्धीच्या मागे न लागता काम करणारे कृष्णन यांचा अनुभव तर दांडगा होताच, पण त्यांचा प्रामाणिकपणाही वादातीत होता. आम्हाला आमची बाजू मांडण्यासाठी त्यांच्यापेक्षा चांगला वकील मिळाला नसता. कृष्णन यांच्यासाठीही हा खटला इतर कोणत्याही खटल्यासारखा नव्हता. त्यांच्यासाठी ही एक मोहीम होती, एक ध्येय होतं.

अनेकांना माहीत नसेल, पण त्यांनी हा खटला स्वत:हून स्वीकारला होता आणि त्याचं एक रुपयाही शुल्क आकारलं नव्हतं. राजीव मोहन या आणखी एका वरिष्ठ सरकारी वकिलांनी दयन कृष्णन यांना या खटल्यादरम्यान मदत केली होती.

या कायदेपटूंनी आम्ही तयार केलेलं आरोपपत्र तपासलं. न्यायालयात हे आरोपपत्र दाखल करण्याआधी ते पूर्णपणे तपासण्याची विनंती मी त्यांना केली होती. फक्त तपास करणं हेच माझं काम आहे, हे मला मान्य नव्हतं. आम्ही दाखल केलेल्या आरोपपत्रात सुरुवातीलाच काही कमतरता राहिली, तर त्यामुळे पुढे खूप मोठ्या समस्या उद्‌भवल्या असत्या. त्या टाळण्यासाठी आरोपपत्र दाखल होतानाच काटेकोरपणे लक्ष घालणं हा मला माझ्या व्यावसायिक निष्ठेचा भाग वाटत होता.

अखेर या प्रकरणी ३ जानेवारी २०१३ रोजी आम्ही हे आरोपपत्र न्यायालयात दाखल केलं. काही आवश्यक कायदेशीर बाबींची पूर्तता केल्यानंतर ५ फेब्रुवारी २०१३ पासून हा खटला सुरू झाला. दर दिवशी या खटल्याची सुनावणी व्हायची. आमच्या वकिलांना मदत करण्यासाठी पोलीस निरीक्षक राजिंदर सिंह यांच्या नेतृत्वाखाली एक विशेष पथकच आम्ही तयार ठेवलं होतं. सरकारी पक्षाकडून ८५ साक्षीदार आणि बचाव पथकाकडून १७ साक्षीदारांच्या साक्षी नोंदवण्यात आणि त्यांची उलटतपासणी करण्यात आली. निर्भयावर उपचार करणारे सिंगापूरचे डॉक्टर आणि तिचं शवविच्छेदन करणारे अधिकारी यांनीही व्हिडीओ कॉन्फरन्सिंगद्वारे साक्ष दिली आणि याच मार्गाने त्यांची उलटतपासणीही करण्यात आली. भारतीय न्यायव्यवस्थेच्या इतिहासात पहिल्यांदाच व्हिडिओ कॉन्फरन्सिंगद्वारे ही अशी सुनावणी करण्यात आली होती.

***

त्या कठीण काळाकडे आज मागे वळून बघताना काही गोष्टींनी माझा ऊर अभिमानाने भरून येतो. १६ आणि १७ डिसेंबर २०१२ या दोन दिवशी दक्षिण दिल्लीच्या आमच्या तपास अधिकाऱ्यांनी अहोरात्र जी मेहनत घेतली होती, ती प्रशंसनीय होती. बसची ओळख पटवण्यासाठी आणि ती शोधण्यासाठी त्यांनी महिपालपूर परिसरातील महामार्गालगतच्या अनेक हॉटेलांमधील सीसीटीव्ही कॅमेऱ्यांचं चित्रीकरण तपासलं होतं. समजा आम्हाला ती बस शोधण्यात एवढ्या लवकर यश मिळालं नसतं, तर काय घडलं असतं हा विचार करूनही अंगावर काटा येतो. त्यानंतर बसचा चालक राम सिंह, पवन आणि विनय यांना दुसऱ्याच दिवशी झालेली अटक असो किंवा त्यानंतर मुकेश, अक्षय आणि राजू या तिघांना २१ डिसेंबरच्या

आत पकडण्यासाठी आमच्या अधिकाऱ्यांनी केलेल्या धडक कारवाया असोत, ही कामगिरी खरंच लक्षणीय होती. खरं नाव, पत्ता, वर्णन, मालकाचा पत्ता किंवा अगदी त्याचा धर्म यापैकी कोणत्याही गोष्टीची माहिती नसताना वरिष्ठ पोलीस निरीक्षक अरविंद कुमार यांच्या नेतृत्वाखालील पथकाने ज्या पद्धतीने राजूला शोधून काढलं, ते खरंच स्तुत्य होतं.

आम्ही या प्रकरणाच्या तपासासाठी वापरलेली गुन्हे न्यायवैद्यक प्रक्रिया आणि तांत्रिक माहिती हा या तपासाचा आणखी एक महत्त्वाचा पैलू होता. निर्भया आणि अविंद्र आम्हाला जिथे सापडले तिथून, बसच्या आतून आणि इतर ठिकाणांहून अगदी काळजीपूर्वक गोळा केलेले पुरावे; रक्त, केस, लाळ आदींची पडताळणी करण्यासाठी केलेला गुणसूत्र (DNA) चाचणीचा उपयोग; निर्भयाच्या शरीरावर मिळालेल्या दातांचे निशाण पडताळून पाहण्यासाठी राम सिंह आणि अक्षय यांच्या दातांचे साचे तयार करणे; हा गुन्हा घडला तेव्हा पीडित आणि आरोपी एकाच बसमध्ये आणि एकाच मार्गाने प्रवास करत होते हे सिद्ध करण्यासाठी वापरलेली मोबाइल कंपन्यांनी दिलेली माहिती; निर्भया आणि अविंद्र यांनी सिलेक्ट सिटी मॉलमध्ये चित्रपट बघितला होता आणि ते मॉलमधून १६ डिसेंबरच्या संध्याकाळी ८:३० च्या सुमारास बाहेर पडले होते हे सिद्ध करण्यासाठी गोळा केलेलं सीसीटीव्ही कॅमेऱ्यांचं चित्रीकरण; १९ मिनिटांच्या अंतरात संबंधित बस हॉटेल दिल्ली एअरपोर्टसमोरून दोन वेळा गेली, हे दाखवणारं सीसीटीव्ही कॅमेऱ्यातील चित्रीकरण, निर्भयाच्या मृत्यूची पुष्टी करणारी कागदपत्रं, प्रत्यक्षदर्शी आणि वैद्यकीय व कायदेशीर तज्ज्ञ यांच्या साक्षी या सगळ्याच्या आधारे आम्ही या खटल्यासाठी भक्कम तयारी केली होती. आरोपींनी त्यांच्या बचावासाठी सादर केलेल्या प्रत्येक याचिकेविरोधात आमच्याकडे अत्यंत शास्त्रीय आणि सबळ पुरावा होता.

या खटल्याची सुनावणी ९ सप्टेंबर २०१३ रोजी संपली. यात आरोपींना बलात्कार, सशस्त्र दरोडा आणि खून या गुन्ह्यांसह इतर गुन्ह्यांसाठी दोषी ठरवण्यात आलं. त्या सगळ्यांना फाशीची शिक्षा सुनावण्यात आली. अल्पवयीन आरोपी असलेल्या राजूला मात्र तीन वर्षांसाठी सुधारगृहात पाठवण्यात आलं. न्यायालयाचा हा निर्णय दिल्ली उच्च न्यायालयाने कायम ठेवत १३ मार्च २०१४ रोजी फाशीची शिक्षा सुनावली. तर ५ मे २०१७ रोजी सर्वोच्च न्यायालयातही ही शिक्षा कायम राहिली.

या खटल्यातील मुख्य आरोपी राम सिंह याने १० मार्च २०१३ रोजी तिहार येथील कारागृहातच आत्महत्या केली. तोपर्यंत तो ज्याच्यावर खटला सुरू आहे, असा आरोपी होता आणि त्याला न्यायालयीन कोठडी सुनावण्यात आली होती. उरलेल्या चौघांना म्हणजे पवन, विनय, अक्षय आणि मुकेश यांना २० मार्च

२०२० रोजी, म्हणजे गुन्हा घडल्यानंतर तब्बल सात वर्षांनी फाशी देण्यात आली.

या सगळ्या बलात्काऱ्यांच्या सामाजिक पार्श्वभूमीकडे बारकाईने बघितलं, तर अनेक गोष्टींचा उलगडा होतो. ते सगळेच जण साधारण एकाच प्रकारच्या सामाजिक वातावरणातून आले होते. ते भारताच्या ग्रामीण भागातून शहरात स्थलांतरित झाले होते. त्यांच्याकडे कामं करण्यासाठी कौशल्यं नव्हती. ते कमी शिकलेले किंवा निरक्षरच होते आणि रोजगाराच्या शोधात होते. आपला निभाव लागण्यासाठी ते छोटीमोठी कामं करत होते. त्या कामांमधून त्यांना जेमतेम दिवसाची मीठभाकर आणि मोबाइलमध्ये भरण्यापुरते पैसे मिळत होते. एकतर त्यांची लग्नं झाली नव्हती किंवा ते आपल्या बायकोपासून लांब राहत होते. त्यामुळेच शारीरिक सुखासाठी आसुसलेले होते. शारीरिक सुखापासून वंचित असलेल्या पुरुषांचा एक मोठा वर्ग शहरांमध्ये राहतो. महागड्या गाड्या, चकचकीत मॉल, राजवाड्यांसारखी प्रचंड घरं, आलिशान हॉटेल आणि त्यांच्यासाठी सर्वांत महत्त्वाची बाब म्हणजे टापटीप राहणाऱ्या आकर्षक मुली हे बघून त्यांचे डोळे दिपून गेले असतात. हे फक्त राजधानीचं शहर असलेल्या दिल्लीपुरतंच लागू होत नाही, तर कमीअधिक प्रमाणात प्रत्येक महानगरातील परिस्थिती सारखीच आहे. दोन विभिन्न वर्गांमधील ही विरोधाभासाची स्थिती आणि त्यामुळे निर्माण होणारी आव्हानं यांचा विचार आपल्याला कोणत्या ना कोणत्या पातळीवर करावाच लागतो. या अशा मोठ्या शहरांमध्ये लोकांची अपेक्षा असते की, या अशा वर्गाकडून घडणारे लैंगिक गुन्हे रोखण्यासाठी पोलीस सगळीकडेच तैनात असले पाहिजेत. ते सगळीकडे हजर असावेत. पण ते शक्य नसतं.

याच खटल्याचं उदाहरण घेऊ. या खटल्यातील पीडित मुलीचे वडील स्वत: १९८० च्या दशकात उत्तर प्रदेशातून कामाच्या शोधात दिल्लीत स्थलांतरित झाले होते. त्यांनी वेगवेगळी कामं केली आणि शेवटी ते दिल्ली विमानतळावर विमानात सामान चढवण्या-उतरवण्याच्या कामावर लागले. हे काम मिळाल्यानंतर त्यांनी लगेचच लग्न केलं. त्यांना तीन मुलं झाली. निर्भया त्यापैकी सर्वांत मोठी होती. तिला दोन लहान भाऊ आहेत. निर्भयाला शिक्षणात चांगलीच गती होती. तिला न्यूरोसर्जन व्हायचं होतं. पण आर्थिक परिस्थितीमुळे तिने डेहराडूनमधून फिजिओथेरपीचा चार वर्षांचा अभ्यासक्रम पूर्ण करण्याचं ठरवलं. तिच्या या अभ्यासक्रमासाठी ४० हजार रुपये खर्च येणार होता. ते उभे करण्यासाठी तिच्या वडिलांनी गावातील त्यांच्या नावावर असलेला जमिनीचा तुकडा विकला होता. तसंच त्यांची तोपर्यंतची जमापुंजी खर्च केली होती. तिने वडिलांचा हा विश्वास वाया जाऊ दिला नाही. ती उत्तम गुणांनी उत्तीर्ण झाली. ही दुर्दैवी घटना घडली,

तेव्हा ती नोकरी लागण्याच्या प्रतीक्षेतच होती. निर्भया म्हणजे मेहनत, शिक्षण आणि अंगभूत कौशल्याच्या जोरावर आपल्या स्वप्नांची पूर्तता करण्यासाठी झटणाऱ्या महत्त्वाकांक्षी भारतीयांचं प्रतिबिंब होती. एका भयानक गुन्ह्यातील पीडित एवढीच तिची ओळख नसेल. एका अत्यंत हीन गुन्ह्यामुळे आयुष्याची दोरी तुटलेली एक महत्त्वाकांक्षी भारतीय महिला म्हणूनही ती ओळखली जाईल.

***

काही घटना किंवा प्रकरणं ही फक्त पोलिसांच्याच नाही, तर शहराच्या किंवा देशाच्या इतिहासावरही काळा डाग लावणाऱ्या असतात. १९८४ साली दिल्लीत झालेल्या शिखविरोधी दंगली, संसद भवनावर झालेला हल्ला किंवा २६/११ चा मुंबई हल्ला ही अशी काही प्रकरणं आहेत. मुनिरका बस बलात्कार प्रकरण या नावाने ओळखलं जाणारं हे निर्भया प्रकरण हेदेखील त्यापैकीच एक! महिला सुरक्षा, महिलांविरोधातील गुन्ह्यांसाठी असलेले कायदे याबाबत फक्त भारतातच नाही, तर जगभरात या प्रकरणामुळे जनमत ढवळून निघालं. आपण भारतीयांनी या प्रकरणातून धडा घेत आपल्या कायद्यांमध्ये लक्षणीय सुधारणा करण्यासाठी लैंगिक छळवणुकीसंदर्भातील प्रक्रिया, पुरावा विषयक कायदा, भारतीय दंडविधान कायदा यात सुधारणा करणारा गुन्हेगारी कायदा सुधारणा (२०१३) मंजूर करून घेतला. भारताच्या इतिहासात पहिल्यांदाच लैंगिक अत्याचार, एखाद्या महिलेकडे वासनांध नजरेने बघणे, ॲसिड हल्ले, महिलेचा पाठलाग करणे आदी गोष्टींना गुन्ह्याचा दर्जा मिळाला.

या सुधारणा झाल्यानंतर आता अनेक महिला त्यांच्या विरोधात झालेल्या लैंगिक अत्याचारांच्या तक्रारी करण्यासाठी पुढे सरसावल्याचं चित्र आहे. निर्भया प्रकरणानंतर भारतातील महिलांना आपल्या प्रश्नांसाठी आवाज उठवण्याचं एक व्यासपीठ मिळालं. सार्वजनिक आणि खासगी ठिकाणी पुरुषांबरोबर वावरताना त्यांना दर दिवशी कोणत्या अनुभवांना सामोरं जावं लागतं, याची चर्चा त्या खुलेपणाने करू लागल्या. तसंच पुढे येऊन तक्रारीही नोंदवू लागल्या. पण २०१२च्या निर्भया प्रकरणानंतरही महिलांच्या परिस्थितीत काहीच सुधारणा झाली नाही, असं कुत्सित मत मांडणारा एक प्रवाह समाजात अजूनही आहे.

निर्भया प्रकरणामुळे एक सार्वत्रिक असंतोष प्रकट झाला. या असंतोषातून महिलांविरोधी गुन्ह्यांबद्दलचे कायदे अधिक कठोर झाले. गुन्हेगारांना शिक्षा देणाऱ्या पोलिसांसारख्या यंत्रणा लोकांच्या रडारवर होत्या. आंदोलक आणि पोलीस यांच्यात अनेक चकमकी उडाल्या. यात अनेक आंदोलक आणि पोलीसही जखमी झाले. आम्ही आमचा एक पोलीस गमावला.

भारतात घडणाऱ्या बलात्काराच्या आणि महिलांविरोधी गुन्ह्याच्या एकूण प्रकरणांपैकी ९६ टक्के गुन्हे हे महिलाना परिचित असलेल्या पुरुषाकडूनच घडतात.* अशा प्रकारचे बहुतांश गुन्हे हे ऑफिस किंवा घर अशा चार भिंतींच्या आत घडतात. यात गुन्हेगार जवळचे नातलग, सहकारी किंवा मित्र असतात. मग अशा वेळी सरकारला किंवा पोलीस यंत्रणेला दोष देण्याऐवजी आपण एक समाज म्हणून आत्मचिंतन करण्याची गरज नाही का? या रोगाचा इलाज काही वेगळाच आहे, असं आपल्याला वाटत नाही का? पोलिसांवर टीका करण्याने या परिस्थितीत काही बदल होणार आहे का?

तो काळ दिल्ली पोलिसांसाठी आणि खासकरून माझ्यासाठी अत्यंत कठीण होता, यात वादच नाही. पण मला जे काही सहन करावं लागलं त्याची तुलना पीडितेला किंवा तिच्या कुटुंबीयांना झालेल्या त्रासाशी होणं शक्यच नाही. उसळलेला जनक्षोभ अगदी साहजिकच होता. पण दुर्दैवाने अशा प्रकारच्या इतर प्रकरणांप्रमाणे या प्रकरणालाही राजकीय रंग देण्यात आला. पोलिसांच्या कामगिरीबद्दल बोलायचं, तर सरतेशेवटी आम्ही कणखर आहोत, हे सिद्ध झालं. कोणत्याही खडतर आव्हानाचा सामना दिल्ली पोलीस किती सक्षमपणे करू शकतं, हेच या प्रकरणातून पुन्हा एकदा सिद्ध झालं.

वैयक्तिक पातळीवर बोलायचं, तर हे प्रकरण हाताळताना दिल्ली पोलिसांच्या प्रमुखपदी मी होतो, याचा मला अभिमान आहे. अत्यंत कठीण परिस्थितीत प्रसंगी संतापाच्या लाटा माझ्या अंगावर घेत मी माझ्या पोलीस दलाचं नेतृत्वं केलं, याचं मला समाधान वाटतं. प्रसारमाध्यमांकडून आमच्याकडे फेकलं जाणारं टीकेचं हलाहल मी प्राशन करत होतो आणि आमच्या तपास अधिकाऱ्यांपर्यंत प्रसारमाध्यमांना पोहोचू देत नव्हतो. कोणत्याही क्षणी मला बळीचा बकरा बनवून बडतर्फ करतील, अशी परिस्थिती होती. पण तरीही मी माझ्या तपास अधिकाऱ्यांच्या कामात व्यत्यय येईल, अशी कोणतीही गोष्ट होऊ दिली नाही, याचं मला समाधान आहे. आमच्या अधिकाऱ्यांनी या खटल्याचं आव्हान तपास आणि कायदा व सुव्यवस्था या दोन्ही आघाड्यांवर किती समर्थपणे हाताळलं, हे पाहणंही नक्कीच कौतुकास्पद होतं. गुन्हा घडल्याच्या १० दिवसांमध्ये आरोपपत्र दाखल करणं, प्रत्यक्ष आणि शास्त्रीय पुरावे एकत्र करून ते योग्य पद्धतीने मांडणं, न्यायालयात आमची बाजू प्रभावीपणे मांडणं आणि आरोपींना सर्वांत जास्त शिक्षा मिळवून देणं, या काही गोष्टी आमच्या दलाने उत्तम पार पाडल्या. हे सगळं करताना आमच्या दलाला दोन न्यायालयीन चौकशी समित्यांना, लोकांच्या रोषाला, प्रसारमाध्यमांनी उघडलेल्या पोलीसविरोधी

---

* राष्ट्रीय गुन्हे नोंदणी कार्यालय, २०१६ data table 3, A.4, p. 147

मोहिमेला आणि काही जणांनी दाखल केलेल्या जनहित याचिकांना तोंड द्यावं लागलं होतं. त्यांनी त्यांचं काम अत्यंत धैर्याने आणि समतोल वृत्ती राखून केलं याचा मला अभिमान आहे.

मला एक गोष्ट मान्य करायलाच हवी. केंद्र सरकार आणि दिल्लीचे नायब राज्यपाल आम्हा पोलिसांच्या बाजूने ठाम उभे होते. ते अक्षरश: एखाद्या पहाडाप्रमाणे आमच्या पाठीशी उभे राहिले. त्यामुळेच आमच्या मनोबलावर कोणताही विपरीत परिणाम झाला नाही. तत्कालीन काँग्रेस अध्यक्ष तसेच पंतप्रधान यांनी त्यांच्या निवासस्थानी अक्षरश: रात्री उशिरापर्यंत निदर्शनं करणाऱ्या गटांच्या भेटी घेत त्यांना शांत करण्याचा प्रयत्न केला होता. प्रसारमाध्यमं आणि जनमत विरोधात गेलं असताना सत्ताधाऱ्यांकडून पोलिसांना हा असा पाठिंबा मिळणं ही गोष्ट खूप दुर्मिळ आणि अत्यंत महत्त्वाची आहे.

सरतेशेवटी एवढंच सांगावंसं वाटतं की, हे प्रकरण म्हणजे निर्भयाला आदरांजली आहे. तिच्या आयुष्याची दोरी या अशा क्रूर पद्धतीने कापली गेली. तिला न्याय देण्यात आम्ही कितपत यशस्वी झालो, आम्हाला खरंच माहीत नाही. कदाचित काही वर्षांनंतर इतिहासच याचा निर्णय देईल.

त्याचप्रमाणे २३ डिसेंबर २०१२ रोजी इंडिया गेट इथे आपलं कर्तव्य बजावताना काही समाजकंटकांच्या हल्ल्यात शहीद झालेल्या मुख्य हवालदार सुभाष तोमर यांनाही हे प्रकरण मी अर्पण करतो. आणि सर्वांत महत्त्वाचं म्हणजे दिल्ली पोलीस दलातील माझ्या अधिकाऱ्यांनी आणि सगळ्या कर्मचाऱ्यांनी त्या कठीण काळात माझी पाठराखण केली होती. तसंच अक्षरश: काहीच हाताशी नसताना त्यांनी या प्रकरणाचा तपास पूर्ण केला. त्यांना विसरून कसं चालेल!

आता या खटल्याकडे आणि त्यानंतर मला सहन कराव्या लागलेल्या परिणामांकडे बघताना मला अमेरिकन लेखक आणि प्रकाशक ऑरिसन स्वेट मार्डन यांचे शब्द आठवतात,

'सक्सेस' या मासिकाचे संस्थापक मार्डन म्हणाले होते, 'तुम्ही काय पूर्ण करता, यावर यश मोजलं जात नाही. तर तुम्हाला झालेला विरोध आणि त्या विरोधाला तुम्ही ज्या धैर्याने प्रतिकूल परिस्थितीत तोंड देता, त्यावर तुमचं यश अवलंबून असतं.'

त्यांचे हे शब्द माझ्या संपूर्ण पोलीस कारकिर्दीला लागू होतातच, पण ते या प्रकरणाला जास्त लागू होतात.

९

सार्वभौमत्वाला वेढा?

पाकिस्तानहून आलेल्या अतिरेक्यांनी भारताच्या संसदेवर हल्ला केला, तेव्हा मी दिल्लीतल्याच CBIच्या मुख्यालयातील माझ्या कार्यालयात बसलो होतो. भारतीय इतिहासातील आतापर्यंतच्या सगळ्या धाडसी हल्ल्याची ती दृश्यं संसदेत वार्तांकन करणाऱ्या वार्ताहरांनी थेट दाखवायला सुरुवात केली होती. काही राजकीय नेत्यांच्या मुलाखती घेण्याऐवजी त्या सकाळी आपल्याला ९/११ सारख्या एका हल्ल्याला तोंड द्यावं लागणार आहे, याची या वृत्तवाहिन्यांना त्या सकाळी कल्पनाही नसेल. त्यांच्यापैकी अनेक कॅमेरामन आसरा शोधण्यासाठी इतस्तत: धावत होते. हवेत गोळीबाराचे आवाज येत होते आणि चहुबाजूंनी स्वयंचलित बंदुकींमधून सटासट गोळ्या सुटत होत्या. या गोळीबारात काही पोलीस कर्मचारी, एक महिला पोलीस, दोन सुरक्षारक्षक आणि एक माळी यांचा मृत्यू झाला. या हल्ल्यामागे एका जिहादी गटाचा हात होता. या जिहादी गटांमध्ये काम करणाऱ्या दहशतवाद्यांच्या मनावर असं बिंबवलं जातं की, जगभरातील प्रतिष्ठित सत्ताधाऱ्यांना मारूनच आपल्या समस्यांवर तोडगा निघेल. अशा चुकीच्या धारणेने अनेक जिहादी गट एकत्र येऊन जगभरातील सत्तेच्या आणि अर्थव्यवस्थेच्या प्रतिकांवर हल्ला करतात. पण दहशतीचा विजय कधीच होत नाही, हे त्यांना अजूनही समजायचं आहे. जिहादच्या कल्पनेने झपाटलेले हे लोक जीवावर उदार होऊन आत्मघातकी हल्ले करत आपल्याबरोबर शेकडो-हजारो निरपराध आणि निरागस लोकांचे जीव घेतात. या सैतानी वृत्तीच्या माणसांनीच जगभरात विविध ठिकाणी झालेले हल्ले घडवल्याचं समोर आलं आहे. १३ डिसेंबर २००१ रोजी दिल्लीत संसदेवर झालेला हल्ला याला अजिबातच अपवाद नव्हता.

दिल्लीत थंडीचा कडाका अद्याप वाढला नव्हता, पण हवा बोचरी झाली होती. पण वृत्तवाहिन्यांवर त्या हल्ल्याची दृश्यं बघताना माझ्या मणक्यातून गेलेल्या थंड शिरशिरीचा संबंध त्या बोचऱ्या हवेशी नक्कीच नव्हता. अगदी काही दिवसांपूर्वी

म्हणजेच न्यू यॉर्क येथे जागतिक व्यापार केंद्राच्या दोन इमारतींवर झालेल्या ९/११च्या हवाई हल्ल्याची दृश्यं बघतानाही माझी अवस्था अशीच झाली होती. एका दुसऱ्या देशातून आलेल्या सशस्त्र लोकांकडून भारतीय संसद भवनावर हा असा हल्ला होईल, असा विचार मी त्या आधी स्वप्नातही केला नव्हता.

संसदेच्या आवारात उभ्या असलेल्या काही पोलीस कर्मचाऱ्यांनी आणि संसद कर्मचाऱ्यांनी प्रसंगावधान दाखवलं नसतं, तर देशातील अनेक मान्यवर नेते त्या दिवशी वाचले नसते. हल्लेखोरांपैकी एक जण संसदेच्या मुख्य सभागृहाच्या प्रवेशद्वारापासून अगदी जवळच मारला गेला होता. त्याच्याकडे अत्यंत विध्वंसक आणि अद्ययावत शस्त्रं मुबलक प्रमाणात होती. तो एकटा आपल्या सुरक्षा दलांना खूप काळ झुंजवत ठेवू शकला असता. त्यामुळे तो आत जाण्यात यशस्वी झाला असता, तर काहीही घडू शकलं असतं.

दिल्लीत अनेक परदेशी वृत्तवाहिन्यांचे प्रतिनिधीही उपस्थित असतात. त्यामुळे हल्ला झाल्यानंतर अगदी काही मिनिटांमध्येच जागतिक स्तरावर या हल्ल्याची चर्चा सुरू झाली. काही आठवड्यांनी भारताने पाकिस्तानविरोधात युद्धाची तयारी सुरू केली होती.

तुम्हाला या प्रकरणाची आणखी माहिती देण्याआधी आपण जरा थांबून संसद भवनाच्या वास्तूच्या सौंदर्याची दखल घेतली पाहिजे. दिल्लीच्या अगदी मध्यभागी असलेल्या या इमारतीची थोडी माहिती घेतल्यानंतर तुम्हालाही हा सगळा हल्ला कसा झाला, हल्लेखोर कुठून कुठल्या बाजूला गेले याची जरा तरी कल्पना येईल. १९१२ आणि १९१३ या काळात सर एडविन ल्युटन्स आणि सर हर्बर्ट बेकर यांनी या वास्तूची रचना केली होती. या गोलाकार वास्तूची रचना अशोक चक्रावरून प्रेरित झाली असावी, असा अंदाज आहे. या वास्तूचा व्यास १७१ मीटर असून १४४ खांबांवर ही वास्तू तोललेली आहे. १९२१ मध्ये ड्यूक ऑफ कनॉटच्या हस्ते या वास्तुची पायाभरणी झाली आणि १९२७ साली लॉर्ड आयर्विन यांनी या इमारतीचं उद्‌घाटन केलं. या इमारतीच्या भोवतालची कारंजी असलेली मोठाली उद्यानं आहेत. तसंच चुनखडी दगडाने तयार केलेल्या भिंतीच्या कुंपणाआड ही इमारत उभी आहे. एकूण सहा एकर भागात संसद भवनाचा विस्तीर्ण परिसर पसरला आहे.

संसद भवनाच्या मध्यवर्ती इमारतीला १२ दरवाजे आणि द्वारमंडप आहेत. द्वार क्रमांक एक खासदार, त्यांचे स्वीय सहकारी आणि अभ्यागत यांच्यासाठी आहे. या दरवाज्यांना उलट्या क्रमाने क्रमांक दिले आहेत. संसद मार्गाच्या दिशेने एखाद्याने संसदेत प्रवेश केला, तर हे द्वार क्रमांक एक त्यांच्या उजव्या बाजूला असेल. दहशतवाद्यांनीही याच मार्गाने प्रवेश केला होता. त्याच बाजूने समजा

आपण केंद्रीय इमारतीच्या दिशेने गेलो, तर आपल्याला पुढे द्वार क्रमांक १२ आणि ११ लागतात. त्या दिवशी म्हणजे १३ डिसेंबरच्या सकाळी याच द्वार क्रमांक ११ बाहेर हल्ला सुरू झाला.

दिल्ली पोलीस, केंद्रीय राखीव पोलीस दल आणि संसदेचा वॉच अॅन्ड वॉर्ड विभाग अशा तीन संस्थांकडे संसद भवनाच्या सुरक्षेची जबाबदारी आहे. सर्वांत बाहेरील भाग हा केंद्रीय राखीव पोलीस दलाच्या अखत्यारीत येतो. इमारतीला लागून असलेल्या बाहेरच्या भागाच्या सुरक्षेची जबाबदारी दिल्ली पोलिसांकडे आहे आणि इमारतीच्या आतील सुरक्षा संसदेच्या वॉच अॅन्ड वॉर्ड विभागाकडून बघितली जाते.

***

दिल्लीत थंडी पडायला सुरुवात झाली होती आणि १३ डिसेंबर २००१ ची सकाळ प्रसन्न होती. आकाशात सूर्य ढगांआडच लपला होता. अनेक दिल्लीकरांसाठी आणि त्यांच्या लोकप्रतिनिधींसाठीही ती हिवाळ्यातली एक मस्त सकाळ होती. त्यांच्याकडे पर्याय असता, तर बहुतेक जणांनी दिल्लीतील असंख्य उद्यानांमधील हिरवळीवर शेंगा खात किंवा हातातलं वर्तमानपत्र वाचत नाहीतर नुसतं उन्ह खात बसायला पसंती दिली असती. पण हा सुस्तपणा लवकरच संपणार होता.

राज्यसभा आणि लोकसभा या दोन्ही सभागृहांचं कामकाज सकाळी ११ वाजता तहकुब झालं होतं. तरीही अनेक खासदार आणि गृहमंत्र्यांसह अनेक मंत्रीदेखील अजूनही संसद भवनातच होते. त्यानंतर चाळीस मिनिटांनी पाच सशस्त्र लोकांना घेऊन एक पांढरी अँबेसेडर गाडी उत्तरेकडील संसद मार्गाच्या दिशेला असलेल्या द्वारातून आत शिरली. त्या वेळी पांढरी अॅम्बेसिडर गाडी ही सरकारी गाडी म्हणून ओळखली जायची. अनेक सरकारी कार्यालयांमध्ये, खासदार-मंत्र्यांकडे याच गाडीचा वापर सर्रास व्हायचा. तसंच त्या दिवशी या द्वारातून शिरलेल्या गाडीच्या पुढल्या काचेवर गृह मंत्रालय आणि लोकसभा या दोन्हींचे स्टिकर लावले होते. या दरवाज्यांवर असलेले सुरक्षारक्षक एक तर गाफिल होते किंवा मग या स्टीकरमुळे त्यांना काहीच संशय आला नाही. त्यामुळे त्यांनी या गाडीला अडवलं नाही. पण अगदी खरं सांगायचं तर, संसदेवर हल्ला होईल, असा संशय कोणाच्याही मनात तोपर्यंत आला नव्हता. त्यामुळे या इमारतीच्या सुरक्षा व्यवस्थेत अनेक कच्चे दुवे होते. या घटनेनंतरच संसद भवनाच्या सुरक्षा व्यवस्थेतही खूप बदल करण्यात आले. 'घटना घडून गेल्यानंतर शहाणपण येणं सोपं असतं,' असं सर आॅर्थर कॉनन डॉयल उगाचच नाही म्हणून गेले! आता संसद भवनाभोवती अगदी कडेकोट बंदोबस्त असतो. पण दुर्दैवाने १३ डिसेंबर २००१ रोजी परिस्थिती

तशी नव्हती.

एकदा आत आल्यानंतर या दहशतवाद्यांना कोणीच अडवलं नाही किंवा थांबवलं नाही. ते संसद भवनाच्या भोवती असलेल्या रस्त्यावर सरळ दिशेने अगदी जोरात गाडी चालवत निघाले. अचानक त्यांना थांबावं लागलं. कारण समोरच अडीच मीटर उंचीची एक भिंत होती. प्रवेशद्वार क्रमांक ११ च्या पुढे साधारण २० मीटर अंतरावर ही भिंत उभी होती. हे प्रवेशद्वार फक्त उपराष्ट्रपतींसाठी वापरलं जायचं. उपराष्ट्रपती हे राज्यसभेचे पदसिद्ध सभापती असतात. उपराष्ट्रपतींची गाडी सभामंडपातच होती. त्यांच्या गाडीचा चालक आणि त्यांचे सुरक्षारक्षक ते बाहेर येण्याची वाट बघत तैनात होते. आपल्या मार्गात ही भिंत येईल, याची त्या दहशतवाद्यांना कल्पनाच नव्हती. त्यामुळे त्यांनी कचकन ब्रेक दाबून गाडी थांबवली.

या दहशतवाद्यांना संसद भवन इमारतीच्या आणि परिसराच्या आराखड्याबद्दल त्यांच्या सूत्रधारांकडून खूप माहिती त्याआधी मिळाली असणार. पण त्यांना या भिंतीबाबत मात्र काहीच माहिती नव्हती, असं दिसतं. ही गाडी चालवणाऱ्या दहशतवाद्याने गाडी मागे घेण्याचा प्रयत्न केला. पण अचानक आलेल्या या अडथळ्यामुळे तोदेखील चिंताग्रस्त झाला असावा, कारण गाडी मागे घेताना त्याची गाडी उपराष्ट्रपतींच्या गाडीला आपटली. राष्ट्रपतींच्या गाडीचा चालक शेखर जवळच उभा होता. तो आणि त्याच्याबरोबर उपराष्ट्रपतींच्या ताफ्यातील वरिष्ठ निरीक्षक श्याम सिंह, साहाय्यक उपनिरीक्षक जीत राम आणि नानक चंद हे तिघेही या नव्या गाडीच्या दिशेने आरडाओरडा करत पुढे सरसावले. त्याच वेळी गाडीत बसलेले पाचही अतिरेकी चारही दरवाजे उघडून बाहेर पडले आणि त्यांनी या चौघांच्या दिशेने गोळीबार करायला सुरुवात केली. साहाय्यक पोलीस उपनिरीक्षक नानक चंद जागच्या जागी ठार झाले तर, जीत राम हे गंभीररीत्या जखमी झाले. या पाचही दहशतवाद्यांनी युद्धाच्या वेळी घालतात, तसे कपडे घातले होते. त्यामुळे हे सगळे जण लष्करातील जवानांसारखे दिसत होते. अंगाने उंचपुऱ्या आणि धिप्पाड असलेल्या या दहशतवाद्यांकडे एके ४७ रायफली होत्या, खांद्यावर बॅग होती आणि मरण्याच्याच निर्धाराने ते गोळीबार करत सुटले.

गांभीर्याची आणि तरीही गमतीची बाब म्हणजे तोपर्यंत त्यांची किंवा ते ज्या उतावीळ पद्धतीने संसद भवनाच्या आवारात गाडी चालवत होते त्याची दखल घेतली नव्हती. हे दहशतवादी हातात रायफली घेऊन गाडीतून खाली उतरत अंदाधुंद गोळीबार करायला लागले, तेव्हा कुठे सुरक्षारक्षकांना हा दहशतवादी हल्ला असल्याचं लक्षात आलं. वॉच अॅन्ड वॉर्ड विभागाच्या कर्मचाऱ्यांनी सर्वांत आधी संसद भवन इमारतीची सगळी प्रवेशद्वारं बंद करून घेतली. दिल्ली पोलीस आणि केंद्रीय राखीव पोलीस दलाच्या जवानांनी या हल्ल्याला प्रत्युत्तर देण्यासाठी

झट्कन मोक्याच्या जागा पटकावल्या आणि भयंकर गोळीबार सुरू झाला.

एक दहशतवादी आपल्या हातातल्या एके ५६ रायफलीतून अंदाधुंद गोळीबार करत द्वार क्रमांक एकच्या दिशेने धावत गेला. तो त्या दरवाज्याजवळ पोहोचणार, तोच केंद्रीय राखीव पोलीस दलाच्या एका जवानाची गोळी त्याला लागली. त्याच वेळी त्याच्या हातातील हॅन्डग्रेनेड बहुधा दुसरी गोळी लागून फुटला आणि तो दहशतवादी जागीच ठार झाला. या दहशतवाद्याचं नाव मोहम्मद होतं, हे नंतर उघड झालं. त्या जागेपासून द्वार क्रमांक एक अगदी जवळ होतं. पंतप्रधान, लोकसभाध्यक्ष आणि उपराष्ट्रपती वगळता सगळे खासदार आणि मंत्री याच दरवाज्याचा वापर करत होते.

एव्हाना इतर चार दहशतवाद्यांना कळून चुकलं होतं की, आपण भिंतीच्या ज्या बाजूला आहोत, तिथे तैनात असलेल्या सुरक्षा दलांकडे मुबलक शस्त्रसाठा आहे आणि आपल्याला चांगलाच प्रतिकार होऊ शकतो. त्यामुळे त्यांनी भिंतीवरून उडी मारून पलीकडे जाण्याचा प्रयत्न केला. पण भिंतीच्या दुसऱ्या बाजूलाही पुरेशी सुरक्षा व्यवस्था होती, हे त्यांनी लक्षातच घेतलं नाही. तसंच गोळीबाराचे आवाज ऐकून या सुरक्षा जवानांनी मोक्याच्या जागा हेरून ठेवल्या होत्या. हे दहशतवादी भिंतीपलीकडे उतरून धावायला लागले आणि केंद्रीय राखीव पोलीस दलाच्या जवानांनी त्यांना टिपायला सुरुवात केली. धावता धावता या चौघांपैकी तिघांना गोळ्या लागल्या आणि ते द्वार क्रमांक नऊच्या बाहेर असलेल्या द्वारमंडपाजवळ कोसळले. या तिघांची नावं राजा, राणा आणि हमज़ा अशी होती. पाचव्या दहशतवाद्याचं नाव हैदर होतं. तोदेखील गोळी लागेपर्यंत धावत होता. अखेर द्वार क्रमांक पाचच्या बाहेर तोदेखील कोसळला. हे प्रवेशद्वार फक्त देशाच्या पंतप्रधानांसाठी वापरलं जातं. तपासाअंती हैदरच्या मृतदेहाच्या बाजूला एके ४७ रायफल आणि ग्रेनेड लॉंचर सापडले.

दहशतवाद्यांनी वापरलेली DL 3C J 1527 या क्रमांकाची ॲम्बेसिडर गाडी ११ क्रमांकाच्या प्रवेशद्वाराबाहेर सापडली. याच ठिकाणी हल्ल्याची सुरुवात झाली होती. पुढे झालेल्या तपासात असं आढळलं की, ही गाडी करोल बाग येथे जुन्या गाड्यांचा व्यवसाय करणाऱ्या एका विक्रेत्याकडून विकत घेण्यात आली होती. मोहम्मदने ती विकत घेण्याआधी पाच जणांनी ती वापरली होती.

जवळपास ५० मिनिटांनी गोळीबार थांबला. पाचही दहशतवाद्यांना कंठस्नान घालण्यात सुरक्षारक्षकांना यश आलं होतं. दहशतवाद्यांनी केलेल्या गोळीबारात दिल्ली पोलिसांचे पाच जवान, केंद्रीय राखीव पोलीस दलाची एक महिला जवान, वॉच ॲन्ड वॉर्ड विभागाचे दोन कर्मचारी आणि एक माळी यांचा मृत्यू झाला. त्याशिवाय १६ जण गंभीर जखमी झाले. यात केंद्रीय राखीव पोलीस दलाच्या

जवानांचा आकडा मोठा होता.

***

या हल्ल्यामुळे संपूर्ण देश हादरला. पंतप्रधान अटलबिहारी वाजपेयी कडाडले, 'गुन्ह्याएवढीच शिक्षादेखील मोठी असेल.'

'संसद भवनावरील हल्ला ही पाक पुरस्कृत दहशतवादाच्या दोन दशकांच्या इतिहासातील सर्वांत भयानक घटना आहे. आम्ही या दहशतवाद्यांना आणि सूत्रधारांना ते जिथे लपले असतील तिथून शोधून प्रत्युत्तर देऊ,' या शब्दात गृहमंत्री लालकृष्ण अडवाणी यांनी या हल्ल्याचं वर्णन केलं.

भाजपचे राजस्थानमधील नेते श्रीचंद कृपलानी म्हणाले, "अमेरिकेने अफगाणिस्तानात जे केलं किंवा इस्राएल जे पॅलेस्टाईनमध्ये करतं, ते सरकारने केलं पाहिजे. सरकारने पाकिस्तानवर हल्ला करायला अजिबात मागेपुढे पाहू नये."

अमेरिकेचे भारतातील राजदूत रॉबर्ट ब्लॅकवेल यांनी या हल्ल्याबद्दल निरीक्षण नोंदवलं, '११ सप्टेंबर रोजी झालेल्या दहशतवादी हल्ल्यामागे जे कारण होतं, तेच कारण या हल्ल्यामागेही होतं.'

अमेरिकन सरकारनेही 'भारताने योग्य ती कारवाई करावी', अशीच घोषणा केली.

संसदेतील मुख्य विरोधी पक्ष असलेल्या काँग्रेसनेही 'सरकारने समजून उमजून केलेल्या कोणत्याही कारवाईला समर्थन' करण्याची भूमिका घेतली.

पाकिस्तानचे जनरल परवेझ मुशर्रफ यांनी या हल्ल्याची निंदा केली, पण सोबत भारताला इशाराही दिला की, 'भारताने घाईघाईत कोणतीही कारवाई केली, तर त्याचे परिणाम गंभीर असतील.' या हल्ल्यात कोणत्याही स्वरूपात आपला सहभाग असल्याचं पाकिस्तानने फेटाळून लावलं. तसंच भारत सरकारनेच त्यांच्या राजकीय फायद्यासाठी हा हल्ला घडवून आणल्याची शक्यता असल्याचा आरोपही केला.

***

इतर सरकारी संस्थांमध्ये या हल्ल्याचा तात्काळ परिणाम काय झाला, हे मला माहीत नाही; या हल्ल्याच्या तपासाची जबाबदारी बहुतेक आमच्याकडे येण्याची शक्यता असल्याने सीबीआयमध्ये हालचाली सुरू झाल्या. त्यामुळे मला माझ्या वरिष्ठांचा फोन आला तेव्हा मला काहीच आश्चर्य वाटलं नाही. ते मला म्हणाले, "नीरज, संसदेत काय चाललं आहे, हे तुला माहीत असेलच. तू स्वत: घटनास्थळाला भेट का नाही देत?" या एवढ्या मोठ्या प्रकरणाच्या तपासाची जबाबदारी माझ्या खांद्यावर टाकल्यामुळे माझ्या अंगात उत्साह संचारला. मी ताबडतोब संसद भवनाकडे

निघालो. तपासासाठी माझ्या पथकात कोणाकोणाचा समावेश करावा? या प्रकरणाचा उलगडा करण्यात आम्हाला यश येईल का? असे अनेक विचार माझ्या मनात होते. अर्थातच गुप्तचर यंत्रणा आणि दिल्ली पोलीस यांचीदेखील मदत आम्हाला मिळणारच होती.

पण या सगळ्या प्रश्नांची उत्तरं मिळण्याआधीच त्यांचा निचरा झाला. मी संसद भवनाच्या विजय चौकाच्या बाजूला असलेल्या लोखंडी प्रवेशद्वारापाशी पोहोचत होतो, तेवढ्यात मला माझ्या वरिष्ठांचा फोन आला. त्यांनी मला पुन्हा मुख्यालयात बोलावून घेतलं.

"घटनास्थळी तू दिसलास, तर या प्रकरणाचा तपास आधीच सीबीआयकडे सोपवण्यात आल्याचा चुकीचा संदेश प्रसारमाध्यमांमध्ये जाईल. त्यामुळे उगाचच गोंधळ निर्माण होईल. त्यापेक्षा तू परत ये."

मला संसद भवनाच्या प्रवेशद्वारावरूनच माझी गाडी वळवावी लागली. हिरमुसलेल्या मनाने मी मुख्यालयात परतलो.

***

दिल्ली पोलीस दलातच नाही, तर दिल्लीतील इतरही अनेक सरकारी विभागांमध्ये हिवाळ्यात अनेक कर्मचारी हमखास सुटीवर जातात. शाळांमध्ये हिवाळी सुट्या सुरू होतात. त्यामुळे सरकारी सेवेत असलेले विद्यार्थ्यांचे पालकही सुट्या टाकतात. दिल्ली पोलिसांच्या विशेष शाखेच्या लोधी रोड येथील मुख्यालयात एक कक्ष आहे. या कक्षात कोणताही अधिकारी येऊन बसू शकतो. त्या दिवशी विशेष पथकाचे काही अधिकारी तिथे बसून कोण कधी सुट्या घेईल जेणेकरून विशेष शाखेत सतत हवे तेवढे अधिकारी असतील, याचं नियोजन करत होते. तेवढ्यात त्यांच्यासमोरच्या टीव्हीवर त्यांनाही संसद भवनावर झालेल्या या हल्ल्याची दृश्यं दिसायला लागली.

टीव्हीवर चालणारी ती दृश्यं बघताच क्षणी आतापर्यंत चालू असलेलं सुट्यांचं नियोजन फोल ठरणार असल्याचं त्यांना लक्षात आलं. यापुढे त्या सगळ्यांनाच प्रचंड काम करावं लागणार होतं. त्यांनी त्यांची शिरस्त्राणं, बुलेटप्रुफ जॅकेट्स आणि एके ४७ रायफली घेतल्या आणि ते घटनास्थळाकडे रवाना झाले. या पथकाचं नेतृत्वं साहाय्यक पोलीस आयुक्त राजबीर सिंह यांच्याकडे होतं. त्यांच्या हाताखाली असलेल्या पथकात निरीक्षक मोहन चंद्र शर्मा, हृदय भूषण, ललित नेगी, संजय दत्त, गोविंद शर्मा, बद्रीश दत्त आणि इतर अनेकांचा समावेश होता.

घटनास्थळी प्रचंड गडबड गोंधळ होता. संसद भवनाच्या इमारतींमध्ये आणखी एक सहावा अतिरेकी लपून बसला असावा, असा संशय होता. गोळीबार थांबल्यानंतर

काही वेळाने एक-दोनदा गोळीबाराचे आवाज ऐकू आले होते. त्यामुळे या तर्कांना उधाण आलं होतं. त्यानंतर बराच काळ जेव्हा शांतता पसरली, तेव्हा ही भीती थोडीशी कमी झाली. त्यानंतर सुरक्षा दलांनी संसद भवन इमारतीचा परिसर आतून आणि बाहेरूनही पिंजून काढायला सुरुवात केली. सारं काही आलबेल असल्याचं काही वेळानंतर सांगण्यात आलं. त्यानंतरच लपून बसलेले लोक एक एक करून बाहेर यायला सुरुवात झाली.

राष्ट्रीय सुरक्षारक्षकांच्या (NSG) बॉम्ब निकामी करणाऱ्या पथकालाही बोलावण्यात आलं. त्यांनी आल्या आल्या दहशतवाद्यांच्या मृतदेहांची पाहणी करायला सुरुवात केली. पहिल्या क्रमांकाच्या प्रवेशद्वाराशी गतप्राण झालेल्या मोहम्मदच्या मृतदेहापासून त्यांनी सुरुवात केली. मोहम्मदजवळ असलेले हातबॉम्ब आणि बॅगेतील स्फोटके काढून घेतल्यानंतर त्यांनी दिल्ली पोलिसांच्या विशेष शाखेच्या लोकांना इतर शोध घेण्याची परवानगी दिली. त्यानंतर द्वार क्रमांक पाचजवळ मृतावस्थेत पडलेल्या हैदरकडे ते गेले. सर्वांत शेवटी त्यांनी राजा, राणा आणि हमज़ा यांच्या मृतदेहांची तपासणी केली. विशेष पथकातील गुप्तहेरांनी मग या मृतदेहांची बारकाईने पाहणी केली. अफझल गुरू आणि इतर आरोपींना अटक केल्यानंतर या मृतदेहांची ओळख पटली.

शेवटची गोळी झाडल्यानंतर बराच काळ उलटून गेला होता. तरीही संसद भवनाच्या इमारतीत असलेल्या खासदारांना बाहेर पडायची प्रचंड भीती वाटत होती. आता सगळं शांत झालं आहे आणि आता खासदार शांतपणे बाहेर पडू शकतात, हे त्यांना पटवून देण्याचा प्रयत्न वॉच अॅन्ड वॉर्ड विभागाचे कर्मचारी करत होते. पण द्वारमंडपात सुरक्षा रक्षकांनी हातात हात घालून दोन्ही बाजूंना उभं राहून या खासदारांसाठी सुरक्षा कवच तयार करावं, अशी या खासदारांची मागणी होती. त्यांची ही मागणी पूर्ण झाली त्यानंतरच आपले हे लोकप्रतिनिधी लोकशाहीच्या मंदिरातून भेदरलेल्या अवस्थेत एकामागोमाग एक रांगेत बाहेर आले. त्यांच्या दोन्ही बाजूंना त्यांच्या रक्षणासाठी सुरक्षा रक्षकांच्या देहाची भिंत होती. भीतीने आपले दोन्ही हात डोक्यावर ठेवून डोकं झाकत ते लगबगीने आपापल्या गाड्यांमध्ये बसून तिथून जात होते. त्यांच्यापैकी काही जण तर गाडीतही सीटखाली जाऊन बसण्याचा प्रयत्न करत होते.

याच वेळेची आणखी एक गोष्ट आहे. अर्थातच ती कितपत खरी आहे, माहीत नाही. संसदेत प्रत्येक खोलीत जाऊन सुरक्षा अधिकारी तपास करत होते तेव्हा एक केंद्रीय मंत्री त्याच्या दालनात टेबलाखाली लपून बसलेला दिल्ली पोलिसांच्या एका अधिकाऱ्याला आढळला. हा अधिकारी त्या दालनात शिरला, तेव्हाच नेमका त्या मंत्र्याचा मोबाइल फोन वाजला. त्यामुळे त्या अधिकाऱ्याला

टेबलाखाली कोणीतरी लपलं असल्याचं जाणवलं. प्रतिक्षिप्त क्रियेनुसार त्या अधिकाऱ्याने आपली बंदूक काढत आवाजाच्या दिशेने रोखून लपलेल्या व्यक्तीला हात वर करून बाहेर पडायला सांगितलं. पण हा केंद्रीय मंत्री टेबलाखालून बाहेर येताना बघून त्या अधिकाऱ्याला धक्का बसला.

विशेष विभागाने अगदी व्यवस्थितपणे घटनास्थळाची पाहणी केली. सुरक्षा दलांनी कंठस्नान घातलेल्या या पाचही दहशतवाद्यांच्या मृतदेहांची पाहणी झाली. या दहशतवाद्यांकडे स्वयंचलित रायफली, बंदुका, हातबॉम्ब आणि रायफलने डागता येणारे बॉम्ब, स्फोट घडवून आणण्यासाठी उपयोगी असलेले इलेक्ट्रॉनिक डेटोनेटर, काडतुसं, खाऊच्या डब्यात लपवलेली स्फोटकं आणि गाडीच्या सामान ठेवायच्या जागेत लपवलेला बॉम्ब अशी शस्त्रसामग्री सापडली. पुढे या खटल्यातील आरोपींनी दाखल केलेल्या याचिकेवर सुनावणी करताना दिल्ली उच्च न्यायालयाने या शस्त्रसाठ्यावर एक टिपण्णी केली होती. न्यायालय म्हणालं होतं, 'या दहशतवाद्यांकडे असलेला शस्त्रसाठा एखाद्या बटालियनविरोधात लढण्यासाठीही पुरेसा होता. हा हल्ला यशस्वी झाला असता, तर इमारतीतील सगळ्यांसह संसद भवनाची इमारत नष्ट झाली असती.'

हत्यारं, काडतुसं, हातबॉम्ब, बॉम्ब डागण्यासाठीची आयुधं, यांच्याखेरीज या दहशतवाद्यांजवळ काही कागदाचे तुकडेही सापडले. त्यावर भारतातील पाच मोबाइल क्रमांक आणि दुबईतील दोन मोबाइल क्रमांक सापडले. त्यांच्याकडे 'Xansa Webcity' च्या नावाने बनावट ओळखपत्र होती. प्रत्येक दहशतवाद्याकडे असलेल्या ओळखपत्रावर 98xxx89429 हा संपर्क क्रमांक होता. सायबरटेक कॉम्प्युटर हॉर्डवेअर सोल्युशन्स या कंपनीचं आशिक हुसेन या नावाने असलेलं एक बनावट ओळखपत्रं मोहम्मदच्या मृतदेहाजवळ सापडलं.

या हल्लेखोरांनी वापरलेल्या गाडीत विशेष दलाच्या पथकाला शस्त्र, काडतुसं, स्फोटकं, दुर्बिणी, बॅटऱ्या आणि सुरे सापडले. या गाडीची कागदपत्रं आणि दिल्ली शहराचे नकाशेही गाडीत मिळाले. सामान ठेवायच्या जागी ३० किलोग्रॅम वजनाच्या स्फोटकांनी तयार केलेला बॉम्ब होता. NSGच्या बॉम्ब निकामी करणाऱ्या पथकाने तो निकामी केला. या गाडीतील बॉम्बचा स्फोट कधीही झाला असता, तर त्याचे परिणाम महाभयंकर झाले असते.

या दहशतवाद्यांचे मृतदेह शवविच्छेदन आणि इतर प्रक्रियेसाठी लेडी हार्डिंग्ज वैद्यकीय महाविद्यालय रुग्णालयात पाठवण्यात आले.

या दहशतवाद्यांकडे सापडलेल्या कागदांवर लिहिलेले टेलिफोन क्रमांक पुढीलप्रमाणे होते. ९८×××१०८१६, ९८×××११०८५, ९८×××४४८६०, ९८×××०२४३८ आणि ९८×××५९३१५. त्यांच्याकडे मिळालेले दुबईतील

दोन फोन नंबर पुढीलप्रमाणे : ००९७१५०×××६८९९ आणि ००९८१५०×××८३३४०. या मोबाइल क्रमांकाची पाहणी केली असता असं आढळलं की, हे दहशतवादी ९८×××८९४२९ (हा क्रमांक मोहम्मद अफझल याचा असल्याचं नंतर आढळलं); ९८×××७३५०६ (हा क्रमांक शौकत हुसेन गुरू याचा असल्याचं नंतर आढळलं) आणि ९८×××८१२२८ (हा क्रमांक एस. ए. र. गिलानी याचा असल्याचं नंतर आढळलं). त्यानंतर तपासात असंही समोर आलं की, गिलानीच्या नंबरवर एका सॅटेलाइट फोनवरून फोन येत होते. हा सॅटेलाईट फोन जैश-ए-मोहम्मदचा भारतातील क्षेत्रीय कमांडर होता, हे नंतर तपासाअंती समोर आलं. जैश-ए-मोहम्मद हा 'काश्मीरमुक्ती'साठी लढणारा पाकिस्तानमधील एक जिहादी गट आहे.

या हल्ल्याच्या दुसऱ्याच दिवशी म्हणजे १४ डिसेंबर २००१ रोजी श्रीनगरहून ९८×××८१२२८ या गिलानीच्या नावावर असलेल्या मोबाइलवर एक फोन आला. तपासयंत्रणांनी तोपर्यंत गिलानीच्या मोबाइलवरून होणाऱ्या सगळ्या संभाषणांची नोंद ठेवायला सुरुवात केली होती. या फोनवर झालेलं संभाषण काश्मिरी भाषेत होतं. आमच्या अधिकाऱ्यांनी त्याचं रुपांतर तातडीने हिंदीत केलं. गिलानी अगदी उत्साहात संसद हल्ल्याच्या समर्थनार्थ बोलत होता. त्याच दिवशी श्रीनगरहून ९८×××७३५०६ या क्रमांकावर आलेला फोनही आमच्या यंत्रणांनी ऐकला. यावेळी एक महिला शौकत हुसेन गुरूशी बोलत होती आणि शौकत व अफझल गुरू या दोघांची ख्यालीखुशाली विचारत होती. नंतर ही महिला अफसान गुरू किंवा नवज्योत संधू असल्याचं उघड झालं.

गिलानीच्या मुखर्जी नगर येथील घरावर पाळत ठेवण्यात आली आणि १५ डिसेंबर २००१ रोजी विशेष दलाने कारवाई करत सैय्यद अब्दुल रहमान गिलानी याला पकडलं. चौकशीअंती त्याने त्याला या हल्ल्याबद्दल माहिती असल्याचं मान्य केलं. तसंच ९८×××८९२४९ हा क्रमांक जम्मू आणि काश्मीरच्या बारामुल्ला जिल्ह्यात राहणाऱ्या कोण्या अफझल गुरूचा असल्याचंही त्याने सांगितलं. त्याच पुढे ९८×××७३५०६ हा क्रमांक मुखर्जी नगर येथे राहणाऱ्या शौकत हुसेन गुरू याचा असल्याचंही त्याने स्पष्ट केलं.

पोलिसांना दिलेल्या माहितीनुसार गिलानी हा बारामुल्ला जिल्ह्यातील होता. बारामुल्लाच्या सरकारी शाळेतून शालेय शिक्षण पूर्ण केल्यानंतर तो उत्तर प्रदेशच्या मुजफ्फरनगर जिल्ह्यातील काकरोली येथे मदरश्यात भरती झाला. मदरशांमध्येच तो कुराण आणि अरबी भाषा या दोन गोष्टी शिकला. हे करता करता त्याने लखनऊमधून पदवी घेतली आणि दिल्ली विद्यापीठाच्या झाकीर हुसेन महाविद्यालयातून पदव्युत्तर शिक्षण पूर्ण केलं. १९९५मध्ये अरबी भाषेत M. Phil पूर्ण केल्यानंतर

त्याने दिल्ली विद्यापीठातून अरबी भाषेतच डॉक्टरेट पूर्ण केली. त्यानंतर तो दिल्लीतील राजधानी महाविद्यालयात शिक्षक म्हणून रुजू झाला.

पदव्युत्तर शिक्षण घेत असताना गिलानी शौकत हुसेन गुरू या काश्मिरी तरुणाला दिल्लीत भेटला. शौकतही बारामुल्ला जिल्ह्याचाच होता. ते दोघंही एकाच जिल्ह्यातील असल्याने ते एकमेकांना सतत भेटायला लागले आणि लवकरच ते चांगले मित्र बनले. शौकतचं नवज्योत संधू नावाच्या एका शीख मुलीसोबत प्रेमप्रकरण होतं. त्याची माहितीही त्याने गिलानीला दिली. गिलानीने एक छोटेखानी समारंभ घडवून आणला आणि त्या दोघांचं लग्न लावून दिलं. या लग्नात गिलानी स्वत: मौलवी बनला होता. नवज्योत संधूला गिलानीने मुसलमान बनवलं आणि अफसान गुरू हे नाव दिलं.

आता गिलानी शौकत आणि अफसान या दोघांना वारंवार भेटायला लागला. या अशाच एका बैठकीत शौकतने त्याची ओळख त्याच्या चुलतभावाशी म्हणजेच अफझल गुरूशी करून दिली. अफझलही बारामुल्लाचाच होता. अफझल दिल्लीत यायचा तेव्हा त्यांच्या भेटी व्हायच्या. या भेटींदरम्यान काश्मीरला मुक्त करण्यासाठी सुरू असलेल्या जिहादी लढ्याबद्दल चर्चा व्हायची.

गिलानीच्या चौकशीदरम्यान त्याने या सगळ्या गोष्टींबरोबर इतरही अनेक गोष्टींचा खुलासा केला. संसद भवनावर झालेल्या हल्ल्याच्या दोन महिने आधी अफझलने त्याची भेट मोहम्मद नावाच्या एका माणसाशी घडवून आणली. हा मोहम्मद पाकिस्तानमधून आला होता आणि जैश ए मोहम्मदशी संबंधित होता. शौकत, अफझल, मोहम्मद आणि गिलानी या चौघांनी दिल्लीतल्या संसद भवनावर हल्ला करण्याचा संपूर्ण आराखडा तयार केला. जैश-ए-मोहम्मदचे चार सदस्य शस्त्रास्त्र आणि स्फोटकांसह दिल्लीत पोहोचले असल्याची माहितीही याच वेळी गिलानीला देण्यात आली. या संपूर्ण हल्ल्यासाठी लागणारा पैसा हवालामार्फत दुबईवरून येणार होता.

गिलानीने पोलिसांसमोर कबुली दिली की, १३ डिसेंबर २००१ रोजी संसद भवनात गोळीबार करत हल्ला करण्यासाठी पाकिस्तानातून आलेल्या पाच दहशतवाद्यांच्या संपर्कात आपण, अफझल गुरू आणि शौकत गुरू हे तिघंही होतो. या कटाचा मुख्य सूत्रधार अफझल होता. मुखर्जी नगरमधील शौकतच्या घरात झालेल्या बैठकीत शौकत, अफझल आणि या पाच अतिरेक्यांनी संसद भवनावरील या हल्ल्याच्या कटाची आखणी केली होती, अशी माहितीही त्याने दिली.

गिलानीच्या चौकशीनंतर या तपासपथकाने शौकत गुरूच्या मुखर्जी नगरमधील पहिल्या मजल्यावरच्या घरी धाड टाकून त्याची पत्नी अफसान गुरू ऊर्फ नवज्योत

संधू हिला अटक केली. तिच्याकडून ९८×××७३५०६ या क्रमांकाचा मोबाइल हस्तगत करण्यात आला. या फोनवरून काही कॉल तिचा नवरा शौकत यांच्या मोबाइलवर करण्यात आले होते. शौकत आणि अफझल हे दोघेही हल्ल्यानंतर लगेचच श्रीनगरकडे रवाना झाले होते. भारतीय संसदेवर हल्ला करण्याच्या कटाची माहिती आपल्याला होती आणि या कटाच्या योजनेसाठी मुखर्जी नगरमधील तिच्या घरात झालेल्या अनेक बैठकांच्या वेळी ती स्वत: उपस्थित होती, याची कबुली अफसान गुरूने दिली.

शौकत आणि अफझल हे दोघे श्रीनगरला पळाल्याची माहिती तपासपथकाने श्रीनगर पोलिसांना दिली. श्रीनगर पोलिसांनी या दोघांना एका ट्रक अड्ड्यावरून अटक केली. त्या दोघांकडून एक लॅपटॉप आणि त्यासोबतचं साहित्य, एक मोबाइल फोन आणि दहा लाख रुपयांची रोख रक्कम हस्तगत करण्यात आली. विशेष दलाचं एक पथक श्रीनगरला गेलं आणि तिथे जाऊन त्यांनी श्रीनगर पोलिसांनी अटक केलेल्या या दोघांना आपल्या ताब्यात घेतलं. पोलिसांना यांच्याकडून मिळालेल्या वस्तूंचा ताबाही या विशेष दलाच्या पथकाने घेतला. हे दोन आरोपी, त्यांच्याकडून जप्त केलेला मुद्देमाल यांच्यासह दिल्ली पोलिसांच्या विशेष दलाचं हे पथक दिल्लीत त्याच दिवशी परतलं. हे दोघे ज्या ट्रकने प्रवास करत होते, तो ट्रक एका वेगळ्या पथकाने दिल्लीपर्यंत आणला.

अफझलकडे तर माहितीचा खजिना होता. बारामुल्लाच्या सोपोरे येथील एका सरकारी शाळेत शिक्षण पूर्ण केल्यानंतर अफझल दहशतवादाकडे वळला. १९९० मध्ये तो जम्मू काश्मीर लिबरेशन फ्रंट या जम्मू-काश्मीर मुक्तीसाठी संघर्ष करणाऱ्या चळवळीत सहभागी झाला. त्याच वर्षी तो पाकिस्तानात गेला. जवळपास दोन महिन्यांपेक्षा जास्त काळ पाकव्याप्त काश्मीरमधील मुजफ्फराबादजवळ असलेल्या जैश ए मोहम्मदच्या प्रशिक्षण केंद्रात त्याचं प्रशिक्षण झालं. हे केंद्र पाकिस्तानच्या गुप्तचर यंत्रणेच्या, म्हणजेच ISI च्या मार्गदर्शनाखाली सुरू होतं. भारतात दहशतवादी कारवाया करून अनागोंदी निर्माण करायची, हेच या गुप्तचर यंत्रणेचं महत्त्वाचं काम होतं.

मुजफ्फराबादमध्ये प्रशिक्षण पूर्ण झाल्यानंतर मार्च १९९० मध्ये अफझलच्या सूत्रधारांनी त्याला परत भारतात पाठवलं. त्याने शस्त्रक्रियेसाठी लागणारी हत्यारं पुरवण्याचा छोटासा व्यवसाय श्रीनगरमध्ये सुरू केला. या व्यवसायाच्या निमित्ताने दिल्लीत त्याचं येणं-जाणं सुरू झालं. तो जेव्हा दिल्लीला येत असे, तेव्हा त्याचा मुक्काम त्याच्या चुलतभावाच्या म्हणजेच शौकतच्या मुखर्जी नगरमधील घरात असे. शौकतनेच अफझलला दिल्ली विद्यापीठातून बहिशाल पद्धतीने शिक्षण पूर्ण करण्याचा सल्ला दिला. १९९४ साली अफझलला पदवी मिळाली. पण पदवीनंतरही

अफझलने आपला व्यवसायच चालू ठेवला. त्यामुळे दिल्लीला येणं-जाणं सुरूच राहिलं.

फेब्रुवारी २००१ मध्ये तो श्रीनगरमधील लाल चौक येथे असलेल्या एका औषधांच्या दुकानात तारिक अहमद नावाच्या एका व्यक्तीला भेटला. तारिकने अफझलची दोस्ती केली आणि त्याला हळूहळू जम्मू-काश्मीरच्या स्वातंत्र्यासाठी सुरू असलेल्या संग्रामात सहभागी व्हायला प्रोत्साहन दिलं. अफझलने जैश ए मोहम्मदमध्ये सहभागी व्हावं आणि या संघटनेतर्फे होणाऱ्या एका महत्त्वाच्या कामगिरीची जबाबदारी स्वीकारावी, यासाठीही तारिकने अफझलकडे आग्रह धरला.

श्रीनगरमधील बाटमालू मशिदीत तारिकने मोहम्मद नावाच्या एका माणसाशी अफझलची ओळख करून दिली. मोहम्मद हा पाकिस्तानी नागरिक असून तो भारतात एक प्राणघातक हल्ल्याचं नियोजन करण्यासाठी आला आहे. या हल्ल्यासाठी अफझलने दिल्लीत तयारी करावी, असं त्याला सांगण्यात आलं. अफझल त्यानंतर लगेचच दिल्लीत आला. या भेटीदरम्यान अफझलने त्याच्या भावाला, म्हणजेच शौकतलाही या कटात सहभागी होण्याची गळ घातली. या हल्ल्यासाठी दिल्लीत लवकरच येणाऱ्या दहशतवाद्यांसाठी अत्यंत सुरक्षित निवारा शोधण्याची जबाबदारीही त्याने शौकतवर टाकली. मुखर्जी नगर येथील ख्रिश्चन कॉलनीतील मुलांसाठीच्या वसतीगृहात शौकतने त्या दहशतवाद्यांसाठी एक खोली आरक्षित केली.

त्यानंतर अफझल श्रीनगरला परतला तेव्हा तारिकने त्याला गाझी बाबा ऊर्फ डॉक्टर यांची भेट घडवण्यासाठी नेलं. गाझी बाबादेखील पाकिस्तानचा नागरिक होता, तसंच तो जैश ए मोहम्मद या संघटनेचा भारतातील म्होरक्या होता. जम्मू, काश्मिरमधल्या पहलगाम येथील अदू हिल्स या भागात या गाझी बाबाचं मुख्यालय होतं. या गाझी बाबाने अफझलला दिल्लीत होणाऱ्या या हल्ल्याची संपूर्ण माहिती दिली. तसंच हा हल्ला करणाऱ्या दहशतवाद्यांचा म्होरक्या मोहम्मद असून त्याला दिल्लीत सर्व मदत मिळेल याची खबरदारी अफझलने घ्यावी, असंही बजावलं.

काही दिवसांनी अफझल मोहम्मदला घेऊन दिल्लीत आला. मोहम्मदने आपल्याबरोबर एक लॅपटॉप आणि खूप पैसे आणले होते. त्याला मुखर्जी नगरमधील त्या मुलांसाठीच्या वसतीगृहात ठेवण्यात आलं. त्यानंतरच्या श्रीनगरला होणाऱ्या अनेक फेऱ्यांमध्ये अफझल इतर चार अतिरेक्यांनाही भेटला. राजा, राणा, हमज़ा आणि हैदर या चौघांना घेऊन तो श्रीनगरहून दिल्लीला आला. या चार अतिरेक्यांनी चार एके-४७ रायफली, १२ मॅगझिन्स, काडतुसांसह तीन पिस्तुलं, १५ हातबॉम्ब, डेटोनेटर, रिमोट कंट्रोलने नियंत्रित होणारे दोन बॉम्ब अशा अनेक गोष्टी त्यांच्या सामानात लपवून दिल्लीत आणल्या.

संसद भवनावर हल्ल्याच्या दोन दिवस आधी अफझल, शौकत, अफसान हे

तिघे मोहम्मद, राजा, राणा, हमज़ा आणि हैदर या जैशच्या पाचही अतिरेक्यांना शौकतच्या घरी भेटले. संसदेवर हल्ला करण्याआधी या परिसराची टेहळणी करण्याचा निर्णय याच बैठकीत झाला. त्यासाठी त्यांना मोटारसायकलची गरज होती. अफझल आणि मोहम्मद या दोघांनी करोल बागेतील नैवालान भागातील एका दुकानातून HR 51 E 5768 क्रमांकाची एक जुनी यामाहा कंपनीची मोटारसायकल विकत घेतली. ही मोटारसायकल घेऊन अफझल आणि मोहम्मद यांनी या पाच दहशतवाद्यांच्या लपण्याच्या ठिकाणापासून संसदेपर्यंतच्या रस्त्याची त्यांनी अनेकदा पाहणी केली.

मोहम्मद आणि अफझल या दोघांनी मिळून करोल बाग इथूनच DL 3C J 1527 या क्रमांकाची एक पांढऱ्या रंगाची ॲम्बेसिडर गाडीही विकत घेतली. त्यावर त्यांनी सरकारी गाडीवर असतो तसा लाल दिवाही बसवला. संसद भवनाच्या आवारात गाडी उभी करण्यासाठी देण्यात येणारे स्टिकर इंटरनेटवरून घेऊन त्याची प्रिंट काढून ते या गाडीच्या काचेवर लावण्यात आले. त्यामुळे ही गाडी एखाद्या खासदाराच्या गाडीसारखीच दिसत होती.

बॉम्ब बनवण्यासाठी उत्तर दिल्लीतल्या तिलक बाजार येथून ३० किलोग्रॅम अमोनिअम नायट्रेट आणि चार-चार किलोग्रॅम सल्फर आणि ल्युमिनिअम पावडर यांची खरेदी करण्यात आली. ३० किलोग्रॅम वजनाची स्फोटकं राहतील, एवढा स्टीलचा डबा आणि टिफीन बॉम्ब बनवण्यासाठी पाच डबे खारी बावली या परिसरातून विकत घेण्यात आले.

त्यानंतरची खरेदी उत्तर दिल्लीतील मजनूं का टिला परिसरातील तिबेटियन मार्केटमधून करण्यात आली. यात पाच मोबाइल फोन, सहा सीम कार्ड, पाच कार्गो पॅन्ट, पाच हिरव्या-काळ्या रंगाचे सैन्यातील जवानांकडे असतात तसे टी शर्ट, पाच जॅकेट्स आणि लष्करातील जवानांकडे असतात तशा बुटांचे पाच जोड या गोष्टींचा समावेश होता. त्याशिवाय किंग्जवे कॅम्पमधून पोलिसांचे तीन गणवेश आणि चांदनी चौक परिसरातून खांद्यावरच्या पाच बॅगा अशी खरेदी करण्यात आली. हे हल्लेखोर लष्कराचे जवान असल्याचं भासावं, यासाठी ही तयारी करण्यात आली होती.

दहशतवाद्यांनी त्यांच्यासाठी ३७, बंगला रस्ता, कमला नगर या पत्त्यावर असलेल्या दरपीर Xansa Webcity या संगणक शिकवणाऱ्या केंद्राच्या नावाची बनावट ओळखपत्रंही तयार करून घेतली. या प्रशिक्षण केंद्रातील विद्यार्थ्यांकडे असलेल्या ओळखपत्रांची ही नक्कल होती. त्या ओळखपत्रांवर रोहैल शर्मा, राजू लाल, संजय कौल अशी नावं टाकण्यात आली होती.

ही सगळी तयारी झाल्यानंतर १३ डिसेंबर २००१ च्या सकाळी हे दहशतवादी

हल्ल्याच्या पूर्ण तयारीत होते. अफझल आणि शौकत या पाचही दहशतवाद्यांना त्यांच्या नव्या अड्ड्यावर म्हणजेच वायव्य दिल्ली येथील गांधी विहार येथे भेटले. मोहम्मदने आपल्याजवळील लॅपटॉप आणि दहा लाख रुपये अफझलकडे दिले आणि त्याला ते १६ डिसेंबर रोजी श्रीनगरच्या लाल चौकात तारिककडे सोपवण्यास सांगितले. तसंच तारिक जेव्हा गाझीबाबाला हा लॅपटॉप आणि पैसे द्यायला जाईल, तेव्हा अफझलनेही त्याच्याबरोबर जावं, अशी विनंती मोहम्मदने केली.

१३ डिसेंबर २००१ रोजी सकाळी साडेअकरा वाजता टीव्ही सुरू करून त्या दिवशी संसद भवनात उपस्थित असलेल्या खासदारांची आणि महनीय व्यक्तींची नावं आपल्याला सांगा, अशी सूचनाही मोहम्मदने अफझलला केली. पण प्रत्यक्षात सकाळी ११ वाजून २५ मिनिटांनी मोहम्मदने अफझलला फोन केला, तेव्हा अफझलने त्याला सांगितलं की, तो टीव्हीच्या अजिबातच जवळ नाही. अफझलने त्यानंतर शौकतला फोन करून टीव्ही लावायला सांगितला. संसद भवनात कोण कोण उपस्थित आहेत, याची माहिती अफझलने शौकतकडे मागितली. शौकतने टीव्ही लावून ही माहिती अफझलला सांगेपर्यंत मोहम्मद आणि त्याचे चार सहकारी संसद भवनात शिरले होते आणि त्यांनी त्यांचा हल्ला सुरूदेखील केला होता.

या हल्ल्याच्या तीन दिवस आधी म्हणजेच १० डिसेंबर रोजी मोहम्मद आणि अफझल यांचं संभाषण झालं होतं. या संभाषणादरम्यान मोहम्मदने डिसेंबर १९९९ मध्ये इंडियन एअरलाइन्सच्या IC-८१४ या विमानाच्या अपहरणातही आपला हात कसा होता, याचे तपशील सांगितले होते. हे विमान दहशतवाद्यांनी अपहरण करून अफगाणिस्तानातील कंदहार येथे नेलं होतं. या अपहरणनाट्याच्या वेळी मोहम्मदचा उल्लेख 'बर्गर' या नावाने करण्यात आला होता. याच अपहरणामुळे भारत सरकारला जैश ए मोहम्मदचा म्होरक्या मौलाना मसूद अझर याच्यासह ओमर शेख आणि मुश्ताक अहमद झरगार या दहशतवाद्यांची सुटका करून त्यांना अपहरणकर्त्यांच्या ताब्यात द्यावं लागलं होतं. त्या बदल्यात अपहरणकर्त्यांनी या विमानातील प्रवाशांची सुटका केली होती.

अफझलच्या चौकशीतून आणखीही काही महत्त्वाच्या बाबींचा उलगडा झाला. संसदेवर हल्ला करण्यामागे या दहशतवाद्यांचा कुटिल हेतू काय होता, हेदेखील अफझलने स्पष्ट केलं. दहशतवाद्यांना संसद भवनात घुसून काही महत्त्वाचे खासदार आणि मंत्री यांना ओलीस ठेवायचं होतं. काही खासदारांना ठार मारून आपला इरादा स्पष्ट करायचा होता. त्यानंतर या ओलीस मंत्र्यांच्या आणि राजकीय नेत्यांच्या जिवाच्या मोबदल्यात काश्मीरच्या स्वातंत्र्यासाठी भारत सरकारशी वाटाघाटी करायच्या होत्या. म्हणूनच या हल्ल्यासाठी हे दहशतवादी एवढ्या जय्यत तयारीनिशी आले होते, यात आश्चर्य व्यक्त करण्याचं काहीच कारण नव्हतं. त्यांच्या मृतदेहांची

झडती घेत असताना त्यांच्याकडे भरपूर सुकामेवा आणि नायलॉनच्या दोऱ्या सापडल्या. दीर्घ मोहिमेवर पाठवलेल्या अतिरेक्यांकडे हा असा सुक्या मेव्याचा साठा मिळणं, ही गोष्ट अगदीच सर्वसाधारण असते. सात वर्षांनंतर २६ नोव्हेंबर २००८ रोजी मुंबईवर हल्ला करणाऱ्या दहशतवाद्यांकडेही असाच सुक्या मेव्याचा साठा होता.

या दहशतवाद्यांकडे सापडलेल्या नायलॉनच्या दोऱ्या या अर्थातच संसद भवनातील लोकांचे हात-पाय बांधण्यासाठी होत्या. पण सुदैवाने दहशतवाद्यांचा हा कट सुरक्षारक्षकांच्या शौर्यामुळे उधळला गेला.

***

या हल्ल्यानंतर भारत आणि पाकिस्तान या दोन्ही देशांमधील संबंध खूप ताणले गेले. इतके की, दोन्ही देशांनी आपापली सैन्यदलं नियंत्रण रेषेजवळ तैनात करून ठेवली होती. या दोन्ही देशांमध्ये युद्धाची ठिणगी कधीही पडली असती. पण इतर देशांनी हस्तक्षेप केल्याने ती गोष्ट टळली. २६ नोव्हेंबर २००८ रोजी मुंबईवर झालेल्या हल्ल्यावर आधारित 'द सिज' किंवा ओसामा बिन लादेनच्या आयुष्यातील शेवटच्या काही दिवसांवर आधारित 'द एक्झाइल' अशी पुस्तकं लिहिणाऱ्या ड्रीयन लेव्ही आणि कॅथी स्कॉट-क्लार्क यांनी मांडलेल्या एका सिद्धान्तानुसार या हल्ल्यामागचा मूळ उद्देश वेगळाच होता. या हल्ल्यानंतर भारत-पाक सीमेवरील तणाव साहजिकच वाढणार होता. त्यामुळे दोन्ही देश सीमांवर आपलं सैन्य तैनात करणार होते. त्यामुळे पाकिस्तानला अफगाणिस्तानच्या सीमेवरील लष्कर मागे घ्यावं लागणार होतं. याचा फायदा घेऊन ओसामा बिन लादेनला अफगाणिस्तानातून पाकिस्तानात शिरणं सहज शक्य होणार होतं. कारण ९/११ च्या हल्ल्यानंतर अमेरिकन सैन्याने अफगाणिस्तानात अल्-कायदाविरोधात टोरा बोराची लढाई सुरू केली होती. त्या धगीपासून वाचण्यासाठी लादेनला अफगाणिस्तानातून काढता पाय घेणं गरजेचं होतं.

१४ मे २००२ रोजी अफझल गुरू, शौकत हुसेन गुरू, सय्यद अब्दुल रेहमान गिलानी, अफसान गुरू ऊर्फ नवज्योत संधू यांच्याशिवाय मौलाना मसूद अझर, गाझी बाबा ऊर्फ डॉक्टर, तारिक अहमद यांच्याविरोधात आरोपपत्र दाखल करण्यात आलं. यापैकी मौलाना मसूद अझर, गाझी बाबा आणि तारिक अद्यापही पोलिसांच्या ताब्यात नव्हते. भारतीय दंडविधान संहिता, दहशतवाद प्रतिबंध कायदा २००२, स्फोटकविरोधी कायदा अशा विविध कायद्यांमधील अनेक कलमांतर्गत गुन्हे नोंदवण्यात आले होते. या प्रकरणाची सुनावणी न्या. एस. एन. धिंग्रा यांच्यापुढे सत्र न्यायालयात सुरू झाली.

सरकारी वकिलांनी ८० साक्षीदारांचे जबाब नोंदवले, तर आरोपींकडून १०

साक्षीदार न्यायालयात उभे राहिले. हा खटला सहा महिने चालला आणि सहा महिन्यांनंतर अफझल गुरू, शौकत हुसेन गुरू आणि सैयद अब्दुल रेहमान गिलानी यांना दोषी ठरवण्यात आलं.* आरोपी क्रमांक चार, म्हणजेच अफसान गुरू हिच्यावरील इतर आरोपांमधून तिची निर्दोष मुक्तता करण्यात आली. पण भारतीय दंडविधान संहितेतील कलम १२३ नुसार भारत सरकारविरोधात युद्ध सुरू करण्याची माहिती ठोस कारणासाठी लपवल्याच्या प्रकरणी तिला दोषी ठरवत न्यायालयाने पाच वर्षांची शिक्षा ठोठावली.

इतर तीन आरोपींना म्हणजे अफझल गुरू, शौकत हुसेन गुरू आणि गिलानी या तिघांनाही फाशीची शिक्षा सुनावण्यात आली. दिल्ली पोलिसांच्या विशेष दलाचा हा मोठा विजय होता.

या निर्णयाविरोधात आरोपींनी दिल्ली उच्च न्यायालयात याचिका दाखल केली. त्या याचिकेवर सुनावणी झाली, त्याच काळात मी सीबीआयमधील माझी नऊ वर्षांची कारकीर्द संपवून दिल्ली पोलीस दलात दाखल झालो होतो. मी या विशेष दलासाठीच काम करत होतो. या खटल्यावर दिल्ली उच्च न्यायालयात सुनावणी होताना आमची बाजू मांडण्यासाठी निष्णात कायदेतज्ज्ञांची फळी आमच्या बाजूने असणं महत्त्वाचं होतं. आमची पहिली पसंती गोपाल सुब्रहमण्यम या प्रथितयश कायदेतज्ज्ञांच्या नावाला होती. पण सरकारी खटल्यांमध्ये पोलिसांना त्यांच्या पसंतीचे वकील मिळणं ही बाब कर्मकठीण असते. नोकरशाहीकडून सर्वांत मोठा अडथळा येण्याचं कारण वेगळंच असतं. त्यांचा असा आग्रह असतो की, सरकारच्या पगारावर असलेल्या वकिलांमार्फतच हा खटला लढला जावा! या खटल्यात सुब्रहमण्यम यांनीच आमची बाजू मांडणं महत्त्वाचं आहे, हे पटवून देऊन त्यांच्या नावासाठी सरकारची मंजुरी मिळवण्याची प्रक्रिया खूप किचकट होती.

दिल्ली उच्च न्यायालयाने गिलानी आणि अफझल गुरू यांची निर्दोष मुक्तता केली. पण त्याच वेळी दुसऱ्या प्रकरणात अफझल गुरू आणि शौकत हुसेन गुरू यांची फाशीची शिक्षा कायम ठेवली. सरकारी पक्षाच्या दाव्यानुसार संसदेवर झालेल्या

---

* अफझल गुरू, शौकत हुसेन गुरू आणि सैय्यद अब्दुल रेहमान गिलानी यांच्यावर कलम १२१, १२१अ, १२२, कलम १२०बी, कलम ३०२ आणि ३०७, भारतीय दंडविधान संहितेतील कलम १२०बी, कलम ३चे उपकलम (२), (३) आणि (५), दहशतवाद प्रतिबंध कायद्याचे कलम ४(बी), स्फोटक नियंत्रण कायद्यातील कलम ३ आणि ४ यानुसार गुन्हे दाखल झाले होते. आरोपी एक आणि दोन यांच्याविरोधात POTAच्या कलम ३(४) अंतर्गतही गुन्हा दाखल झाला होता.

हल्ल्याच्या कटाच्या आखणीमागे गिलानीचाही मोलाचा वाटा होता. पण दिल्ली विद्यापीठातील त्याचे मित्र आणि सहकारी यांच्या मते तो निर्दोष होता आणि त्यांनी त्याला पूर्ण पाठिंबा दिला. नंदिता हस्कर या निष्णात वकिलांनी त्याची बाजू मांडली आणि अखेर दिल्ली उच्च न्यायालयाने त्याची निर्दोष मुक्तता केली.

सर्वोच्च न्यायालयात गोपाल सुब्रहमण्यम यांनी आमची बाजू लढवली. इथे अफझल गुरूची फाशीची शिक्षा कायम ठेवण्यात आली. पण भारतीय दंडविधान संहितेच्या १२३ व्या कलमानुसार शौकतला दोषी ठरवून त्याला दहा वर्षांची सश्रम कारावासाची शिक्षा सुनावण्यात आली. गिलानी आणि अफसान गुरू यांची सर्वोच्च न्यायालयाने निर्दोष मुक्तता केली.

कारागृहातील उत्तम वागणुकीमुळे शौकत त्याच्या शिक्षेचा कालावधी पूर्ण होण्याच्या नऊ महिने आधीच तुरुंगातून सुटला.

संसद हल्ल्याला ११ वर्षं, एक महिना आणि २७ दिवस उलटल्यानंतर या हल्ल्यातील प्रमुख आरोपी असलेल्या अफझल गुरू याला ९ फेब्रुवारी २०१३ रोजी सकाळी आठ वाजता दिल्लीतील तिहार जेलमध्ये फाशी देण्यात आली. २००२ पासून त्याची फाशीची शिक्षा कायम होती. योग्य धार्मिक विधी करून त्याचे अंत्यविधी कारागृह परिसरातच करण्यात आले.

१३ डिसेंबर २००१ रोजी संसद भवनावर झालेल्या हल्ल्याचं नियोजन निखालस अफझल यानेच केलं होतं. त्याने दहशतवाद्यांच्या राहायच्या जागा, त्यांच्यासाठीची बनावट कागदपत्रं, त्यांना लागणारी इतर मदत, स्फोटकं विकत घेणं, संसद भवनात सहज शिरकाव करू शकेल अशी गाडी मिळवून देणं, दिल्लीबाहेरून शहरात शस्त्रास्त्रं आणणं अशा अनेक प्रकारे त्याने अगदी बारकाईने दहशतवाद्यांची मदत केली होती. दहशतवाद्यांसह त्याने अनेकदा संसद भवन परिसराची टेहळणी करून कोणत्या बाजूने या परिसरात घुसणं सहज शक्य होईल, याचाही अभ्यास केला होता. एवढं करूनही या हल्ल्याचा सूत्रधार प्रत्यक्ष हल्ल्यात सहभागी नव्हता. कदाचित अफझलला याआधी अशा प्रकारचे मोठे हल्ले घडवून आणण्याचा पूर्वानुभव नव्हता, म्हणून त्याला ही संधी दिली नसावी.

अफझलच्या फाशीमुळे एक वेगळाच वाद सुरू झाला. जम्मू-काश्मीरचे तत्कालीन मुख्यमंत्री ओमर अब्दुल्ला यांनी या फाशीचं वर्णन 'निवडक लोकांचा न्याय' असं केलं. तसंच काश्मिरी लोकांच्या अनेक पिढ्यांसाठी अफझलच प्रेरणा असेल, असंही ते म्हणाले. फाशी देण्याआधी भारत सरकारने अफझलला त्याच्या कुटुंबीयांची भेट घेऊ दिली नाही. त्यामुळे भारत सरकारने एक चुकीचा पायंडा पाडल्याचं मतही त्यांनी व्यक्त केलं. अफझलला फाशी दिली, त्या दिवशी काश्मीरमध्ये जमावबंदी लागू केली होती. फाशीची बातमी पसरल्यानंतर दिल्लीसह

देशातील अनेक शहरांमध्ये निदर्शनं झाली.

३० ऑगस्ट २००३ रोजी या हल्ल्याचा मास्टरमाइंड असलेला जैश-ए-मोहम्मदचा शहानवाझ खान ऊर्फ गाझी बाबा सीमा सुरक्षा दलासोबत श्रीनगरच्या नूरबाग इथे झालेल्या चकमकीत मारला गेला.

जैश ए मोहम्मदचा संस्थापक आणि नेता मौलाना मसूद अझर याला अटक करणे शक्य झालं नाही. त्यामुळे १ एप्रिल २००२ रोजी सरकारने त्याला फरार गुन्हेगार म्हणून घोषित केलं. आपल्या वाचकांना नक्कीच आठवत असेल की, डिसेंबर १९९९ मध्ये झालेल्या इंडियन एअरलाइन्सच्या विमानाच्या अपहरण नाट्यानंतर भारत सरकारला त्याला सोडून द्यावं लागलं होतं. पण त्यानंतर संयुक्त राष्ट्रांच्या सुरक्षा समितीकडून त्याचं नाव जागतिक दहशतवाद्यांच्या यादीत मंजूर करून घेण्यात भारताला मिळालेलं यश हा भारताचा राजनैतिक विजय मानला जातो.

या संपूर्ण हल्ल्यात काश्मीरमध्ये बसूनही महत्त्वाची भूमिका बजावणाऱ्या आणि पोलिसांच्या हातून अनेकदा निसटलेल्या तारिक अहमदची ओळख कधीच पूर्णपणे पटू शकली नाही. तो पाकिस्तानी नागरिक होता, एवढीच माहिती त्याच्याबद्दल उपलब्ध आहे. त्याला कधीच अटक झाली नाही आणि मौलाना मसूद अझरसह त्यालाही १ एप्रिल २००२ रोजी फरार गुन्हेगार म्हणून घोषित करण्यात आलं.

***

अमेरिकेत ९/११ चा दहशतवादी हल्ला झाल्यानंतर या कटाबद्दलचे अनेक सिद्धान्त समोर आले होते. प्रत्येक नवा सिद्धान्त हा आधीच्या सिद्धान्ताला छेद देणारा आणि तेवढाच हास्यास्पद होता. त्यापैकी एक सिद्धान्त असा होता की, जागतिक व्यापार केंद्राच्या त्या दोन इमारती अल-कायदाच्या अतिरेक्यांनी विमानाने पाडल्या नसून नियंत्रित स्फोट घडवून दुसऱ्याच कोणीतरी त्या पाडल्या. आणखी एका सिद्धान्तानुसार अमेरिकन सरकारला या हल्ल्याची माहिती आधीच मिळाली होती. पण या हल्ल्याचं निमित्त साधून अफगाणिस्तानवर हल्ला करता यावा, या उद्देशाने त्यांनी काहीच कारवाई केली नाही. आणखीही अनेक आहेत, पण दखल घेण्याजोग्या कल्पना याच दोन होत्या.

आपल्या देशातही अशा संशयखोर लोकांचा भरणा आहेच. मला आठवतं, मी टायगर मेमनच्या कुटुंबीयांना दुबईहून भारतात आणण्यात यशस्वी झालो, त्यावेळीही सीबीआय आणि मेमन कुटुंबीय यांच्यात काहीतरी साटंलोटं झाल्याची चर्चा या संशयखोर लोकांनी सुरू केली होती. त्यांचं म्हणणं होतं की, मेमन कुटुंबीयांबरोबर कठोर व्यवहार केला जाणार नाही आणि त्यांना निर्दोष सिद्ध केलं

जाईल, अशी सीबीआयने दिल्यामुळेच मेमन कुटुंबीय भारतात येण्यासाठी तयार झाले. पण त्यांच्याबरोबर तर आरोपींसोबत होतो, तसाच व्यवहार करण्यात आला. त्यांच्यावर तसाच खटला चालवण्यात आला. या खटल्यात त्यांच्यापैकी तिघांना आजन्म कारावासाची शिक्षा ठोठावण्यात आली आणि याकुब मेमनला फाशी देण्यात आली. शिक्षा सुनावल्यानंतर आणि फाशी झाल्यानंतर मात्र या सगळ्या सिद्धान्तवादी लोकांची तोंडं बंद झाली. २०१३ मध्ये दिल्ली पोलिसांनी इंडियन प्रिमिअर लिगमध्ये (IPL) होणाऱ्या स्पॉट-फिक्सिंगचा पर्दाफाश केला, तेव्हा एका वरिष्ठ पत्रकाराने एका प्रतिष्ठित वृत्तवाहिनीसाठी माझी मुलाखत घेतली होती. त्या वेळी मी दिल्ली पोलीस आयुक्त होतो. या पत्रकाराने आमच्यावर आरोप लावला की, आम्ही म्हणजे दिल्ली पोलिसांनी निर्भया प्रकरणी धुळीला मिळालेली आपली प्रतिष्ठा परत मिळवण्यासाठी ही संपूर्ण कारवाई ठरवून घडवून आणली होती. मी त्या पत्रकाराला त्याच वेळी अगदी उपहासाने सुनावलं होतं. समजा दिल्ली पोलीस जवळपास ३० लोकांना त्यातही तीन मोठ्या क्रिकेटपटूंना फक्त आमच्या दलाची प्रतिष्ठा उंचावण्यासाठी तुरुंगात जायला प्रवृत्त करू शकले असतील, तर मला खूपच आनंद आहे, असं मी त्या पत्रकाराला म्हणालो होतो.

त्यामुळे संसद भवनावर हल्ला झाला, तेव्हाही या अशा कहाण्या ऐकायला मिळाल्या, यात काही नवल नव्हतं. शस्त्रास्त्रांच्या खरेदीची कंत्राटं एका बनावट दलालाला मिळवून देण्यासाठी भाजपचे तत्कालीन राष्ट्रीय अध्यक्ष बंगारू लक्ष्मण लाच स्वीकारतानाची दृश्यं कॅमेऱ्यात कैद झाली होती. त्यामुळे भाजपची प्रचंड नाचक्की झाली होती. त्या प्रकरणावरून लक्ष हटवण्यासाठी भाजपनेच हा हल्ला घडवून आणल्याची कुजबूज दिल्लीच्या राजकीय वर्तुळात तेव्हाही सुरू होती. काही विक्षिप्त लोकांना अजूनही या मतात तथ्यं वाटतं आणि यात सुशिक्षित लोकांचा भरणा जास्त आहे. पण सगळ्यात धक्कादायक भाग हा की, काही जणांच्या मते संसद भवन परिसरातील सुरक्षारक्षकांनी दहशतवाद्यांशी लढा देऊन आपला जीव गमावण्याची काहीच गरज नव्हती. दहशतवादी अलगदपणे संसदेत घुसले असते आणि त्यांनी जमतील तेवढ्या खासदारांना मारलं असतं, तर सरकारमधीलच एका वर्गाला खूप मोठा दिलासा मिळाला असता. पण या लोकांना हे कळत नाही की, असं काही घडलं असतं, तर त्याचे किती गंभीर पडसाद उमटले असते. तसंच त्यानंतरचे परिणाम किती भयंकर झाले असते. त्यानंतर भारताने पाकिस्तानविरोधात शंभर टक्के युद्ध पुकारलं असतं आणि त्याचे परिणाम आणखी वाईट झाले असते.

ते काहीही असो, पण संसद भवनावर झालेला दहशतवादी हल्ला हा पाक-पुरस्कृत दहशतवाद्यांनी घडवलेला अत्यंत भयानक आणि निंदनीय हल्ला होता.

पण त्यांचा हा कुटिल डाव यशस्वी होणं हे नियतीच्या मनात नव्हतं. अकरा क्रमांकाच्या प्रवेशद्वाराच्या जवळ असलेली ती छोटीशी भिंत त्यांच्या नशिबाआड आली. अचानक झालेल्या या हल्ल्याला सुरक्षा दलांनी ज्या पद्धतीने प्रत्युत्तर दिलं आणि दहशतवाद्यांचा खात्मा केला, ते खरंच स्तुत्य होतं. वॉच ॲन्ड वॉर्ड विभागाच्या कर्मचाऱ्यांनी प्रसंगावधान दाखवत दरवाजे बंद करून घेणं, हादेखील एक निर्णायक क्षण होता. लोकशाहीच्या या पवित्र मंदिराचं आणि आपल्या लोकप्रतिनिधींचं रक्षण करताना दिल्ली पोलिसांचे पाच जवान, केंद्रीय राखीव पोलीस दलाची एक महिला हवालदार, वॉच ॲन्ड वॉर्ड विभागाचे दोन कर्मचारी आणि एक माळी यांना आपला अमूल्य जीव गमवावा लागला. आपण भारतीयांनी त्यांचं हे बलिदान कायम लक्षात ठेवायला हवं.

◆

ऋणनिर्देश

'खाकी फाइल्स' तुमच्या हाती आलं त्याचं संपूर्ण श्रेय मुंबईतील प्रसिद्ध आणि अत्यंत कुशल गुन्हे पत्रकार आणि लेखक एस. हुसैन झैदी आणि 'पेंग्विन रँडम हाउस'च्या मिली अश्वर्य यांना आहे. हे पुस्तक लिहिताना केवळ माझा आळस आणि चालढकल करण्याची वृत्ती यामुळे प्रकाशकांनी मला दिलेल्या मुदती वारंवार पुढे ढकलाव्या लागल्या. मिली आणि गुरवीन चड्ढा यांनी या सगळ्या प्रक्रियेत प्रचंड संयम दाखवत मला खूप वेळ दिला. मला एवढा वेळ देत माझ्यावर विश्वास ठेवल्याबद्दल त्यांचे खूप आभार. मिली यांच्या नेतृत्वाखाली ज्या संपादन विभागाने या पुस्तकासाठी मेहनत घेतली, त्यांचे आभार कसे मानू, हेच मला कळत नाही. कारण त्यांच्याशिवाय हे पुस्तक म्हणजे फक्त मी खरडलेले माझ्या मनातले विचार बनून राहिले असते.

'इंडिया एम्पायर' या मासिकाचे प्रकाशक आणि संपादक सायंतन चक्रवर्ती हे आपल्या देशातील एक उत्तम शोधपत्रकार आहेत. या पुस्तकात वर्णन केलेल्या अनेक प्रकरणांचं वृत्तांकन त्यांनी पूर्वी केलं आहे. त्या वेळी ते आणखी एका प्रतिष्ठित मासिकात वरिष्ठ वार्ताहर होते. मला हव्या असलेल्या माहितीसाठी त्यांच्यासारखं भांडार मला दुसरं कोणतं मिळणार होतं? माझ्या 'डायल डी फॉर डॉन' या याआधीच्या पुस्तकासाठी त्यांनी मला जसा पाठिंबा दिला होता, तसंच पाठबळ या पुस्तकावेळीही त्यांच्याकडून मला मिळालं. मी त्यांचे आभार मानून आमच्या नात्याला औपचारिकतेच्या बंधनात अडकवणार नाही.

माझी मुलं अरुणीमा, अंकिता, मानव आणि कुशाग्र या पुस्तकाचे पहिले वाचक होते. अंकिता आणि मानव यांनी तासन्तास माझ्यासमोर बसून या पुस्तकातील अनेक प्रकरणांबद्दल मी बोलत असलेले मुद्दे नोंदवून घेतले आहेत. खरं तर मला त्यांचे आभार मानण्याची काहीच गरज नाही. पण मी त्यांना आशीर्वाद देतो.

माझ्या पहिल्या पुस्तकाप्रमाणेच हे पुस्तक लिहिणंही मला माझ्या सहकाऱ्यांच्या

मदतीशिवाय शक्यच नव्हतं. या पुस्तकात वर्णन केलेल्या प्रत्येक प्रकरणाच्या तपासात ते माझ्या बरोबरच होते. एवढंच नाही, तर त्यांनी वेळोवेळी वस्तुनिष्ठ गोष्टी आणि आकडेवारी पुरवली. प्रकरणाचा तपास करताना त्याची टिपणं काढून ठेवण्याची सवय मला नव्हती. त्यामुळे माझ्या या सहकाऱ्यांची मोलाची मदत मला झाली. १९९२ मध्ये मी दिल्लीत लॉटरी घोटाळ्याची चौकशी करत होतो, तेव्हा एस. एम. भास्कर हे पोलीस अधीक्षक होते. दिल्लीच्या इंडिया गेटवर होणारा संभाव्य दहशतवादी हल्ला टाळण्यासाठी आम्ही जे काम केलं, त्या वेळी प्रमोद कुशवाह हे विशेष दलाचे सह पोलीस आयुक्त होते. डिसेंबर १९९३ मध्ये देशभरात झालेल्या रेल्वे बॉम्बस्फोटांची चौकशी करताना एस. सी. झा, ओ. पी. चटवाल आणि रमण त्यागी हे माझ्या टीमचा भाग होते. मी दिल्ली कारागृहाचा महासंचालक होतो, त्या वेळी माझ्याबरोबरच आयपीएस झालेले शैलेंद्र सागर आणि दिनेश माथुर या दोघांनी मला त्या तुरुंगातील कैद्याच्या प्रकरणात मदत केली. दिल्लीत धुमाकूळ घालणाऱ्या चड्डी-बनियान टोळीच्या प्रकरणाचा छडा लावताना मला मदत करणारे आणि त्या वेळी पोलीस उपनिरीक्षक असलेले ईश्वर सिंह आता मात्र साहाय्यक आयुक्त आहेत. दिल्लीतील दोन प्रसिद्ध पत्रकारांच्या हत्येचा कट उघडकीस आणल्याच्या प्रकरणात मला दिल्ली पोलिसांच्या विशेष दलातील पोलीस निरीक्षक हृदय भूषण आणि ललित नेगी यांनी मदत केली. छाया शर्मा, साहाय्यक आयुक्त राजेंद सिंह, पोलीस निरीक्षक रितुराज आणि गगन भास्कर, उपनिरीक्षक अरविंद कुमार या सगळ्यांनी निर्भया प्रकरणात माझ्याकडून सुटलेले माहितीचे तुकडे भरले. या पुस्तकातील सर्व प्रकरणं अचूक आणि अस्सल व्हावीत, यासाठी मला या सगळ्यांची खूप मदत झाली.

अगदी आयत्या वेळी सुचवूनही माझ्या या दुसऱ्या पुस्तकालाही प्रस्तावना लिहिल्याबद्दल माझे वरिष्ठ सहकारी राजा विजय करन यांचेही विशेष आभार! माझ्यासाठी आणि माझ्या कुटुंबीयांसाठी त्यांच्या मनात असलेल्या प्रेमामुळे आणि स्नेहामुळे मला नेहमीच भरून येतं.

'पेंग्विन रँडम हाउस'च्या धडाडीच्या मुख्य संपादक मिली अश्वर्य, तरुण संपादक गुरवीन चड्ढा, श्रेया धवन आणि जोसेफ अँटनी हे संपादक आणि या पुस्तकाचे मुखपृष्ठकार नीरज नाथ यांनी वेळोवेळी मला प्रोत्साहन दिलं. त्याबद्दल त्यांचे आभार. माझ्या अनुभवांच्या कच्च्या खर्ड्याला या सर्वांनी मिळून हे पुस्तक रूप दिलं, त्याबद्दल मी त्यांचा ऋणी आहे.

माझा खूप जुना मित्र आणि ज्येष्ठ पत्रकार राजदीप सरदेसाई यांचे आभार मला मानायलाच हवेत. त्यानीं त्यांच्या व्यग्र वेळापत्रकातून वेळ काढून माझ्या पुस्तकासाठी अभिप्राय लिहिला. त्यांनी केलेल्या प्रशंसेची महती मला खरंच

माहीत आहे. त्यांचं हे सहकार्य मी कधीच विसरणार नाही.

चित्रपट क्षेत्रातील नीरज पाण्डे हे एक वेगळं व्यक्तिमत्त्व आहे. चित्रपट दिग्दर्शन आणि लेखन या त्यांच्या भन्नाट गुणांपेक्षाही ते माणूस म्हणून त्यांच्या बरोबरीच्या अनेक कलाकारांपेक्षा सरस आहेत. या पुस्तकाबद्दल त्यांनी काहीतरी लिहावं, यासाठी मी त्यांना अगदीच थोडा वेळ दिला होता. त्यांनीही त्यांच्या प्रचंड व्यग्र वेळापत्रकातून वेळ काढून त्यांचा अभिप्राय पाठवला. त्यांचे मनापासून आभार.

आणि सर्वांत शेवटी, हे दुसरं पुस्तक लिहावं, असं मला वाटण्यामागे मला माझ्या पहिल्या पुस्तकाला 'डायल डी फॉर डॉन'ला मिळालेल्या प्रतिसादाची प्रेरणा आहे. या पुस्तकाच्या वाचकांनी समाजमाध्यमांच्या व्यासपीठावर माझ्याशी वारंवार संवाद साधला. 'डॉन' त्यांना आवडल्याचं तर त्यांनी कळवलंच, पण दुसरं पुस्तकही लवकर लिहावं, अशी इच्छा व्यक्त केली. माझ्यावर एक लेखक म्हणून टाकलेल्या विश्वासाबद्दल मी त्यांचा ऋणी आहे. मला अपेक्षा आहे की त्यांना 'खाकी फाइल्स'ही तेवढंच आवडेल.

– नीरज कुमार